अभिप्राय

'अक्षरश: हार्ट फेल होईल, ऊर फुटून जाईल, या भीतीनं जीव घाबरा झाला, श्वास कोंडला, अविरत अश्रू ओघळत राहिले. 'जी.बी. सिंड्रोम' वाचताना ग्रेट आहात तुम्ही सगळे! (आम्ही देवबिव मानत नाही, तुमच्यासारख्यांना मानतो.')

अरुण वेढीकर

स्वत:ची रोगप्रतिकारशक्ती स्वत:साठीच घातक ठरवणारा आजार म्हणजे जीबी सिंड्रोम! या आजारावर मात करून जेव्हा चारुदत्त घरी येतात त्याच वेळी त्यांच्या आईने, मुक्या जनावरांनी व्यक्त केलेला आनंद याचे प्रत्ययकारी चित्रण या कथेत पदोपदी दिसून येते.

लोकाशा, १४-३-२०१०

जीबी सिंड्रोम आजाराने पछाडल्यानंतर त्याच्याशी झगडताना चारुदत्त भागवत आणि कल्पना यांना आलेले अनुभव, तीव्र मानसिक चढ-उतार आणि त्यातून वाढीला लागलेली श्रद्धा यांचे संवेदनक्षम चित्रण पुस्तकात आढळते.
पुण्यनगरी, ३ जानेवारी २०१०
दैनिक मातृभूमी, १४ फेब्रुवारी २०१०
दैनिक कृषिवल, २४-१-२०१०

मानवी नात्यांचे कोवळे धागे, मानवी शरीराचे आजारपणात येणारे वेगळे 'शरीरभान', शरीराचे महत्त्वपूर्ण अस्तित्व जाणवणे, आपल्याकडून एरवी आपल्या शरीराची होणारी प्रचंड हेळसांड, आपल्या शरीराचा-मनाचा परस्परांशी होणारा अर्थपूर्ण संवाद ही सारी वैशिष्ट्ये या अनुभवकथनातून व्यक्त होतात.
साप्ताहिक सकाळ, १० एप्रिल २०१०

'जीबी-सिंड्रोम' – स्वत:चीच रोगप्रतिकारक शक्ती स्वत:साठीच जीवघेणी ठरते. चारुदत्त भागवत यांच्या अर्धांगिनी सौ. कल्पना यांनी त्यांची स्वत:च्या जीवापलीकडे काळजी घेतली. डोळ्यांत तेल घालून आणि हृदयावर दगड ठेवून घेतलेल्या या काळजीचा आलेख आणि पतीच्या या विचित्र आजाराचा नकाशा त्यांनी 'त्यांच्या सिंड्रोमची कथा' या आत्मपर पुस्तकातून सादर केलाय.
दैनिक सागर, २२ फेब्रुवारी २०१०

आपल्या स्नेहीजनांना पुस्तके भेट द्या

त्यांच्या सिंड्रोमची कथा

कल्पना चारूदत्त भागवत

मेहता पब्लिशिंग हाऊस

Please contact us at **Mehta Publishing House,** 1941, Madiwale Colony, Sadashiv Peth, Pune 411030.
✆ +91 020-24476924 / 24460313
Email : info@mehtapublishinghouse.com
production@mehtapublishinghouse.com
sales@mehtapublishinghouse.com
Website : www.mehtapublishinghouse.com

◆ *या पुस्तकातील लेखकाची मते, घटना, वर्णने ही त्या लेखकाची असून त्याच्याशी प्रकाशक सहमत असतीलच असे नाही.*

TYACHA SINDORMCHI KATHA by KALPANA BHAGAWAT
त्यांच्या सिंड्रोमची कथा / अनुभवकथन

© कल्पना चारूदत्त भागवत

'मित्र', ५७ पार्श्वनाथनगर, सांगली-मिरज रोड, वानलेसवाडी,
मिरज ४१६ ४१४. ✆(०२३३) २२११९७१/९८५०९८१९१२
प्रकाशक : सुनील अनिल मेहता, मेहता पब्लिशिंग हाऊस,
१९४१, सदाशिव पेठ, माडीवाले कॉलनी, पुणे - ४११०३०.

मुखपृष्ठ : चंद्रमोहन कुलकर्णी
प्रकाशनकाल : सप्टेंबर, २००९ / सुधारित आवृत्ती नोव्हेंबर, २०१७

P Book ISBN 9788184980417
E Book ISBN 9789387319417
E Books available on : play.google.com/store/books
m.dailyhunt.in/Ebooks/marathi
www.amazon.in

- जी. बी. सिंड्रोमचे सर्व रुग्ण,
त्यांना आधार देणारे
व त्यांची सेवा करणारे
त्यांचे सर्व आप्तेष्ट

आणि

या रुग्णांना बरे
करण्यासाठी झटणाऱ्या
सर्व डॉक्टर्सना
अर्पण...

ऋणनिर्देश

५ मार्च २००७ ते १५ मे २००७ हे हॉस्पिटलमधले सत्तर दिवस आणि त्यानंतरचे दोन महिने हा सर्व काळ आमच्या कुटुंबाच्या दृष्टीने अत्यंत कसोटीचा असा काळ होता.

चारुदत्त भागवत या आजारातून पूर्ण बरे झाल्यानंतर मी सदरचे लेखन केले आहे. सदर कथानकात कथनाच्या ओघात त्या त्या वेळी मनात उद्‌भवलेल्या चांगल्या–वाईट भावभावनांचा जो उद्रेक झाला त्याचे पडसाद अटळपणे उमटले आहेत. लेखन शक्य तितके प्रामाणिकपणे करण्याचा मी प्रयत्न केला आहे. लेखनात मांडलेली मते ही त्या त्या वेळी व कालपरत्वे माझ्या मनात आलेल्या मतांचे व प्रतिक्रियांचे प्रतिबिंब आहे.

हे कथन करताना कोणाहीबद्दल मुद्दामहून कडवटपणे लिहिलेले नाही. किंबहुना या सर्व काळात संबंधित असलेले सर्व डॉक्टर्स, स्टाफ आणि नर्सेस, नातेवाईक व मित्रपरिवार आणि मुख्यत: वेळोवेळी मदतीस धावलेले सर्व रक्तदाते यांच्याबद्दल माझ्या मनात अत्यंत कृतज्ञता भरून राहिली आहे.

कोणासही दुखविण्याचा माझा हेतू नाही. तसे अनवधानाने काही वाक्यांनी कोणाचे मन दुखवले गेले असल्यास क्षमस्व!

जर खरोखरच पुनर्जन्म ही कल्पना खरी असलीच तर सर्व चराचराला व्यापून राहणाऱ्या सर्वोच्च शक्तींकडे माझे एकच मागणे आहे की 'सर्वांच्याबद्दलचे ऋण व्यक्त करण्यासाठी मला पुन:पुन्हा अनेक जन्म मिळोत!'

प्रस्तावना

माझे आणि प्रतिमाचे कुटुंबीय स्नेही चारूदत्त भागवत यांना ध्यानीमनी नसताना लाखात एखाद्याला होणारा जी. बी. सिंड्रोम हा दुर्धर आणि अक्षरश: प्राण कंठाशी आणणारा महाभयंकर आजार अचानकपणे उद्‌भवला आणि मग पुढचे काही महिने त्यांचे अवघे अस्तित्वच पणाला लागले.

जगण्यामरण्याचा पाठशिवणीचा जीवघेणा खेळ सुरू झाला, रात्रंदिन आणीबाणीचे प्रसंग येऊ लागले, शांत सागरात एकदमच वादळे उठावीत आणि जोरजोराने घोंगावू लागावीत, तशी परिस्थिती चारुदत्त आणि कल्पनाच्या एरवी सुखी, समाधानी आणि आनंदी असणाऱ्या सहजीवनात निर्माण झाली.

त्या उभयतासह त्यांचे सारे कुटुंब आणि मित्रपरिवार पार हादरून गेला. अशा दुर्दैवी प्रसंगात देव, दैव, प्रारब्ध इत्यादीची आठवण सर्वसाधारणपणे होऊ लागते. मात्र भागवतांच्या बुद्धिवादी कुटुंबात आणि वैचारिक संस्कारात त्यांना स्थान नव्हते.

एरवी सर्वसामान्य स्थितीत आम्ही देव, दैव वगैरे मानत नाही, हे म्हणणे सोपे असते, पण परिस्थिती जेव्हा पणाला लागते, तेव्हा अशी भाषा करणारे भले भले पारलौकिकतेला शरण जातात. रुग्ण म्हणून चारूच्या आणि त्याची सहचर म्हणून कल्पनाच्या सहनशक्तीची कठोर परीक्षा या आजाराने आणि या काळाने पाहिली.

पारलौकिक शक्तीच्या अस्तित्वासंबंधी कल्पनाचे मन क्वचित दोलायमान झालेही, पण अंतिमत: दोघेही या कठोर परीक्षेत देव आणि दैवाचा आसरा न घेता उत्तीर्ण झाले, आणि साऱ्या परिस्थितीत असाधारण धैर्याने, विवेकनिष्ठ वृत्तीने आणि कृतीने सामोरे गेले. आजाराचे संकट टळल्यानंतर आणि दवाखान्यातल्या दीर्घ वास्तव्यानंतर घरी परत आल्यानंतर चारूच्या तब्येतीत झपाट्याने सुधारणा होत गेली.

आजारपणाच्या काळात सहनशीलता दाखवणाऱ्या चारूने आजारपणातून बाहेर आल्यानंतर जबरदस्त आणि सकारात्मक इच्छाशक्तीचे दर्शनही घडवले आणि त्याची प्रकृती अपेक्षेपेक्षाही लवकर पूर्ववत झाली. हा सारा काळ एखाद्या दु:स्वप्नासारखा होता.

सत्य हे कल्पितापेक्षाही किती, अद्भुत आणि विलक्षण असते, याचा प्रत्यय देणारी ही 'त्याची आणि तिची कहाणी' आता कल्पनाने अक्षरबद्ध करून आपणासाठी सादर केली आहे.

ही कहाणी त्याच्या आणि तिच्या सहजीवनातील कसोटीच्या क्षणांची तर आहेच, पण त्याच्याहीपेक्षा अधिक खूप काही सांगणारी आहे. "गेल्या अठ्ठावीस वर्षांत... तिच्या गरजेनुसार तिची आई, वडील, कधी भाऊ तर कधी बहीण, कित्येकदा तिचा प्रियकर आणि बऱ्याचदा तिचा जीवश्चकंठश्च मित्र" असलेला तो आता मरणयातना भोगत असताना ती साक्षात त्याची 'आई' बनते.

आईची ममता, पत्नीचे प्रेम आणि सहचरीचे बळ त्याला देत राहते. हे सारे करीत असताना तिची घालमेल होते, दमछाक होते, ती सैरभैर होऊन घाबरून जाते. त्याला बरे करण्याच्या प्रयत्नांत 'आपण हरलोच आहोत.' असेही तिला अधूनमधून वाटत राहते, आणि या साऱ्यातून पुन:पुन्हा सावरून येणाऱ्या परिस्थितीला धीराने सामोरे जाते.

तिच्या अशा मन:स्थितीतील आंदोलनाचे आणि हेलकाव्यांचे मनोज्ञ दर्शन प्रस्तुत लेखनातून घडत राहते आणि त्याचबरोबर मेंदू शाबूत आणि वाचेसह देहाचे, अवयवाचे काम न करणारे, महिनोन्‌महिने दवाखान्यात आज आहेत आणि उद्या नाहीत अशा स्थितीतील रुग्णांच्या सहवासात पडून राहावं लागणाऱ्या त्याच्या अंतर्मनातही ती पुन:पुन्हा डोकावून येते; त्याच्या नजरेतून व्यक्त होणाऱ्या देहबोलीचा अर्थ लावण्याचा प्रयत्न करते.

आय.सी.यू.मध्ये त्याच्या अवतीभवतीच्या चारपाच रुग्णांचे झालेले मृत्यू त्याने पाहिलेले असतात. मृत्यूची सावली त्याच्या अवतीभवती वावरत असते. त्याला स्वत:लाही चित्रविचित्र भास होत असतात. मात्र ते त्याला सत्य वाटत असतात. मुळातच अंतर्मुख स्वभाव असलेला 'तो' अधिकच अंतर्मुख होऊन जगण्याचा अर्थ शोधत असावा, असे तिला मनोमन वाटत राहते.

त्याला अंर्तबाह्य समजून घेताना तिची उलथापालथ, घालमेल होते; आणि तिची धावपळ, धडपड समजून घेताना निर्माण झालेली अगतिकता त्याच्या नजरेतून व्यक्त होते. मुलगा कणाद आणि मुलगी श्री आता त्यांची नुसती मुलं नव्हे, तर बळ देणारे आधार बनतात.

एका आजाराचं आणि आजाऱ्याचं वर्णन करता करता हे लेखन मानवी नाते

संबंध जपणाऱ्या एका कुटुंबाची हृद्य कथाही बनते, हे या लेखनाचे लक्षणीय वैशिष्ट्य म्हणून सांगता येईल.

सहजीवनाची कहाणी म्हणून हे लेखन वाचनीय आहेच, पण त्याचबरोबर प्रबोधन करणारेही आहे. असे प्रसंग कुणावरही, केव्हाही येऊ शकतात. असा कुठलाही मोठा आजार उद्‌भवल्यावर रुग्णाने कसे वागले पाहिजे, त्याच्या नातेवाइकांनी कसे वागले पाहिजे, रुग्णाच्या मित्र परिवाराने कसे वागले पाहिजे, हेही इथे सूचित झाले आहे.

अशा आजारात अवतीभवतीचे लोक नानाविध सल्ले देत असतात, अमुक करा, तमुक करू नका असे सांगत असतात. त्यांचा हेतू चांगला असतो, पण संबंधिताना गोंधळून जायला होते. अशावेळी रुग्णाच्या जवळच्यांनी पूर्ण विचारांती निर्णय घ्यावा आणि त्यापासून विचलित होऊ नये. ज्याच्याकडे आपली केस सोपवलीय त्याच्यावर विश्वास ठेवावा, अर्थात सतत सतर्क राहावे आणि आवश्यक वाटल्यास आपली भूमिका ठामपणे संबंधित डॉक्टरांना सांगावी.

आजचे युग 'माहितीचे युग' आहे. संगणक प्रणालीमुळे कुठलीही माहिती आता सहजपणे उपलब्ध होऊ शकते. रुग्णाच्या आजाराचे निदान झाल्यावर त्या संबंधीची माहिती अशा साधनातून रुग्णाच्या नातेवाइकांनी प्राप्त करून घ्यावी. तिचा उपयोग निर्णय घेताना निश्चितच होतो.

रुग्णाच्या आजाराच्या अनुषंगाने त्याचा आहार ठरत असतो, डॉक्टर त्यादृष्टीने सल्लाही देतात, पण आपणही स्वतंत्रपणे असे सल्ले देणाऱ्या उपयुक्त पुस्तकांचा शोध घ्यावा आणि त्याप्रमाणे आहार निश्चित करावा.

मुख्य म्हणजे आपण आपल्या शरीराला गृहित धरतो, त्याच्याशीही संवाद करायचा असतो असे आपणाला कधी वाटत नाही.

आतड्याच्या गंभीर आजारातून बरे झालेले चारूचे एक ज्येष्ठ नातेवाईक त्याला भेटायला आले, तेव्हा म्हणाले, "अरे, आपण या शरीराच्या जोरावर सगळे व्यवहार करतो, पण कधी मायेने त्याच्याशी बोलतो का? हे माझ्या लक्षात आल्यावर मी आतड्याशी बोलायचं ठरवलं. आत्तापर्यंत त्याच्याकडे लक्ष न दिल्याबद्दल त्याची क्षमा मागितली. माझं जीवन तुमच्यावर अवलंबून आहे. त्यामुळं मला मदत करा असं त्यांना कळकळीचं आवाहन केलं, रात्रभर बोलत राहिलो आतड्यांशी. खूप समजावून सांगितलं, त्यांना सहकार्य देण्याबद्दल, आणि काय आश्चर्य, दुसऱ्या दिवसापासून ते आजतागायत त्यांनी त्यांचं काम बजावलेलं आहे. आता मात्र मी रोज माझ्या शरीराची प्रार्थना करतो. रोज त्याचे आभार मानतो. त्याची काळजी घेण्याचं त्याला अभिवचन देतो."

'शरीर धर्माला जागवणारी किती सुंदर, पवित्र जाणीव आणि श्रद्धा आहे ही!'

अत्यंत क्रिटिकल अवस्थेत चारूचे ऑपरेशन केल्यानंतर आवश्यक ते बदल

न झाल्यामुळे या केसच्या मुळाशीच जाऊन अभ्यास करणारे आणि अंतिमत: यशस्वी झालेले डॉ. मकरंद खोचीकर सांगतात, ''वास्तविक एण्डोस्कोपी केल्यानंतर माझी जबाबदारी संपली. मी तुम्हाला डिस्चार्ज देऊ शकतो. कोणीही तसंच करेल, पण मी हातात घेतलेल्या पेशंटशी माझा कन्सर्न आहे. मी एक डॉक्टर म्हणून त्याला पूर्ण बरं करण्यासाठी मी माझी सगळी कौशल्यं पणाला लावायला हवीत ही माझी जबाबदारी आहे असं मी मानतो. माझ्या व्यवसायाची ती एक बांधिलकी मानतो. स्वत:च्या प्रतिष्ठेपेक्षा माझ्या व्यवसायाच्या बांधिलकीचा विचार त्यावेळी केला होता आणि इथून घरी गेल्यानंतर तुम्हाला काही संकट येऊ नये म्हणून माझी धडपड आहे.'' म्हणूनच व्यवसायाची नैतिक बांधिलकी निष्ठेने पाळणाऱ्या डॉ. मकरंद खोचीकरांच्या रूपात 'परमेश्वर भेटला' असे कल्पनाने कृतज्ञतापूर्वक म्हटले आहे. अशा तऱ्हेची अनेक मूल्यवान विधाने या लेखनात भेटत असल्याने या लेखनाला जीवनविषयक चिंतनाचे परिमाण सहज स्वरूपात प्राप्त झाले आहे.

कल्पना भागवत यांच्या प्रवाही, अर्थपूर्ण आणि दृकप्रत्ययकारी लेखनशैलीचाही आवर्जून उल्लेख करायला हवा.

दोन्ही हॉस्पिटलच्या परिसरातील वैशिष्ट्यपूर्ण वातावरण, बरेवाईट प्रसंग, डॉक्टर्स, नर्सेस, सेवक, रुग्ण, रुग्णांचे नातेवाईक भेटीला येणारे हितचिंतक यांच्या व्यक्तिरेखा, सकाळ, दुपार, संध्याकाळ, रात्री आणि त्या क्षेत्रात निर्माण झालेल्या भावावस्था, पंच्याऐंशी वर्षांच्या वृद्ध आईने चारूच्या वाढदिवशी घेतलेली भेट, घरी परत आल्यावर त्याच्या प्रिय कुत्र्यांनी भुंकून केलेलं त्याचं स्वागत, अशा कितीतरी गोष्टींचं प्रत्ययकारी चित्रण या कथेत पदोपदी पाहायला मिळतं.

मिशन हॉस्पिटलच्या परिसरात गाडी उभी करताना 'ती'ला एक निष्पर्ण वृक्ष दिसतो. त्याच्याकडे ती पुन:पुन्हा बघत असते आणि एके दिवशी या निष्पर्ण वृक्षाला हिरवीगार पालवी फुटलेली तिला दिसते.

कल्पनाने सहजपणे केलेल्या या निरीक्षणाला एक सुंदर प्रतिकात्मक अर्थ लाभतो; जीवनेच्छेचा; सृजनशीलतेचा! जीवनावर आणि जगण्यावर श्रद्धा ठेवण्याचा, आशा बाळगण्याचा आणि शतदा प्रेम करण्याचा!

चारुदत्तच्या आजारपणाच्या काळात काळजीने वावरणारा, आणि तो बरा झाल्याचा मन:पूर्वक आनंद मानणारा, मी त्याचा एक मित्र. या लेखनाच्या निमित्ताने त्या अनुभवांचा पुन्हा एकदा प्रत्यय आला. वाचकांनाही हे लेखन मनापासून आवडेल याची खात्री वाटते.

– अविनाश सप्रे

दोन शब्द

कल्पना व चारुदत्त भागवत यांची संघर्षगाथा असलेल्या 'त्यांच्या सिंड्रोमची कथा' या पुस्तकावर मी माझे विचार मांडावेत, अशी आदरपूर्वक विनंती भागवतद्वयींनी मला केली. ती मी अत्यंत आनंदाने तत्काळ मान्य केली. याची दोन मुख्य कारणे - एक म्हणजे पेशंट म्हणून चारुदत्त भागवत आणि त्यांच्या या आजारात त्यांची मनोभावे सेवा करणाऱ्या कल्पनाताई यांच्याबद्दल मला असलेला कौतुकास्पद आदर; दुसरं म्हणजे ज्या निर्मळतेने त्यांनी हा अनुभव मांडला आहे, त्यातील त्यांची पारदर्शकता. पारदर्शीपणा आणि सचोटी या दोन गुणांचा मी ग्राहक आणि साधक आहे. भागवतांच्या या खडतर आजारात त्या दोघांनी ज्या पद्धतीने त्याला झुंज दिली त्याला खरोखरच तोड नाही.

त्यांचा हा पुस्तकप्रपंच फक्त स्वानुभव नसून रुग्णांना, त्यांच्या नातेवाइकांना मार्गदर्शन व दिलासा देणारा आहे. त्यांच्या या सर्वसमावेशक स्वानुभवात मी उत्स्फूर्तपणे सहभागी होण्यास मला मनःपूर्वक आनंद वाटतो.

खरं म्हणजे चारुदत्त यांना झालेला आजार जी.बी. सिंड्रोम हा 'न्यूरोलॉजी (Neurology)' या क्षेत्रात मोडणारा आहे. माझे क्षेत्र 'युरोलॉजी (Urology).' त्यात 'न' (N) ची कमी. (म्हणूनच कदाचित मला 'न'कारघंटाही कधी आवडली नाही.) 'जी.बी. सिंड्रोमधून रिकव्हर होत असताना, चारुदत्त यांना मूत्राशयात खरोखर 'न भूतो न भविष्यति' असा रक्तस्राव होत राहिला. (इथेही न आहेच.) दुर्दैवाने असा रक्तस्राव कधीच होत नसल्याने कदाचित त्या रक्तस्रावाचं गांभीर्य प्राथमिकतः लक्षात आले नसावे. रक्तस्रावाच्या निमित्ताने मला त्यांच्यावर उपचार करण्यासाठी पाचारण करण्यात आले.

अविनाश आणि प्रतिमा सप्रे यांनी मला जेव्हा भागवतांना पाहण्यासाठी विनंती केली तेव्हा मी कोणत्या गोष्टीला सामोरा जाणार आहे, याची मला यत्किंचितही कल्पना नव्हती; पण प्रत्यक्षात जेव्हा मी त्यांना पाहिलं तेव्हा मला या रक्तस्रावाचं गांभीर्य लक्षात आलं.

वैद्यकीय क्षेत्रात काम करताना अशा आव्हानांना सामोरं जाणं हे तर नित्यनियमाचंच! पण त्यांच्या या दुर्मिळ आजारात आणि त्यातूनही अत्यंत दुर्मिळ अशा त्यांच्या

या अनैसर्गिक रक्तस्रावावर अत्यंत जलदपणे इलाज करणं क्रमप्राप्त तर होतंच; पण अत्यंत धोकादायकही होतं.

आजवरच्या माझ्या वैद्यकीय क्षेत्राच्या अगणित अनुभवांतून मी एक गोष्ट शिकलो आहे, ती म्हणजे परिस्थिती कितीही गंभीर असली तरी पेशंटच्या दृष्टीने जे योग्य असेल त्याची निःसंकोचपणे चर्चा (मग त्यात असणाऱ्या Positive/+v व Nigative/-v बाबी कितीही असोत) खुद्द पेशंट व त्याचे नातेवाईक यांच्याशी करून त्यांना धीराने निर्णयप्रक्रियेत सामावून घेतलं तर पुढची वाटचाल यशस्वी आणि निर्धोक होते. फक्त त्यात असावा केवळ आणि केवळ प्रामाणिकपणा. आजाराचे प्रामाणिक मूल्यमापन आणि जिवाची बाजी लावून केलेले प्रामाणिक प्रयत्न हे बहुतांशी अशा प्रसंगांतून आपल्याला सहीसलामत बाहेर काढतात, असा माझा दृढ विश्वास आहे आणि आजवर त्यास तडा गेलेला नाही, असं मला वाटतं.

चारुदत्त यांना मूत्राशयात झालेला हा अतिरक्तस्राव कोणत्या कारणामुळे झाला हे वैद्यकीय क्षेत्राला पडलेलं एक मोठं कोडं आहे. 'जी.बी. सिंड्रोम'च्या आजारात रक्तस्राव थांबवणाऱ्या घटकांची कमतरता निर्माण झाली, (ज्या विषाणूंमुळे हा आजार होतो त्यामुळे रक्तस्राव रोखणाऱ्या पेशी किंवा घटकांवर परिणाम होऊ शकतो.) तर ती रक्ताच्या चाचणीमध्ये दिसून येते. भागवतांच्या वेळोवेळी केलेल्या या चाचण्या पूर्ण नॉर्मल होत्या. मग रक्तस्राव कुठून होत होता? मूत्राशयाचं आवरण (bladder lining) या आजारात कमकुवत झाले असावेत, असा माझा तर्क होता; पण त्याची तंतोतंत खात्री एन्डोस्कोपीमध्ये होत नव्हती. अशा परिस्थितीत रक्तस्राव साठू न देणं व मूत्राशय पूर्वस्थितीला आणणं एवढंच आम्ही करू शकत होतो. मूत्राशय पूर्वस्थितीला आणण्यासाठी आम्ही जी काही उपाययोजना केली ती पूर्णतः यशस्वी झाली, याचा आनंद व समाधान अवर्णनीय आहे.

चारुदत्त 'जी.बी. सिंड्रोम'च्या आजारातून पूर्ण बरे झाले असतेच; पण या आजारातील अतिरक्तस्रावाने मात्र ते त्यातून बरे होतील यावर बऱ्याच जणांचा विश्वास नव्हता. अशा प्रसंगात जगण्याची आणि जगवण्याची दुर्दम्य आशा उपयोगी पडते, हे मात्र या अनुभवातून शिकण्यासारखे आहे; त्यास हवी ती प्रयत्नांची जोड. ती जबाबदारी कल्पना भागवत व त्यांचे कुटुंबीय तसेच मित्रपरिवाराने चोखपणे पार पाडली. त्यासाठी ते सर्व जण कौतुकास व अभिनंदनास पात्र आहेत.

वैद्यकीय क्षेत्रासंबंधीचे सर्व भाषांतील लिखाण हे आजवर हृदयस्पर्शी, वास्तविक आणि मनाला भिडणारे असेच असते, आणि म्हणूनच ते सर्वांना खूप भावते. भागवतद्वयीने जेव्हा हे पुस्तक मला वाचण्यास दिले, ते एका रात्रीच्या प्रवासात कसे संपून गेले हे मला कळलेच नाही, तीच या पुस्तकाच्या गुणवत्तेची पावती!

वैद्यकीय क्षेत्रातील या अशा लिखाणांनी वैद्यकीय क्षेत्राबद्दल, जीवन-मरण या

विषयाबद्दल असलेलं कुतूहल आजवर टिकून आहे. कल्पना भागवतांच्या या पुस्तकरूपाने वाचकांना तसेच वैद्यकीय क्षेत्रात काम करणाऱ्या अनेकांना अनेक पैलूंची नव्याने ओळख करून दिली आहे, हे मात्र निःसंशय!

एक सर्जन म्हणून मलाही या पुस्तकातून आत्मपरीक्षणाची संधी मिळाली. रुग्ण आणि रुग्णाचे नातेवाईक यांचे आपल्या प्रत्येक कृतीकडे बारकाईने लक्ष असते ही झालेली जाणीव. ही जाणीव मला आणखी जागृत करून गेली. आपलं वागणं, बोलणं, देहबोली, आजाराबद्दलची चर्चा याचे पेशंट आणि त्याचे नातेवाईक यांच्यावर अप्रत्यक्षपणे खोलवर परिणाम होत राहतात, याची झालेली जाणीव ही उद्‌बोधक ठरली. वैद्यकीय क्षेत्रात काम करणाऱ्या सर्वांना ती conscious करेल यात मला शंका नाही.

आज कल्पना व चारुदत्त भागवत खूप आरोग्यदायी जीवन जगत आहेत. चारुदत्त नियमितपणे तपासणीसाठी (follow-up) साठी येतात आणि दरवेळी मला त्यांच्या संग्रामाची नकळत आठवण करून देतात.

न्यूरोलॉजीच्या (Neurology) आजारात मेंदू किंवा हातापायास इजा झाली तर आपल्या भावना प्रकट करणं रुग्ण व त्याच्या नातेवाइकांना खूप कठीण जातं. जर संवादच हरवला तर रुग्णाची विचारपूस कशी करणार आणि उपचार कसे करणार? न्यूरोलॉजीवरील आजवरच्या अनेक इंग्रजी व मराठी लिखाणांमध्ये या गोष्टींची प्रकर्षाने जाणीव होते. 'द डायव्हिंग बेल ॲन्ड द बटरफ्लाय' (The Diving Bell and The Butterfly) या पुस्तकात 'लॉक्ड इन सिंड्रोम' (Locked in Syndrome) झालेल्या रुग्णाची कथा आहे. या रुग्णास मेंदूत रक्तस्राव झाल्याने संवाद साधता यायचा तो फक्त पापणीद्वारे. 'पार्टनर असिस्टेड स्कॅनिंग'च्या डाव्या डोळ्याच्या तंत्रज्ञानाद्वारे त्याला एक एक अक्षर पोहोचविले जायचे आणि योग्य त्या अक्षरातून तो डावी पापणी हलवायचा. अशा अथक प्रयत्नांतून हे पुस्तक साकारले गेले. जाँ डॉमिनिक बाऊबी (Jean-Dominique Baubi) हे त्या रुग्णाचं नाव. तो एक फ्रेंच पत्रकार होता. चारुदत्त भागवतांची ही कथा ज्या कुशलतेने व प्रांजळपणे कल्पना भागवतांनी मांडली आहे, ती त्यांची 'डावी पापणी' ठरली हे निर्विवाद!

मित्रपरिवार व प्रकाशकांना तसेच भागवतद्वयींना आणि सर्व वाचकांना माझ्या अनेक शुभेच्छा!

डॉ. मकरंद खोचीकर
Chief Uro-oncologist
Siddhi Vinayak Ganpati Cancer Hospital, Miraj, India.
Khochikar@gmail.com, Mobile - 9822052731

मुक्काम पोस्ट 'जी बी सिंड्रोम'

दिनांक पाच मार्च, सोमवार. संध्याकाळचे पाच वाजलेत. तिने त्याला उठवलं.

"चल नं प्लीज माझ्याबरोबर. डॉक्टरांकडे जाऊयात ना!"

गेले काही दिवस तिला घसादुखीचा फार त्रास होत होता. वास्तविक त्या दोघांनाही होत होता; पण तिला फारच. तिचा घसा बसलाच होता चार दिवस. त्या दिवशी तिने जेमतेम दोन लेक्चर्स घेतलीन् घसा ठणकायला लागला.

त्यानं उठायचा प्रयत्न केला. त्याच्या हातापायांना अशक्तपणा जाणवला. तो कुरकुरला.

"अगं पुट्टू, हे काय, बोटांना मुंग्या आल्यासारखं वाटतंय. उठवत नाहीये."

तिला कळत नव्हतं ते खोटं असावं की तो खरंच सांगतोय. पण मनातनं तिला वाटत राहिलं की, तो जे बोलतोय ते खोटं असावं.

"हलू, कायतरीच काय! ऊठ! अशक्तपणा म्हटलंस की अशक्तपणाच वाटत राहणार. ऊठ चल. काहीतरी नखरे करू नकोस. मी चहा करते मस्तपैकी. चहा घेतलास की बरं वाटेल तुला."

तिला माहीत होतं की, त्याला मनापासून चहा आवडत नाही. तशी ती मनातून धास्तावली होती. तो ब्लडप्रेशरचा पेशंट होता. हातापायाला मुंग्या म्हणजे... तिने धाडसाचं सोंग घेतलं होतं, पण तिला ठाऊक होतं की, ते सोंगच आहे. 'पॅरालिसिसचा अ‍ॅटॅक तर नाही!' अशी शंका तिच्या मनात डोकावून गेली, पण तिने तो विचार मनात आल्यासरशी लगेच झटकून टाकला.

चहा बनवला. कप भरला.

"इथं येतोस का तिथंच आणू?" किचनमधनं तिने त्याला विचारलं.

"इथंच आण."

ती बाहेर आली. तो तसाच निजून होता. त्याला उठायला फारच त्रास होत होता. तिने त्याच्याकडे जाणीवपूर्वक लक्ष दिलं नाही. तो कसाबसा उठून भिंतीच्या आधाराने बसला. तिने त्याच्या हातात चहाचा कप दिला. त्याला तो हातात धरता येईना. त्याने तो दोन्ही हातांत धरण्याचा प्रयत्न केला. तिने त्याच्याकडे पाहून न पाहिल्यासारखं केलं. मनातून ती नर्व्हस झाली. 'तो हे जे काय करतोय, ते खरंय की खोटं? छे! उगीच मनाचे खेळ असतील किंवा काहीतरी सायकॉलॉजिकल प्रॉब्लेम! घरात बसून असल्यामुळे.' त्या दोघांनी बाहेर जायची तयारी केली.

डोळ्याच्या कोपऱ्यातून ती त्याला न्याहाळत होती. त्याच्या हालचालींकडे तिचं बारीक लक्ष होतं. त्याला हालचाल करायला खरंच त्रास होत होता. त्यावर फारसं काही न बोलता ती पार्किंगमध्ये कारजवळ येऊन उभी राहिली. तोही आला. दोघंही ड्रायव्हिंग करायचे; पण दोघं मिळून जायचे तेव्हा काहीही झालं तरी तोच गाडी चालवणार, हा नियम ठरलेला. त्या दिवशी मात्र तो तिला म्हणाला, "आज मला नाही चालवावीशी वाटत गाडी."

आता मात्र ती खरोखरच घाबरली. 'काहीतरी गंभीर प्रकरण आहे!' त्यांचे फॅमिली डॉक्टर डॉ. अजित जावडेकर यांच्याकडे गेल्यावर आधी तिने त्याचं ब्लडप्रेशर तपासायला सांगितलं. जरासं जास्त होतं. तसं त्याचं ते असायचंही. 'पण आज ती लक्षणं अन् ब्लडप्रेशर जास्त! काहीतरी गंभीर असणार.' अर्धांगवायू – असं म्हणायला तिचं मन धजावत नव्हतं. डॉक्टरांनी दोघांच्या घसादुखीवर औषधं दिली. तिने तातडीनं त्याच्या स्पेशालिस्ट डॉक्टरांकडे धाव घेतली.

तो शांत होता. म्हणाला, "पुट्टू, मला काहीही झालेलं नाहीये. जरासा अशक्तपणा वाटतोय इतकंच."

स्वत:च्या कोणत्याही गंभीर दुखण्यात तो नेहमी असाच अविचलित असायचा. त्याची तिला सवय होती. मागे त्याचे असेच दोन मोठे आजार होऊन गेले होते.

तिच्या डोळ्यांत टचकन पाणी तरळायचं, तेव्हा तो तिला म्हणायचा, "पुट्टू, अरे बाळा, अशी हळवी होऊ नकोस. माझ्या आयुष्यात दुर्दैवी अशी कोणतीच घटना घडणार नाही. हे सगळं तात्पुरतं आहे." आज, आत्ता मात्र तो गप्पगप्प होता.

ती गाडी चालवत होती, पण मन थाऱ्यावर नव्हतं. मागे त्याने उच्चारलेली त्याची सगळी वाक्यं तिला आठवत होती. या वेळी मात्र मनाला धीर द्यायला ती पुरेशी नव्हती. ते दोघे जण डॉक्टरांकडे पोहोचले तेव्हा बरीच गर्दी होती. त्यांचा नंबर आला. डॉक्टर प्रसन्न हसले.

"काय, ठीक आहे ना?"

"तसं ठीकच, पण आज जरा हातापायांत अशक्तपणा जाणवतोय. बोटांना

मुंग्या आल्यासारख्या वाटताहेत. कुठेही स्पर्श केला तर स्पंज हाताला लागल्यावर होतं, तसं फीलिंग येतंय''

डॉक्टरांच्या चेहऱ्यावर काळजी दिसली. ते बारकाईनं तपासत होते. पुन:पुन्हा स्टेथस्कोप छातीला, पोटाला, पाठीला लावून ते अंदाज घ्यायचा प्रयत्न करीत होते.

''आपण सगळ्या टेस्ट्स करून घेऊ. लॅब चालू आहे. हे पाहा, या टेस्ट्स करून घ्या आणि मग या. मी आहे इथंच.'' डॉक्टरांनी तिच्या हातात एक चिठ्ठी दिली.

त्या दोघांनी ती वाचायचा प्रयत्न केला, पण वाचता येईना. ती दोघं खाली जायला वळली. तो दमल्यासारखा दिसत होता. म्हणाला, ''मला जिना उतरायला फारच त्रास होतोय गं.''

''व्हील चेअर मागवायची का?''

'इथल्या इथेच ॲडमिट करायला लागतंय की काय' असं तिला वाटायला लागलं.

अगतिक झाली ती. आवाजातला रडवा कोन टाळून त्याला ती काहीबाही विचारत बसली, त्याला कम्फर्टेबल वाटावं यासाठी. कसाबसा तो जिना उतरला. टेस्ट्स झाल्या. रिपोर्ट्स घेऊन दोघंही पुन्हा डॉक्टरांकडे आले. टेस्ट्स नॉर्मल होत्या. डॉक्टरांनी जुजबी औषधं लिहून दिली.

''डॉक्टर, पॅरालिसिस नाहीये ना?''

''छे! छे! या गोळ्या घ्या. बरं वाटेल. परवाच्या दिवशी या. पुन्हा याच टेस्ट्स करून घेऊ.''

त्याची शक्ती त्याला आणखीनच कमी झाल्यासारखी वाटत होती. पूर्ण थकलेला असूनही चेहऱ्यावर काहीही थकवा न दाखवता तो तसाच जाऊन बसला. तो गाडीत मागच्या बाजूला बसल्याचं तिला काही विशेष वाटलं नाही. कारण लांब प्रवासाला जाताना समजा तिनं कधी गाडी चालवलीच, तर तो मागे बसत असे. त्याला तसंच बरं वाटायचं.

घरी गेल्यावर त्याचं ते स्पर्शाचं विचित्र 'फीलिंग' आणखीच वाढत गेलं. त्याने कसंबसं जेवण घेतलं. तेही तिने त्याला फार आग्रह केला म्हणून! रात्री अस्वस्थ वाटत राहिल्यामुळे एखादी सिगारेट ओढावी म्हणून त्याने पाकिटातून एक सिगारेट काढली. दुसऱ्या हातात लायटर घेण्यापूर्वीच प्रतिक्षिप्त क्रिया झाल्यासारखी ती फेकून दिली. म्हणाला, ''ही तर हातात सुरवंट घेतल्यासारखी वाटतेय! फार भयंकर स्पर्शाचं फीलिंग येतं आहे.''

रात्री तिला बराच वेळ झोप लागली नाही. सकाळपासून कायकाय झालं ते ती आठवायला लागली. सकाळी नेहमीप्रमाणे त्याने बाजारात जाऊन भाजी आणली.

त्याच्या जुन्या कॉलेजात जाऊन त्याच्या जुन्या मित्रांची भेट घेतली. महिन्याचा पहिलाच आठवडा. लाइट नि फोनची बिलं भरली. बँकेतून पैसे काढले. व्हॉलंटरी रिटायरमेंट घेतल्यापासूनचा हा त्याचा गेल्या तीन-चार वर्षांचा दिनक्रम. त्याला बुलेट मोटरसायकलचा छंद होता. नोकरी चालू असेपर्यंत त्याने तो जपला होता. नंतर ती त्याची मोटरसायकल त्याच्या मुलाने आवडीने त्याला हवी म्हणून त्याच्या नोकरीच्या गावी नेली होती, पण चैन पडेना तशी नुकतीच नवीन बुलेट मोटरसायकल त्याने घेतली होती. तिच्यावरून फेरफटका मारून यायचं त्याला भारी वेड. 'काली जवान घोडीपे बुड्ढा सवार!'

कधीकधी येतायेता लायब्ररीत डोकवायचं नि येताना छानदार काहीतरी वाचायला घेऊन यायचं. तसाच तो आजही सगळीकडे जाऊन आला होता. तो आल्यानंतरच ती कॉलेजसाठी बाहेर पडली. अकरा वाजताच तर ती बाहेर गेली होती. घरी आली तेव्हा साधारण दीड-पावणेदोन वाजले असतील.

तिच्या रोजच्या सवयीने तिने – जेवलास ना, भाजी आवडली का – असे किरकोळ प्रश्न विचारले. तो झोपायच्या तयारीत होता. त्याने पांघरूण अंगावर ओढून घेतलं. तिच्या प्रश्नांची उत्तरं देतादेता तो झोपलाही. बोलताबोलता ती त्याला एवढंही म्हणाली की, "माझ्याबरोबर नंतर डॉक्टरांकडे येशील ना? घसा फारच दुखतोय."

"हं, जरा झोप काढतो. मला उठव पाच वाजता. मग जाऊ." इतकं बोलून तो झोपी गेला. पाच वाजता त्याला तिने उठवलं, तर भलतंच. दिवसभरातल्या त्या घटना पुन्हा डोळ्यांसमोर आणताआणता तिने झोपायचा प्रयत्न केला.

रात्री कधीतरी तिला झोप लागली. जाग आली तेव्हा ती धडपडून उठली. तो झोपलेलाच होता. चेहऱ्यावर वेदनांचं सावट होतं. तिने त्याला उठवायचा प्रयत्न केला नाही. स्वत: उठून आपला चहा बनवून एकटीनेच पिऊन टाकला. उगवतीच्या सूर्याकडे ती पाहत बसली. त्याला विनवत होती, 'सूर्य नारायणा, सगळ्या जगाला तू जीवन देतोस; जागं करतोस... कृपया... ' एक मोठा आवंढा तिच्या घशात येऊन तिचा घसा आणखीच दुखायला लागला.

इकडंतिकडं थोडंफार आवरता आवरता त्याच्याकडे ती लक्ष ठेवून होती. तो उठला. हळूहळू जिना उतरून खाली आला. झोपून उठल्यानंतरच्या ताजेपणाचा अंशही त्याच्या चेहऱ्यावर दिसत नव्हता. कालच्यापेक्षाही जास्त थकलेला दिसत होता.

खाली येऊन एका कॉटवर पुन्हा झोपून राहिला. तासाभरानं पुन्हा उठला. बाथरूममध्ये जाऊन आला. बाहेरून ती त्याच्या हालचालींचा अंदाज घेत होती. तो बाथरूमच्या बाहेर आला. त्याला भिंतीचा आधार घेऊनच उभं राहावं लागलं. उभंही राहवेना. तिथे जरा पलीकडेच असलेली कॉट तिने त्याच्याजवळ सरकवली. कसाबसा तो आडवा झाला.

"चल आपण डॉक्टरांकडे जाऊयात का?"

तो गप्पच होता.

तिने तोच प्रश्न त्याला पुन्हा दोन-तीनदा विचारला. तिच्या त्या प्रश्नाला काय उत्तर द्यावं याचा विचार करतोय असं दाखवण्याचा तो प्रयत्न करत होता, हे तिला कळत होतं. तिने त्याला पुन्हा डॉक्टरांकडे जाण्याविषयी विचारलं.

''नको गं! तू मला प्लीज फक्त चोवीस तासांचा अवधी दे. मला फक्त अशक्तपणा आलाय. थोडंथोडं इलेक्ट्रॉलचं पाणी पितो; बरं वाटेल मला. उद्या नऊ वाजेपर्यंत मला अवधी दे, प्लीज.''

तो हट्टी होता. वाद घालण्याची ही वेळ नव्हती. जे होईल त्याला सामोरं जायची मानसिक तयारी ती करायला लागली.

त्याला हवं नको बघताबघता ती कॉलेजला जायची तयारी करत होती. 'लवकरच घरी परतायचं. उद्याची रजा काढायची' असा विचार चालू होता. मन थाऱ्यावर नव्हतं.

तो मात्र आपण निश्चिंत आहोत असं दाखवत होता. म्हणाला, ''जाऊन ये निवांत. मी तर आता झोप काढणार आहे.''

कशीबशी दोन लेक्चर्स घेऊन ती धावतपळत घरी आली. तो झोपला होता. ती त्याच्या आसपास वावरत होती. बाहेर व्हरांड्यात बसून झाडांकडे, पक्ष्यांकडे, फुलांकडे, आकाशाकडे पाहत ती प्रार्थना करत होती, 'तुम्ही जसे हसताय, फुलताय, बागडताय तसा एक चमत्कार घडवा. त्याला चटकन उठायची ऊर्मी द्या.' तिने सगळी शक्ती एकवटून प्रार्थना केली. तिच्या डोळ्यांतून किती आसवं गळली त्याला गणतीच नाही. तिला सारखं वाटत राहिलं की, त्याने यावं नि म्हणावं, 'हे काय मूर्खासारखं तू रडत बसलीएस!'

ती त्याच्याजवळ आली. त्याला बाथरूममध्ये जायचं होतं, पण उठताच येईना. आता मात्र ती गळाठली. पायातलं अवसान गेलं. मनातनं भडकली. मनातच म्हणाली, 'हा तसा माझा एक दिवस विश्वासघात करणारच!'

तिने शेजारी पाहिलं. दोन्ही घरातनं कोणीच नव्हतं.

तिने मनात झरझर प्लॅन आखला – त्याला दवाखान्यात न्यायचं. तसं ती त्याला आग्रहानं म्हणाली, ''हे बघ, आता मात्र मी थांबणार नाही. आपल्याला थांबायला सवडही नाही. हा शर्ट घाल.'' पण त्याचा हातच हलेना.

तिने त्याला बसता केला. तो जेमतेम बसला, तोच धाड्‌कन कॉटवर कोसळला. तिच्या डोक्यात वीज चमकली — 'जी बी सिंड्रोम'!

त्याचा चेहरा शांत. ''मला फारच अशक्तपणा आलाय.''

''अशक्तपणा कसला आलाय हा? अरे हा जी बी सिंड्रोम आहे!''

तो गप्प होता. गळ्याच्या खाली त्याची सर्व हालचाल पूर्णपणे थांबलेली होती.

फक्त डोळे टक्क उघडे आणि तोंडाची हालचाल चालू.

त्याच्या आईला बरोब्बर तीन वर्षांपूर्वी हाच आजार झाला होता. फक्त फरक इतकाच की, त्यांचा अ‍ॅटॅक फारच कमी तीव्रतेचा होता. त्या आजारात तिनेच त्यांची सर्व सेवा केलेली होती. आता अ‍ॅम्ब्युलन्स आणायला हवी होती. मदत कोणाचीही नाही.

थोड्या वेळापूर्वी तिला शेजारच्या अंगणात प्रतिमा दिसली होती. तिने प्रतिमाला हाक मारली, पण तिकडून काहीच प्रतिसाद आला नाही. ती घरातून नुकतीच बाहेर पडली असावी. आसपास विरळ वस्ती, शेजारच्या दोन्हीतिन्ही घरात कोणीही नव्हतं. अ‍ॅम्ब्युलन्सचा काहीच संपर्क माहीत नाही.

आदल्या दिवशी सकाळपर्यंत धडधाकट असलेल्या या माणसाला अशा पद्धतीनं आज अ‍ॅम्ब्युलन्समधनं न्यावं लागेल, असं गत आयुष्यातल्या कुठल्याही सावध किंवा बेसावध क्षणीही तिच्या मनात आलं नव्हतं. तिने तिला माहीत असलेले सर्व नंबर लावून पाहिले. तिच्या डोळ्यांसमोरून सगळ्या अ‍ॅम्ब्युलन्स आणि त्यांवरचे जाता-येता पाहिलेले फोन नंबर्स वेगाने धावत होते; आठवत मात्र एकही नव्हता. अर्धा तास त्याच्यातच गेला. तिचा धीर सुटत चालला. सोबतीला मुलगी. आपल्या गाडीतून न्यावं, तर दोघींना मिळून त्याला उचलणं शक्य नव्हतं.

एकदम तिला उमेशची आठवण झाली. त्या दोघांचा तरुण मित्र. तिने त्याला पंधरा मिनिटात अ‍ॅम्ब्युलन्स घेऊन यायला सांगितलं. तो आला. सगळी वरात निघाली डॉ. सोरटूरांकडे.

ब्लडप्रेशरसाठी तो गेली अडीच वर्षे त्यांचीच ट्रीटमेंट घेत होता. डॉक्टरांनी त्याला रूममध्ये नेलं. तपासणी सुरू झाली. पॅरालिसिसच्या रोखानं त्यांचं आपापसांत बोलणं चाललं होतं. तिने त्यांना मध्येच थांबवलं. म्हणाली, ‘‘डॉक्टर, हा बहुधा जी बी सिंड्रोम असावा. तीन वर्षांपूर्वी माझ्या सासूबाईंना अगदी असंच झालं होतं.’’

डॉक्टरांचे डोळे एकदम चमकले. त्यांचा चेहरा विचारमग्न दिसला. त्यांच्या तपासण्यांचा रोख बदलला. तासाभराने त्यांनी त्यांचा निष्कर्ष जाहीर केला– ‘‘हा जी बी सिंड्रोम आहे. तो फार वाईट आणि गुंतागुंतीचा आजार आहे. आपण त्वरित उपचार केले, तरच तो आटोक्यात राहील आणि पुढचे काही धोके टळतील.’’

तिने आधी प्रतिमाला फोन केला. संध्याकाळपासून कायकाय झालं ते तिने प्रतिमाला सविस्तर सांगितलं. त्याला एकदम दवाखान्यात नेल्याचं ऐकून तिला फारच आश्चर्य वाटलं. प्रतिमा आणि अविनाश लगेचच त्याला भेटायला आले. प्रतिमा सप्रे आणि अविनाश सप्रे हे दोघेही त्यांच्यावर अतोनात प्रेम करणारे त्यांचे अत्यंत जवळचे मित्र.

अविनाश सप्रे हा त्याचा कॉलेजमध्ये शिकत असल्यापासूनचा मित्र. सप्रे मंडळी

त्यांच्या शेजारीच राहत होती. त्याला त्या अवस्थेत पाहून ती दोघंही एकदम धसकून गेली. हा नक्की जी बी सिंड्रोमच आहे ना, याविषयी पुन:पुन्हा खात्री करून घे म्हणून प्रतिमा तिला सांगत होती. कारण या आजाराचं प्रमाण फारच अल्प म्हणजे लाखात दोन-तीन असं आहे.

नुकताच प्रतिमाच्या मैत्रिणीला तो झाला होता. त्यामुळे त्या आजाराची भयावहता आणि त्याचं स्वरूप याची तिला थोडीतरी कल्पना होती. जी बी सिंड्रोमचं निदान केल्यानंतर जी औषधं आणायला लागणार होती, त्यासाठी तिला बरेच पैसे लागणार होते. तेही तिने प्रतिमाकडून घेऊन ठेवले.

दरम्यान रात्री डॉक्टरांनी त्याला श्वास घ्यायला त्रास होतोय का ते विचारलं. एखादे वेळी तसा तो होऊ शकतो, म्हणून ऑक्सिजनचा मास्क त्यांनी त्याच्या चेहऱ्यावर चढवला. त्यानंतर त्यांनी तिला त्याच्यासाठी शहाळ्याचं पाणी आणायला सांगितलं. तिने घड्याळात पाहिलं. जवळजवळ अकरा वाजत आले होते. 'कुठं मिळणार अशा वेळी शहाळं!'

नर्सबाई म्हणाल्या, ''त्या तिथे रहमतुल्लाच्या हॉटेलच्या समोर जी बेकरी आहे ना, तिथे मिळेल.''

इतकी वर्षं ती गाडी चालवीत होती तरी रात्रीची गाडी चालवायची वेळ आली, तर तो मुद्दाम हातातली कामं बाजूला ठेवून तिच्यासाठी ड्रायव्हिंग करायचा. तिने न गोंधळता त्याला सांगितलं, ''तू शांत नीज. मी पट्कन शहाळी घेऊन येते.''

त्याही अवस्थेत तोंडावरच्या मास्कला न जुमानता तो तिला म्हणाला, ''सावकाश जा. लांब पल्ल्याचा हेडलाइट मारू नकोस. समोरच्या गाड्यांचे ड्रायव्हर्स गोंधळतात. धडकतील तुझ्यावर.''

तिला वाटलं, 'एरव्ही धडकायला हरकत नव्हती, पण आज नको मुद्दाम. याला बघणार कोण?'

तिने सफाईनं गाडी घेऊन जाऊन शहाळी आणली. आल्यानंतर पाहते तो त्याच्या तोंडाला मास्क असूनही त्याला श्वास घ्यायला त्रास होतच होता. स्ट्रॉच्या साहाय्याने तिने त्याला शहाळं प्यायला दिलं. चेहऱ्यावरच्या मास्कमुळे जेमतेम हालवता येणारी मान जराशी बाजूला करून तो कसंबसं पाणी प्यायला. मुलगा येणार किंवा काय याची चौकशी तो करत होता.

ती म्हणाली, ''आत्ता फोन करते. उद्या निघेलच!''

हा आजार काय आहे याची तिला थोडी माहिती होती. सासूबाईंना झाला होता तेव्हा त्या आजाराची पूर्ण कल्पना त्या वेळच्या डॉ. सुभाष काळेंनी तिला दिली होती. पण सासूबाईंपेक्षा त्याचा ॲटॅक जास्त तीव्रतेचा होता. त्यांना फक्त ऊठबस करता येत नव्हती, पण हातपाय हालवता येत होते.

त्याला मात्र हात, पाय नि कंबरच नाही तर हातापायाची बोटंसुद्धा हालवता येत नव्हती. त्याच्या डोळ्यांत तिने प्रथमच करुणा पाहिली होती. त्याचे पारदर्शी डोळे तिच्याशी बरंच काही बोलत होते. त्यांनी एकमेकांबरोबर घेतलेल्या जगण्याच्या आणाभाका तिच्या डोळ्यांत साठल्या होत्या.

तिने रात्री उशिरा मुलाला फोन लावला. एरव्ही तिचा मुलगा सुटीसाठी म्हणून शनिवारी येणारच होता, पण आता निकड असल्याने तो दुसऱ्याच दिवशी निघणार होता.

त्याला हातपाय हालवता येत नसले तरीही त्यात प्राण होते. त्यांना अवघडलेपण येत होतं. त्यांची हालचाल करावीशी वाटत होती. किंबहुना आपल्याला हालचाल करता येत नाही, हे तो मानायलाच तयार नव्हता. त्यामुळे ते सारखे इकडेतिकडे हालवावे, असं त्याला वाटायचं. त्यासाठी पुनःपुन्हा तिला उठायला लागायचं. पाच-पाच मिनिटांनी पाय उभे, बाजूला, इकडे, तिकडे हलवायला लागायचे. तसं करण्यावाचून तिच्याकडे तरी आता आणखी काय शिल्लक राहिलं होतं? सहन करायला जोडीदार नसलेले काही मुके अश्रू!

***

सात मार्च, बुधवार. सकाळीच मुलाचा फोन आला. म्हणाला, ''आज रात्री निघून उद्या सकाळी येतो.''

'अजून चोवीस तास!' आठ वाजेपर्यंत थोडी कळ काढून तिने घाईनं डॉ. रुकडीकरांना फोन केला. डॉ. अरुण रुकडीकर व डॉ. मेरी रुकडीकर हे मानसोपचारतज्ज्ञ व त्यांचे जुने, घरोब्याचे स्नेही, वडीलधारे, हितसल्लागार आहेत. संकट काळी तिला त्यांचा आधार वाटायचा. तिला नि तिच्या सासूबाईंनाही. सासूबाईंना जास्तच. कारण त्यांची आणि डॉ. रुकडीकरांची डॉक्टरांच्या वडिलांपासूनची जुनी ओळख होती. त्यांना फोन झाल्यावर तिला हायसं वाटलं.

जी बी सिंड्रोमचं निदान ऐकून तेही धास्तावले होते.

डॉ. रुकडीकर आणि डॉ. सोरटूर यांचीही एकमेकांशी चांगली मैत्री होती.

फोन झाल्यावर दोघेही धावत आले. त्याला भेटले. त्याला आणि तिला धीर दिला. खरं तर सगळेच घाबरलेले होते; पण वेळेला धीराचे चार शब्द पुरतात.

'जी बी सिंड्रोम' हा आजार कोणालाही, कधीही, कोणत्याही वयात होऊ शकतो. या आजारात आपलीच रोगप्रतिकारक शक्ती आपल्यावरच हल्ला करते. या हल्ल्याचा सर्व रोख मज्जासंस्थेवर असतो.

हा आजार मज्जासंस्थेवर चढत्या क्रमाने हल्ला करतो. त्यामुळे मज्जातंतू

मेंदूकडून येणाऱ्या हालचालींसंबंधी कोणतीही आज्ञा मानण्यास असमर्थ ठरतात. म्हणजे प्रथम हातापायाची बोटं, नंतर पाय, मग हात. त्यानंतर मुख्य धोका असतो तो त्यावरच्या भागाला म्हणजे फुप्फुसं आणि श्वासनलिका.

या आजाराचा संशय आला की लगेचच काही मणक्यांतून खालून वरती जात तीन-चार ठिकाणांहून तिथला एक द्रव काढतात व त्याच्या तपासणीतच या आजाराचे निदान होते.

ही तपासणी फारच वेदनादायक असते. इतर कोणत्याही तपासण्यांमध्ये या आजाराचे निदान होत नाही. पाच मार्चला त्यामुळेच डॉक्टरांना या आजाराचे निदान होऊ शकले नाही. तो ब्लडप्रेशरचा पेशंट असल्यामुळे डॉक्टरांनी त्या दिशेने तपासण्या करून घेतल्या, एव्हाना त्याच्या हातापायांवर त्या आजारानं पूर्ण ताबा मिळवला होता.

आजाराचं निदान त्वरित झाल्यामुळे उपचारही तत्काळ चालू केले होते. त्याला श्वसनाचा त्रास होऊ नये म्हणून नाकाला ऑक्सिजनचा पुरवठा करणारा मास्क लावला होता. त्याच्या फुप्फुसं आणि श्वासनलिकेवरील धोका टाळता येईल याची डॉक्टरांना काहीशी खात्री होती. पूर्णत: नाही, कारण हा आजार नेमका कसा वागतो यावर जगभरात भरपूर संशोधन करूनही नेमकी माहिती मिळालेली नाही. तो कशामुळे होतो, तो नेमका कोणता व्हायरस आहे याबद्दल ठोस अशी काहीच माहिती उपलब्ध नाही.

या आजारात स्वत:चीच रोगप्रतिकारक शक्ती बंड करीत असल्याने त्यासाठी रोगनिवारण करणारी कोणतीही प्रतिजैविकं असणारी औषधोपचार यंत्रणा नाही. यावर उपाय म्हणजे शरीरात अधिकच्या रोगप्रतिकारक शक्तीचा तसंच जास्तीचं रक्त आणि प्लाझ्माचा शरीराला पुरवठा करणं. ते तर त्याला लगेच चालू केलं होतं. त्यानंतर फक्त लक्ष ठेवण्यापलीकडे डॉक्टर काहीच करू शकत नव्हते. या आजाराचं एक वैशिष्ट्य मात्र असं आहे की, उशिरा का होईना रुग्ण पूर्णपणे बरा होतो.

सुरक्षितता म्हणून डॉक्टरांनी त्याच्या तोंडावर ऑक्सिजनचा मास्क चढवला, पण त्यामुळं त्याचं बोलणंही बंद झालं. त्याला काहीतरी सांगायचं असायचं. तिला ते कळायला वेळ लागायचा. सारखं ऊठबस करून तिचीही कंबर बोलू लागली होती. पण ते ती आता सांगणार कोणाला? प्रतिमा तिला धीर देत होती; पण तीसुद्धा मनातून धास्तावली होती. चहा नाही – पाणी नाही – जेवण नाही. त्याच्यापासून ती एकही क्षण हालली नाही. मुलीला सांगितलं घर सांभाळायला.

घरचा तरी काय कमी खटला होता? घरातलेच सदस्य असल्यासारखी तीन कुत्री, सहा मांजरं, मुलाची काळजी करीत बसलेल्या पंचाऐंशी वर्षांच्या सासूबाई. ती मात्र इथे आयसीयूमध्ये, एकटी. सहा बाय सहाच्या जागेत एक, अशा साताआठ

खाटा. बहुतांशी पेशंट्सना शेकडो मशिन्स लावलेली. बसायला आणि प्रसंगी झोपायला फक्त एक खुर्ची.

त्यालाही नाही म्हणायला दोन मशिन्स लावली होतीच. एक ऑक्सिजन देणारं; दुसरं शरीरात स्थिरावणारा ऑक्सिजन, हृदयाचे ठोके आणि श्वासोच्छ्वासाची गती इ. दाखवणारं. त्या दिवशी तिने ती मशिन्स समजावून घ्यायचा प्रयत्न केला, पण तिला त्यातलं फारसं काही कळलं नाही.

डॉक्टर अधूनमधून येत होते. तपासून जात होते. प्रत्येक वेळी त्यांच्याशी नव्याने बोलण्यासारखं काही नसायचं. तिला वाटायचं, डॉक्टर येण्याआधी किंवा ते येऊन गेल्यानंतर काहीतरी चमत्कार व्हावा आणि त्याने पट्कन उठावं अन् म्हणावं, "डॉक्टर मी आता ठीक आहे. मध्ये जरासा अशक्तपणा आला होता एवढंच" पण तसं काहीच त्या क्षणी घडणार नव्हतं. तिला हे ठाऊक नव्हतं असं नाही. मात्र त्याच्या शांतपणाचं तिला आश्चर्य वाटत होतं.

तसा त्याचा स्वभाव शांत होता; पण तरीही या अवस्थेत त्याने थोडातरी त्रागा करावा, चिडचिड करावी असं तिला वाटत होतं किंवा त्याने तसं केलं असतं तर तिला ते त्या वेळी आवडलं असतं. तिला आवडेल असं न घडण्याचेच ते दिवस होते.

संध्याकाळपासून आढ्याकडे पाहत राहण्याचा त्याला छंद लागला. त्याने सारखं तसं आढ्याकडं पाहत बसू नये, असं तिला वाटत होतं. तसं पाहण्यातून एक प्रकारची उदासी पाझरतेय, असा तिला भास व्हायचा. त्या आयसीयूचे दक्षिण - उत्तर असे दोन भाग होते. दक्षिणेला चार तर उत्तरेला चार अशा एकूण आठ खाटा. आयसीयूचे संपूर्ण छप्पर पूर्व-पश्चिम असणाऱ्या एका बीमने विभागले होते. त्या बीमवर प्रत्येक खाटेगणिक एकेक ट्यूबलाइट होती. डोळ्यांवर सरळ प्रकाश पडू नये म्हणून प्रत्येक ट्यूबलाइटवर एक दुधी रंगाचे आवरण होते. बीमला उठाव असल्यामुळे बाजूच्या छपरावर अंधुक प्रकाश पडत होता.

"अगं पुट्टू, पाहिलंस का? त्या ट्यूबलाइटच्या भोवतीनं एक उंदीर हिंडतोय न् त्याच्यामागे एक मुंगूस."

ती एकदम घाबरली. तसं तिने त्याला दाखवलं नाही. एखादे वेळेस त्याला जे दिसतंय ते खरंच असेल असं वाटून तिने लक्षपूर्वक त्याकडे पाहायचा प्रयत्न केला. तिला काही दिसेना. "अरे, नाही तसं काही दिसत. भास होत नाहीये ना तुला?"

"छे! छे! भास नाहीये गं. खरंच" तिने पुन:पुन्हा नीटपणे पाहायचा प्रयत्न केला, पण छे! फक्त एकेक ट्यूबलाइट. मधूनमधून पुन:पुन्हा तो तेच सांगत राहिला. त्या त्या वेळी तिने त्याचं लक्ष दुसरीकडे वळवण्याचा प्रयत्न केला.

तिला आठवलं, तिच्या सासूबाईंना त्यांच्या त्या आजारपणाच्या वेळी असेच

भास होत होते. त्यांना भिंतीवर पालींची पळापळ, पाठलाग किंवा पालींच्या मारामाऱ्या दिसत होत्या. सर्वांत भयानक म्हणजे अनेक वेळा काही जणांच्या मृत्यूच्या वेळच्या ज्या कथा तिने ऐकल्या होत्या, त्या त्या कथांमध्ये भिंतीवर किंवा छपरावर दिसणाऱ्या आकृत्यांच्या भासांची रसभरीत वर्णने तिच्याजवळ उपलब्ध होती.

तिच्या आईला, सासऱ्यांनासुद्धा मृत्यूपूर्वी असेच भास झालेले तिने प्रत्यक्ष अनुभवले होते. त्या सगळ्या वर्णनांचा सरळसरळ संबंध मृत्यूशीच जोडलेला होता. मध्यरात्र उलटून गेली तरी त्याला ती दृश्यं दिसायची थांबेनात. तिची झोप अगोदरच उडालेली होती; पण आता तर त्याच्या मृत्यूच्या भीतीनं तिला ग्रासून टाकलं.

तिला वाटायचं, 'आपला जरासा डोळा लागला अन् त्याचा श्वासच थांबला तर?' शेवटी तिने त्याला निक्षून सांगितलं, "तू आता तिथे पाहू नकोस." असह्य ताणाखाली निराधारपणे त्याच्या हातापायांची हालचाल करीत तिने ती रात्र बसून - जागून काढली.

पहाटे एका खाटेवरची म्हातारी उचकी देता देताच मृत्यू पावली. बाहेर तिच्या मुलांनी हंबरडा फोडला. मात्र तिने त्याची फारशी दखल घेतल्याचं दाखवलं नाही आणि त्याच्याशी त्यासंबंधी एक अक्षरही न उच्चारता ती त्याचे हातपाय चेपत राहिली. कशीबशी सकाळ उजाडली. मुलगा येणार असल्यामुळे तिच्या मनाला काहीशी उभारी आली.

***

'सी सी यू'

आठ मार्च, गुरुवार. सकाळचे सात वाजलेत. तिच्या हातात फोन आणि सारखं जिन्यातून वर-खाली. लांबूनच तिला कणाद, तिचा मुलगा येताना दिसला. तो जवळ यायला लागला तसा तिचा धीर ढासळायला लागला. त्याला जवळ घेण्यासाठी इच्छा असूनही हात हालेनात. डोळ्यांत न थोपवता येणारे अश्रू. कणाद आला. तिला वाटलं, आता कणादला पाहिल्यावर तो भावनाविवश होणार. तिने त्याच्याकडे पाहायचं टाळलं. तिने जेव्हा त्याच्याकडे पाहिलं तेव्हा तो कणादकडे पाहत त्याच्या खास स्टाइलमध्ये मंदपणे हासत होता. भिवया उडवून "काय, कसं काय?" असं विचारत होता.

कणादने चिंताग्रस्तपणे त्याला विचारलं, "काय रे बाबा, बरा आहेस ना?"

त्याने डोकं हालवून होकार दिला. बाहेरच्या वेटिंग हॉलमध्ये येऊन तिने कणादला त्याच्या आजाराची इत्थंभूत कहाणी कथन केली. खूप खर्च येणार, याची कल्पना दिली. आपल्या आईवडिलांकडे फारसे पैसे नाहीत, याची त्याला कल्पना होती. डॉक्टरांनी दिलेली औषधांची यादी घेऊन कणाद बाहेर पडला. ती त्याच्याजवळ आली.

"काय म्हणतोय कणाद?"

"बुलेट आणलीय का?" बुलेट मोटरसायकल हा त्याचा अत्यंत जिव्हाळ्याचा विषय.

"आता तो इथे असेपर्यंत त्याला ती चालवायला सांग."

"त्याची सुटी अशीच जाणार ..." सगळं तो एकटाच बोलत होता. तिचे नुसते चेहऱ्यावरचे प्रतिसादात्मक हावभाव. मास्कच्या मागनं त्याला बोलता येत नव्हतं तरी बोलायचा अट्टाहास. कणाद आल्यामुळे त्यालाही खूप बरं वाटलं असणार.

तिला मात्र आपल्यावर काय बेतलं आहे याची पूर्ण जाणीव व्हायला लागली.

तिने मन घट्ट केलं. काही निर्णय कसे कसे घ्यायचे, पैसे कसे उभे करायचे याची गणितं मांडायला सुरुवात केली. आता मुलाच्या मदतीनं पाय रोवून त्याच्या आजाराचा मुकाबला करायची तिच्या मनाची तयारी झाली. झाली म्हणजे तशी ती त्या एखाद-दुसऱ्या मिनिटांतच झाली किंवा त्या दोन दिवसांच्या अनुभवांना सामोरे जाताजाता मनात जी प्रक्रिया चालू होतीच ती पूर्ण झाली; पण तिला माहीत नव्हतं की, या आजाराला तोंड द्यायची अशी तयारी झाली म्हणताम्हणता यापुढे कितीतरी वेळा ती मोडून पडणार होती अन् पुन:पुन्हा उभी राहणार होती. उभं राहावंच लागणार होतं. दुसरा पर्याय नव्हता.

दुपारी तिने कॉलेजात फोनवरनं बोलून जास्त दिवसांची रजा मागून घेतली. रजा मागण्यामागचं कारण सांगितलं. त्यामुळे ते बऱ्याच जणांना कळलं. दुपारपासून बरेच लोक भेटायला यायला लागले.

खरंतर तिला आत्ता कोणीही भेटायला यायला नको होतं. त्याच्यामागे काही कारणं होती. एकतर तो आजार दिसायला भयानक होता. पॅरालिसिस म्हटलं की, लोकांच्या चेहऱ्यावरचे दिसणारे हावभाव नकोसे वाटायचे. बरं, नाही...तर हे टाळण्यासाठी हा पॅरालिसिस पूर्ण बरा होतो असं सांगण्यासाठी त्या आजाराचे पूर्ण वर्णन करणे आवश्यक होते, कारण हा आजार क्वचितच कोणी ऐकलेला असतो. तिने लोकांच्या भावना लक्षात घेणं आवश्यक आहे, असं बऱ्याच जणांना वाटणं साहजिक आहे; पण तिच्या भावना कोण लक्षात घेणार?

तरी एक बरं होतं की, आता तिच्या बरोबरीनं तिचा मुलगा होता. सारा वेळ कणाद त्याचे हातपाय हालवणे, दाबून देणे या गोष्टी करायचा. डॉक्टरांनी त्या दोघांनाही जी बी सिंड्रोम या आजारात असलेलं फिजिओथेरपीचं महत्त्व समजावून सांगितलं. थोड्याथोड्या वेळाने त्याच्या हातापायांची हालचाल त्या दोघांना कशी करून द्यावी लागेल, तेही समजावून सांगितलं. मग त्याला आणि तिला तो एक विरंगुळाच झाला. त्याने मास्कच्या मागनं काहीबाही खुणा करून सांगावं की, लगेच उठून तिने त्याचे हातपाय हालवून द्यावेत.

मध्येमध्ये वीज जाण्याचा कार्यक्रम व्हायचा. त्या गावातलं वीज जाण्याचं जे टाइमटेबल होतं त्याप्रमाणे वीज जायची. क्षण-दोन क्षणच ऑक्सिजन पुरवठा थांबायचा. लगेच जनरेटर चालू व्हायचा; पण दरम्यानच्या त्या क्षणाला तिच्या जिवाची घालमेल व्हायची. तो शांत असायचा.

संध्याकाळी त्याला तपासायला न्यूरॉलॉजिस्ट डॉ. विक्रम जाधव आले. डॉक्टर त्याला तपासत असताना तिचं सारं लक्ष त्यांच्या हालचालींकडे आणि त्यांच्या तोंडातून बाहेर पडणाऱ्या प्रत्येक शब्दाकडे होतं. त्याला तपासून झाल्यावर डॉक्टर

म्हणाले, ''हा 'गियान-बरें सिंड्रोम' (गियान आणि बरें या नावाचे दोन शास्त्रज्ञ आहेत. त्यांनी या आजारावर बरंच संशोधन केलं आहे. म्हणून त्यांचंच नाव या आजाराला पडलं आहे.) आहे, हे निश्चित. उद्याला आपण त्याच्या नर्व्हजची (मज्जातंतूंची) टेस्ट घेऊ. माझ्याकडे मोबाइल तपासणी मशीन आहे.''

ती त्यांना खोलात जाऊन काही प्रश्न विचारण्यात गुंग होती. कणाद तिच्याबरोबर ऐकत उभा होता. यामध्ये साधारण पाचच मिनिटे झाली असतील - नसतील; तिचं लक्ष एकदम ऑक्सिजन यंत्राकडे गेलं. तिच्या लक्षात आलं की, ऑक्सिजन सॅच्युरेशन रेट साठ– पंचावन्न– पन्नास असा झरझर खाली येत होता.

ती ओरडली, ''अरे, जा! जा! लवकर डॉक्टरांना बोलवा.''

काही जण पळाले. कणादही पळणार होता, इतक्यात कणादचं लक्ष त्याच्याकडे गेलं. तो काही सांगायचा प्रयत्न करीत होता. कणादने आपला कान त्याच्या मास्कजवळ नेला. त्याने डोळ्यांनी खाणाखुणा करून डोक्याजवळ पाहायला सांगितलं; कणादने तसं पाहिलंही. तेव्हा त्याला ऑक्सिजनचा पुरवठा करणारी नळी डोक्याखाली दुमडलेली आढळली. डॉ. जाधव त्याला तपासत असताना हा प्रकार घडला असावा. कारण नाहीतर तिचं सगळं लक्ष सारा वेळ त्या यंत्राकडे होतंच.

डॉ. सोरटूर धावतच आले. दरम्यान कणादने ऑक्सिजनचा पुरवठा करणारी नळी नीट केली, पण ऑक्सिजनचा पुरवठा करणारं मशीन जोडलेलं असूनसुद्धा त्याला नीट श्वास घेता येईना. ऑक्सिजन सॅच्युरेशन रेट पंचेचाळीसच्या खालीखाली सरकायला लागला. डॉक्टरांच्या चेहऱ्यावर काळजीचं सावट दिसायला लागलं.

डॉक्टर तिला म्हणाले, ''त्यांना मिशनमध्ये हालवायला हवं. तिथे व्हेंटिलेटरची उत्तम व्यवस्था होईल.''

अखेरीस त्या आजारानं त्याच्या फुफ्फुसांचा ताबा मिळवलाच. फुफ्फुसांची यंत्रणा चालवणारे मज्जातंतू फितूर झाले. श्वास बंद पडायला लागला. डॉक्टरांनी भरभर निर्णय घेतले. त्यांचे सगळे मदतनीस कामाला लागले. एकाने आवश्यक ती सर्व आयुधं आणली आणि त्यांचे हात भराभर चालायला लागले.

त्यांचं नेमकं काय चाललंय ते तिला ऐकू येईनासं झालं. समोरचं काही तिला दिसेनासं झालं. ती वेड्यासारखी डॉक्टरांकडे पाहत राहिली. तिला वाटलं, आता ती पडणार; पण तिने असं मध्यात पडून चालणार नव्हतं. ती एका खुर्चीचा आधार घेऊन बसली. तोवर डॉक्टरांनी त्याच्या घशातून एक नळी आत खुपसली. त्याला एक काळा फुगा होता. एक जण हाताने तो फुगवत होता. कृत्रिम श्वासोच्छ्वास! डॉक्टरांनी तितक्यात त्यांच्याकडे असलेली काही मशिन्स चालू केली.

ते थांबले. तिला म्हणाले, ''आपण ताबडतोब यांना मिशन हॉस्पिटलमध्ये हालवू या. मी तिथे फोन करतो.''

मिशन! मिशन म्हणजे जणू मृत्यूचा दरवाजा! पण तिला भानावर राहणं आवश्यक होतं.

पुन्हा ॲम्ब्युलन्स, धावपळ, स्ट्रेचर. तिच्या घशाला कोरड पडली. पाणी प्यायचंही भान राहिलं नाही. घशातून शब्द फुटेना. अर्थात, तिथे बरेच जण होते मदत करायला.

डॉक्टर सतत फोनवर बोलत होते, मात्र त्यांना हवा तो फोन लागेना. तिला हातापायातलं बळ गेल्यासारखं वाटायला लागलं. तरीही ती नेटाने उठली. इतका वेळ कणाद त्याच्याकडे लक्ष देऊन होता. ती त्याच्या जवळ थांबली. कणाद बाहेर गेला, ॲम्ब्युलन्सची सोय करण्यासाठी. तो बाहेर आला तर बरीच मित्रमंडळी भेटण्यासाठी उभी होती. सर्व जण मदतीसाठी धावले.

परमेश्वर कधी आणि कुठे मदतीसाठी उभा राहील, हे खरोखरच सांगता येत नाही. कणाद त्याच दिवशी सकाळी सांगलीत आला होता. त्याच्या मित्राने, महेश खोचरेने सहजच त्याला खुशाली विचारण्यासाठी फोन केला होता. तेव्हा त्याला कणादचे बाबा दवाखान्यात असल्याचं कळलं.

महेशला आणि त्याच्या आई-वडिलांनासुद्धा कळलं. ते तिघेही त्याला भेटायला धावत, तातडीने दुपारीच येऊन गेले होते. पुन्हा भेटावं म्हणून ते रात्री आठ वाजता आले होते. परमेश्वरानंच पाठवलं असावं त्यांना! आले, तर हा प्रकार. तेही तो प्रकार अस्वस्थपणे पाहत होते. ॲम्ब्युलन्ससाठी कणादचा मित्र, महेश धावत गेला आणि ॲम्ब्युलन्स घेऊन आला.

ती त्याच्याकडे असहायपणे पाहत होती. एकदम त्याच्या तोंडातल्या नळीशेजारी तिला रक्त दिसलं. तिने ते डॉक्टरांना दाखवलं. डॉक्टरांनी ते पाहिलं अन् म्हणाले, ''कधीकधी येतं असं थोडंथोडं.'' डॉक्टरांच्या मदतनीस डॉक्टरनं ते पुसून काढलं. तिचं लक्ष तिथंच चिकटून राहिलं होतं. पुन्हा तोंड भरून रक्त. पुन्हा पुसलं. पुन्हा रक्त. जोरात आवेशानं बाहेर येणारं.

कणादच्या डोळ्यांसमोर अंधारी आली; पण त्याने स्वत:ला सावरलं. डॉक्टरांनी ते रक्त सक्शन पाइपनं काढायचा प्रयत्न केला, तरीही रक्त थांबेना. आता हलवायचं कसं? कॉटशेजारी ट्रॉलीवर स्ट्रेचर येऊन थांबलं होतं. डॉक्टरांनी एकदम आहे त्या परिस्थितीत त्याला मिशन हॉस्पिटलमध्ये हालवण्याचा निर्णय घेतला. मिशनमधल्या डॉक्टरांचा संपर्क होईना. मदत करायला मंडळी बहुत होती; पण वेळ साधेना.

कणादच्या मित्राचे – महेशचे वडील श्री. खोचरे सर हे तिच्या मुलीला पोहायला शिकवणारे प्रशिक्षक. खोचरे सर, तो आणि ती या सर्वांची पोहण्याच्या तलावावरची गाढ मैत्री होती. खोचरे त्या तलावावर प्रशिक्षक म्हणून काम करीत होते. मिशनच्या एक महिला डॉक्टर – डॉ. वृंदा चौधरींचा फोन त्यांच्याकडे होता.

डॉ. वृंदा चौधरींना खोचरेंनी पोहायला शिकवलं होतं.

इतर डॉक्टरांचे फोन लागत नव्हते, तेव्हा खोचरेंचा डॉ. चौधरींशी संपर्क झाला. त्या मिशनमध्ये बरीच वर्षं नावाजलेल्या डॉक्टर म्हणून परिचित होत्या. खोचरेंनी डॉ. चौधरींना तिथली इत्थंभूत माहिती दिली. कोणत्या प्रकारची मदत लागणार आणि कोणती तयारी करावी लागणार याची त्यांना कल्पना दिली. तिथली व्यवस्था पाहण्यासाठी पोहण्याच्या टीममधल्या तिथल्या आणखी एका अधिकारी मित्राला – श्रीयुत अतनूर यांना बोलावून घेतलं.

ॲम्ब्युलन्स निघाली. कणाद गाडीतून पुढे गेला. ॲम्ब्युलन्समध्ये तो रक्तानं माखलेला. त्याच्या तोंडात तो काळा फुगा. त्या फुग्यानं सतत त्याच्या छातीत हवा भरणारे डॉक्टर, एक मदतनीस. तिला काही दिसेनासंच झालं; कळेनासंही झालं. कानांना ॲम्ब्युलन्सचा कर्कश हॉर्न तेवढा ऐकू येत होता. त्याच्या चेहऱ्याकडे ती पुन:पुन्हा पाहण्याचा प्रयत्न करीत होती, पण तिच्या कोरड्याठक्क डोळ्यांना त्याचा चेहराच दिसेना. निघाल्यापासून तिसऱ्या मिनिटाला ॲम्ब्युलन्स मिशन हॉस्पिटलच्या दारात येऊन पोहोचली.

ॲम्ब्युलन्सभोवती डॉक्टर्स, नर्सेस आणि वॉर्डबॉईज हातात ग्लोव्ह्ज घालून उभे! त्याला वाचवण्याची जय्यत तयारी. तिच्या डोळ्यांना नंतर तो दिसलाच नाही. दिसली ती निव्वळ धावपळ. दिसेल, तो धावत होता. मिशनमध्ये पोहोचल्यावर अर्ध्या मिनिटात त्याला 'सीसीयू'त नेलं. तीही त्यांच्यामागनं नकळत पळत गेली. 'सीसीयू' — कार्डिॲक केअर युनिट! तीन-चार डॉक्टर्स, पाच-सहा मदतनीस आणि पाच-सहा नर्सेस!

तिला मात्र दिसत होती मोठाली मशिन्स, एका शिकाऊ डॉक्टरांच्या हातात आकारानं प्रचंड दिसणाऱ्या, पण त्याला मृत्यूपासून खेचून काढण्याची शक्ती असणाऱ्या कॉम्प्युटराइज्ड व्हेंटिलेटरचा पांढराशुभ्र पाइप. त्या डॉक्टरनं तो हातात असा धरला होता की, घशाच्या डॉक्टरांनी त्याच्या गळ्याला भोक पाडलं रे पाडलं की लगेच त्यात पट्‌कन खुपसायचा. पांढरेशुभ्र हातमोजे घातलेले शेकडो हात, चपळाईनं इकडे तिकडे जाणारे पाय आणि त्या सगळ्यांच्या वर घोंगावत घिरट्या घालणारे मृत्यूचे दूत. ती एका कोपऱ्यात खुर्ची घेऊन निर्विकार बसून राहिली; सूक्ष्मातला आवाज ऐकत.

मध्यभागी तो आणि भोवताली सगळे डॉक्टर्स, मदतनीस नि नर्सेस. सगळ्यांवर लक्ष ठेवणारे डॉ. सोरटूर. तोंडातून येणारं रक्त काही केल्या थांबेना. रक्त थांबेपर्यंत व्हेंटिलेटर जोडता येईना. इतका वेळ सभोवती सगळे डॉक्टर्स असूनही वातावरण अस्वस्थ होतं.

प्रत्येक जण आपल्या जिवाची बाजी लावत होता. शेवटी घशाच्या डॉक्टरांनी त्याच्या तोंडात म्हणजे घशातच घशातून येणारं रक्त थांबेपर्यंत गॉझ कोंबून ठेवलं

नि रक्त यायचं थांबलं तोच त्याच्या गळ्याला छिद्र पाडलं. त्याच्या फुप्फुसांचा फोटो काढला, तर जवळजवळ एक पूर्ण बाजू आणि दुसरी अर्धी-अधिक बाजू पार पांढरीफटक उमटलेली होती. म्हणजे तेवढी बाजू बंदच पडली होती.

'त्याचं काय चाललं आहे? आता तरी तो घाबरलाय का? त्याला मरण्यापूर्वी काही सांगायचंय का? त्याचे डोळे आता कसे असतील? की तो बेशुद्ध झालाय? तिला कळायला काहीच मार्ग नव्हता. तिच्या अवघ्या संवेदना तिच्यापाशी कोणी येऊन 'नाही' या अर्थाची खूण करतोय किंवा काय याकडे एकवटून राहिल्या होत्या. पूर्वी कित्येकदा त्या दोघांनी आपण एकमेकांच्या मरतेसमयी काय बोलायचं, कसं वागायचं याबद्दल बोलताना कित्येक क्षण आनंदात घालवले होते. जणूकाही मृत्यू कधी अवेळी येणारच नव्हता. योग्य वेळ निवडून, सगळ्यांची सवड बघून, शिवाय येताना त्यांना सांगून-सवरून, त्यांची अपॉइंटमेंट घेऊनच येणार होता.

त्या प्रसंगात तिला आधार होता तो तिच्या अंतर्मनात उमटणाऱ्या आवाजाचा— 'पुट्टू आपल्या आयुष्यात दुर्दैवी असं काहीच घडणार नाही. हे सगळं तात्पुरतं आहे.' तिला आधार वाटत होता तो त्याच्या आश्वस्त डोळ्यांचा!

महेश, त्याचे वडील खोचरे सर, डॉ. वृंदा चौधरी, कणाद, अतनूर सगळ्यांची धावपळ उडाली होती. कोणी रक्त आणतंय, कोणी प्लाझ्मा, कोणी औषधं, तर कोणी धावपळ करतोय, नोंदी आणि कागदपत्रं तयार करण्याची. कोणीतरी तिच्या हातात पाचशेच्या नोटा कोंबल्या. त्या होत्या डॉ. चौधरी. तिचे मात्र हात-पाय बधिर. हालचाल करण्यास हतबल. कान टवकारलेले. तिकडचा आवाज ऐकण्यासाठी. तिच्या सबंध शरीरभर एक प्रकारची भीती व्यापून राहिली होती. त्याच्या मृत्यूची खबर देणाऱ्याच्या हालचालींची, त्या शब्दांची!

रात्रीचे साडेअकरा-पावणेबारा... डॉ. सोरटूर चिंतामुक्त चेहऱ्याने तिच्याजवळ आले. तिला ते दिसलेच नाहीत; पण त्यांचा आवाज ऐकू आला, "सगळं ठीक झालंय. श्वास व्यवस्थित चालू झालाय. त्यांना स्वस्थ झोप लागेल. तुम्ही आता जरा विश्रांती घ्या."

तिने ते ऐकलं की नाही, ते तिला कळलं नाही. कणादच्या चेहऱ्यावरच्या रेषा उजळलेल्या दिसल्या. तो म्हणाला, "आई, चल, बाबाला भेटून ये."

तिने नकारार्थी मान हालवली. म्हणाली, "आधी तूच जा. मला सांग, तो कसा काय आहे ते."

कणाद घुटमळला, पण बाबाच्या ओढीने गेला. तिच्या मनाची घालमेल तिच्या मनातच राहिली.

ती बाहेर आली. तिथे नेमकी कशी बैठकव्यवस्था होती, ते तिला त्या दिवशी कळलं नाही. बिल्डिंगच्या मुख्य गेटपासून ते सीसीयूपर्यंत चालत येण्यासाठी

लांबलचक असा पॅसेज. त्याच्या दोन्ही बाजूला निरनिराळ्या डॉक्टरांच्या रुग्ण-तपासणीच्या खोल्या. त्या संपल्या की, त्यानंतर मोठा चौक. गेटपासून येणारा तो पॅसेज चौकातून पुढे सीसीयूपर्यंत गेलेला. पॅसेजच्या दोन्ही बाजूंना पॅसेजच्या रुंदीइतके आणि त्याच्या काठांवर पाय सोडून बसता येईल इतपत खालच्या बाजूला असलेले दोन वेगळे पॅसेजेस. त्या खालच्या पॅसेजेसमध्ये रुग्णांच्या नातेवाइकांना बसण्यासाठी काही खुर्च्यांची व्यवस्था केलेली होती.

सीसीयूच्या बाहेरच्या बाजूला पॅसेजच्या कडेवर पाय खाली सोडून ती बसली. बाजूच्या खुर्च्यांवर कणाद, महेश, त्याचे वडील आणि अतनूर बसले होते. सीसीयूमधून एकेक करत सर्व डॉक्टर्स बाहेर आले. त्यांनी मंद स्मित करून तिला सगळं काही ठीक झाल्याचा संदेश दिला. डॉ. चौधरीही आल्या. तिला फक्त इतकं आठवत होतं – ती डॉक्टर्सना म्हणाली, ''मी तुमची फार ऋणी आहे. तुम्ही आज आमच्यासाठी परमेश्वर झालात.''

एकाएकी सगळं सुनसान झालं. ती बसल्या जागी तिथंच लवंडली. नंतर बाहेर गाडीत जाऊन झोपली. सीसीयूच्या बाहेर रुग्णांच्या नातेवाइकांना झोपण्यासाठी एका हॉलवजा मोठ्या खोलीची व्यवस्था होती. तिथे कणाद आणि महेश झोपले. कोणालाच उद्या सकाळची वाट पाहण्याची भ्रांत उरली नाही.

***

वेटिंग हॉल

१० मार्च, शनिवार. जाग आली की झोप लागलीच नाही, हे ठरवणं मुश्कील होतं. परवा रात्रीच्या प्रसंगापासून तिचं स्थळ आणि काळ-वेळाचं भानच हरवून गेलं होतं. जळी, स्थळी, काष्ठी, पाषाणी जिथेतिथे फक्त त्याचा चेहरा! दोन दिवस न पाहिलेला. उठल्या उठल्या अंघोळ-पाणी आटोपून ती निघाली. खरंतर थोडासा तरी स्वयंपाक करून जावं, असं तिने रात्री ठरवलं होतं. मात्र आत्ता तिला ते आठवलंच नाही.

"श्रीया, काहीतरी करून खा बाई!" मुलीला सांगून ती बाहेर पडली.

अजून जेमतेम फटफटत होतं. तिची गाडी मिशनच्या कंपाउण्डमध्ये पोहोचली. उजव्या हाताला एक झाड दिसलं. तिथे गाडी लावावी असं वाटून तिने गाडी वळवली. तिचं लक्ष त्या झाडाकडे गेलं. प्रचंड उंच, कोणत्याही बाजूने दोन्ही हात पसरले, तरी हातात मावणार नाही असा सगळीकडून रुंदच्या रुंद, मोठ्ठा, गोल-गरगरीत त्याचा घेर! त्याला त्रिकोणी आकाराचे छोटेछोटे काटे. पान मात्र एकही नाही. म्हणजे पानगळ झालीय की ते झाड वठलंय हेही कळत नव्हतं. तिने गाडी तिथे पार्क केली.

मिशन कंपाउण्डमधनं झरझर चालत हॉस्पिटलचा तो सगळा पॅसेज पार करून ती कणादपाशी आली. कणाद नुकताच आतमध्ये त्याच्याकडे जाऊन आला होता. म्हणाला, "आई गं, आत्ता बाबाला शांत झोप लागलीये. रात्री बहुधा लागली नसावी. तसं तो म्हणाला नाही, पण वाटतंय तसं."

"तू आता घरी जा. आवरून, नाश्ता करून मग ये." ती कणादला म्हणाली.

"नको, थोड्या वेळाने डॉक्टर येतील. ते येऊन गेल्यानंतरच मी जाईन."

तिलाही ते पटलं. डॉक्टर येऊन गेले की त्या दिवसाची औषधं लिहून द्यायचे.

आदल्या दिवशी त्यांनी लिहून दिलेली औषधं घेऊन कणाद आला, तर तिचा स्वत:च्या डोळ्यांवर क्षणभर विश्वासच बसेना.

कणादचा चेहरा दिसणार नाही इतका मोठा बॉक्स त्याच्या हातात होता. त्याच्या चेहऱ्यावरून ती बरीच जड असावीत असंही वाटत होतं. किमान सातआठ हजार रुपयांची होती ती औषधं; तीही फक्त एका दिवसाची. कणाद नसता तर तिला ती बॉक्स उचलणंही शक्य वाटत नव्हतं.

"ही सगळी लाइफ-सेव्हिंग औषधं आहेत!" कालच डॉक्टरांनी त्यांना सांगितलं होतं. तिला आता पुढं येणाऱ्या खर्चाचा अंदाज आला होता. काही लाखांत तिला पैसे लागणार होते. इतके पैसे आणणार तरी कुठून?

सेव्हिंग नसलं, तरी त्यांचा जुना फ्लॅट होता विकायला. दोनच वर्षांमागे त्यांनी हे नवीन घर बांधलं होतं. त्यांच्या जुन्या फ्लॅटमध्ये त्या दोघांचे मित्र – माधुरी आणि उमेश – हे तरुण दांपत्य राहत होतं. माधुरी ही त्याची विद्यार्थिनी. तिचा नवरा उमेश हा पूर्ण वेळ सामाजिक कार्यकर्ता. त्या दोघांचं लग्न लावून देण्यातही तिने आणि त्याने पुढाकार घेतला होता.

माधुरी आणि उमेश दोघांचीही त्याच्यावर आणि तिच्यावर गाढ श्रद्धा होती. त्यांनी तो फ्लॅट विकत घ्यायचा ठरवलं होतं. या ना त्या कारणाने तो व्यवहार पुढे-पुढे सरकत होता. मार्चअखेर तो पूर्ण करावा असा प्रस्ताव त्या दोघांनीही आणला होता. कागदपत्रांची जुळणी झाली होती. इतक्यात तिच्यावर हा प्रसंग बेतलेला. तिची इच्छा नव्हती, तरीही तिने फ्लॅटचा व्यवहार लवकरात लवकर पूर्ण करून घेण्यासाठी माधुरीला फोन केला. ते दोघं अतिशय शहाणे होते. त्यांनी ती सुरुवात आधीच केलेली होती. घोडं अडलं होतं, ते त्याच्या सहीपाशी. त्याला सही करता येणं शक्य नव्हतं किंवा तो व्यवहार पूर्ण करायला रजिस्ट्रारसमोर येणंही शक्य नव्हतं.

तो फ्लॅट तिच्या आणि त्याच्या दोघांच्या नावावर होता. तो विकण्यात अडचणीच फार होत्या. नव्या घराचा कर्जाचा हप्ता – शिल्लक शून्य. तिच्या सासूबाईंची सगळी शिल्लक, कणादची शिल्लक, प्रतिमा आणि भावांकडून उसनवारी करावी लागणार होती. दिवस घालवणं क्रमप्राप्त होतं. खूप जणांनी 'पैसे हवेत का', म्हणून विचारलं होतं. लागले असते, तर घेणं आवश्यकही होतं. तिला तिथे बसल्याबसल्या एक भयानक दृश्य दिसायचं – त्याच्यावरचे सर्व उपाय संपलेत. डॉक्टरांनी नकारार्थी मान हालवलीये. त्याचा मृतदेह घरी न्यायचा, तर बिल भागवायला जवळ पैसे नाहीत.

तिने तिचं हे दु:स्वप्न कोणाकडेही बोलून दाखवलं नाही, पण तिला ते भेडसावत मात्र राहायचं. साधारण दहा-पंधरा हजार शिल्लक राहिले, की ती लगेचच पुढच्या पैशांची तजवीज करण्याच्या मागे लागायची.

नऊ वाजायच्या सुमाराला प्रथम डॉ. मिलिंद गोसावी आले. एक दिवसापूर्वी रात्री गळ्यापाशी श्वासनलिकेला छिद्र पाडायचं काम त्यांनी केलं होतं. चेहरा गंभीर. काही विचारलं, तर बोलतील की नाही कोण जाणे, असे भाव.

संबंधित डॉक्टर रुग्णाला भेटायला आले की, त्या रुग्णांचे नातेवाईक डोळ्यांत प्राण आणून डॉक्टरांच्या तोंडातून बाहेर पडणाऱ्या शब्दांकडे आशाळभूतपणे पाहत असायचे. ती आणि तिचा मुलगाही त्याला अपवाद नव्हते. डॉक्टर बाहेर आले.

''ठीक आहे.'' त्यांनी खूप काही सांगावं, अशी अपेक्षा होती; ते बरे आहेत किंवा कालच्यापेक्षा आज त्यांच्यात बरीच सुधारणा आहे किंवा त्याहीपेक्षा जास्त.... पण त्या दोन शब्दांपलीकडे काही सांगण्याची त्यांची प्रथा नसावी किंवा सांगण्यासारखं काही नसावं.

मुळातला धोकाच टळला नसेल, तर ते तरी काय सांगणार? कारण वैद्यकीय शास्त्राप्रमाणे गळ्याला छिद्र पाडताना त्वचेच्या वरच्या स्तरापासून श्वासनलिकेपर्यंत पोहोचताना वेगवेगळ्या प्रकारच्या स्तरांना शास्त्रोक्त पद्धतीने छेदून श्वासनलिकेला छिद्र पाडावयाचे असते. परंतु त्याला जेव्हा तिथे आणलं होतं तेव्हा तो जगेल की नाही — किंबहुना नाहीच, अशी आणीबाणी होती.

इतकी आपत्कालीन परिस्थिती होती की, त्वचेखालच्या स्तरांचा विचार न करताच तत्क्षणी छिद्र पाडणं आवश्यक होतं. जगला-वाचला तरच ते छिद्र कसं दुरुस्त करायचं, याचा विचार करता येणार होता. त्यामुळे डॉक्टर तिची नजर टाळून गेल्यामुळे ती अस्वस्थ झाली.

नंतर डॉ. डेव्हिड – फुप्फुसविकार तज्ज्ञ – यांच्याकडेच होती त्याची केस. डॉ. डेव्हिडनी त्या दोघांनाही आत बोलावलं. सीसीयूचा हॉल बराच मोठा आहे. खाटांची रचना अर्ध-लंब-वर्तुळाकृती आहे. खाटांचा भाग संपला की, जी थोडी मोकळी जागा आहे तिथे डॉक्टर उभे होते.

आदल्या दिवशी त्यांनी कणादला आणि तिला आतमध्ये न बोलावताच 'ठीक आहे' ही प्रतिक्रिया दिली होती; पण त्या दिवशी त्यांना आतमध्ये बोलावल्यामुळे तिच्या आशा पल्लवित झाल्या.

डॉक्टरांची आणि तिची क्षणभर नजरानजर झाली. डॉक्टरांनी स्वत:चे दोन्ही हात एकमेकांवर चोळल्यासारखे केले. तिच्या कानात प्राण एकवटले होते. कणाद शांत असल्यासारखं दाखवत भिवया किंचित उंचावून त्यांच्याकडे पाहत होता.

''ठीक आहे!'' त्यांनी उच्चारलेले दोनच शब्द; त्यानंतरची स्तब्धता आणि 'त्यांना काही बोलायचंय, पण ते त्यांनी टाळलं असावं' अशी तिची झालेली भावना; तिचं काळीज चर्‌चर् कापत गेलं. 'काळीज चर्‌चर् कापत जाणे' हा वाक्प्रचार तिने

आतापर्यंत कितीतरी वेळा वाचला होता, पण नुकताच आलेला त्याचा अनुभव शब्दांत व्यक्त करणंच कठीण!

डॉक्टर आले तसे गेले. कणाद म्हणाला, "आई, बाबाला भेटून ये." परवा रात्री आठ वाजता तिने त्याला पाहिलं होतं. त्यानंतर त्या दिवसापर्यंत ती त्याला भेटलीच नव्हती. तिचं तसं धाडसच होत नव्हतं. कणादला काहीच प्रतिक्रिया न देता, तो तिच्यासमोर काही अंतरावर असूनही त्याला न भेटता ती तशीच बाहेर आली; यंत्रवत्. तिच्यामधल्या भावभावनाही जणू नष्ट झाल्या होत्या.

कुठंतरी जाऊन मोठ्यानं भोकाड पसरून रडावं, असं तिला तीव्रतेनं वाटत होतं. पण रडणार कोणाकडं? ज्याच्याकडं हक्कानं रडावं तोच निश्चलपणे निजून होता. त्याला खरंतर आत्ता तिचा आधार हवा होता; पण ती तिच्या दु:खात चूर! तिला कळत नव्हतं? सगळं कळत होतं, भावत होतं, पण वस्तुस्थितीला सामोरं जायला मन तयार नव्हतं!

दिवसभर ती फक्त या खुर्चीवरून त्या खुर्चीवर, खुर्ची पालटत बसून राहिली. संकट काळी मन:शांती ढळू नये म्हणून मन एकाग्र करण्याचा तिचा एक मंत्र होता. तो तिला प्रयत्न करूनही म्हणता येईना. मनच थाऱ्यावर नव्हतं, तर त्या मंत्राचं काय? मनच नव्हतं की काय कोण जाणे तिच्या शरीरात त्या वेळेला!

तिला मध्येच तीव्रतेने वाटायचं की, त्याच्याकडे जाऊन यावं; पण तिचे पाय सीसीयूच्या दरवाजाच्या आत जायला तयार नव्हते. नाहीच जाऊ शकली ती. आदला अख्खा दिवस तिचं हेच चाललं होतं. कणाद बिचारा आत्ता घरी जाईन, मग जाईन असं करताकरता घरी गेलाच नाही.

एरव्ही सुटीला कणाद घरी आला, तर काय करू नि काय करू नको असं तिला होऊन जाई. अठ्ठ्याण्णव साली बारावी पास झाल्यानंतर सर्व्हिस सिलेक्शन बोर्डातर्फे निवड होऊन इंडियन नेव्हीमध्ये इंजिनिअरिंग करण्यासाठी म्हणून कणादने त्यांचं गाव सोडलेलं.

आताशा कणाद इंडियन नेव्हीमध्ये 'लेफ्टनंट कमांडर' या पदावर काम करत होता. त्याला सहा महिन्यांनी एकदा साधारण तीन आठवड्यांची सुटी मिळायची. मग त्याच्या येण्याचं सगळ्यांना अप्रूप वाटायचं. परवा तो आला आणि घरी क्षणभरही विसावायला न मिळता आला, तो हॉस्पिटलमध्येच.

खरंतर आज तरी तिने त्याला थोडीशी विश्रांती घ्यायला घरी पाठवायला हवं होतं, पण ती स्वत:च्याच दु:खात चूर आणि बधिरतेचा बुरखा पांघरून सोयीस्कररीत्या नुसती ढिम्म बसून राहिली होती.

***

संध्याकाळचे सात वाजले. बरोब्बर अठ्ठावीस वर्षांपूर्वी सात मार्चला ते दोघं एकमेकांना प्रथमच भेटले होते. १० मार्चच्या दिवशी त्यांनी एकमेकांशी लग्न करायचं ठरवलं होतं. त्याही वेळी १० मार्चला शनिवारच होता. आत्ताचं साल होतं २००७.

अठ्ठावीस वर्षांपूर्वी म्हणजे १९७९ साली १० मार्च, शनिवार संध्याकाळी सात वाजता त्यांनी एकमेकांना जन्मभर साथ देण्याचं अभिवचन दिलं होतं. आज १० मार्च, शनिवार. त्या वचनाच्या कसोटीचे क्षण समोरून भरभर सरकत होते. त्या वेळचा भाबडा भाव कालपर्यंत शाबूत होता. आज वास्तव अक्राळविक्राळ जबड्याने समोर उभं होतं.

तिची मुलगी – श्री बाबाला भेटायला आली होती. कणाद आणि श्री त्याला भेटून आले.

कणाद म्हणाला,"आई, बाबाला भेटून ये ना. बाबा विचारतोय, आई काय करतेय म्हणून!"

परवा रात्री नाही अन् काल किंवा आज दिवसभरही नाही. तिने त्याला भेटायचं टाळलं होतं.

सीसीयूच्या दारापर्यंत ती जाई; पण डोळे भरून यायचे. एक मोठासा आवंढा घशात अडकायचा. आत जाऊन बोलणार काय? त्याला तोंड कसं दाखवणार? ती तशीच परतायची.

कणाद जेव्हा म्हणाला की, तो विचारतोय तिच्याबद्दल, तेव्हा तिने मन घट्ट केलं. अश्रूंना डोळ्यांआड नजरबंद केलं. सराईतासारखी ती सीसीयूमध्ये शिरली. याच ठिकाणी त्याला परवा आणलं होतं.

अनेक डॉक्टरांचं कौशल्य शर्थीला लागलं होतं आणि त्यामुळेच १० मार्च उजाडला होता.

ती त्याच्यापाशी पोहोचली. तिचं काळीज थाडथाड उडत होतं. ते फक्त तिलाच ऐकू येत होतं. त्याच्या चेहऱ्यावर नेहमीचंच स्मित होतं. नजर शांत. तिने त्याच्या कपाळाला हात लावला. केसांवरून मागे नेला. "कसा आहेस?" – "ठीक आहे" अशा अर्थाची त्याच्या ओठांची हालचाल झाली.

तिने त्याला न्याहाळून पाहिलं. उजव्या खांद्यापाशी तीन मोठ्या सुया. प्रत्येकीला निरनिराळ्या बाटल्या जोडलेल्या. एकात पांढरं पाणी, एकात पिवळं, एक छोटी बाटली अल्ब्युमिन देणारी.

जी बी सिंड्रोममध्ये शरीरातल्या रोगप्रतिकारक पेशी घरभेदी बनून बंड करून उठल्यामुळे शरीरात आहेत त्या पेशींना शक्ती देणं धोकादायक असतं. नव्या पेशी शरीरात सोडणं जरुरीचं ठरतं; त्यासाठी अल्ब्युमिन.

मनगटाजवळ दोन शिरांमध्ये दोन सुया आपत्काळी इंजेक्शन देण्यासाठी टोचून त्यांची तोंडं बंद करून ठेवलेल्या. डावीकडे कॉम्प्युटरला जोडलेलं मोठं मशिन. त्याच्या मॉनिटर स्क्रीनवर सिनेमात दाखवतात तशा चार पातळ्यांवर वेगवेगळ्या प्रकारच्या, सरकत जाणाऱ्या नागमोडी किंवा उंचसखल अशा रेषा.

सिनेमातली अशी दृश्यं पाहून या रेषा खऱ्या असतील यावर तिचा कधीच विश्वास नव्हता. आत्ता मात्र त्या तिच्या नजरेला कापत समोरच डावीकडून उजवीकडे सरसर चालत गेलेल्या दिसत होत्या – हृदयातून जाणारा रक्तप्रवाह म्हणजे हृदयाच्या पंपिंगचं कार्य दाखवणारी रेषा, श्वासोच्छ्वासाचं वर्तन आणि त्याची आत-बाहेर येण्या-जाण्याची लय दाखवणारी रेषा, तिसरी ऑक्सिजन सॅच्युरेशन दाखवणारी रेषा, चौथी ब्लडप्रेशरमध्ये होणारे बदल दाखवणारी रेषा.

त्या मशिनपासून सुमारे पाऊण ते एक इंच घेराचा पांढरा पाइप त्याच्या गळ्याच्या छिद्राला जोडलेला. त्याने नाकानं श्वास घ्यायचा प्रश्नच नव्हता. ते मशिन जबरदस्तीने त्याच्या फुप्फुसात हवा सोडत होतं नि पुन्हा बाहेर खेचत होतं. गळ्यापाशी सुकलेले रक्तबिंदू. मूत्राशयात साठणारी लघवी बाहेर काढण्यासाठी लावलेली कॅथेटर नावाची नळी आणि ती साठवण्यासाठी त्याला जोडलेली एक पिशवी. हे सगळं तिने आयुष्यात प्रथमच पाहिलेलं होतं.

तिच्या डोळ्यांच्या अंतर्भागातून पाणी ओघळण्याच्या खुणा उमटायला लागल्या. तिला तिथे थांबवेना. ती जायला निघाली. त्याने तिला थांबवण्यासाठी ओठ हलवले. मग तिचा नाइलाजच झाला.

पुन्हा परत येते, अशी खूण त्याला करून ती पटकन बाहेर आली. मुलं बाहेर वाट पाहत होती. ती त्यांच्याकडे पाहू शकली नाही. मान वळवून डोळ्यांतलं पाणी परतवायच्या प्रयत्नात तिचा चेहरा कसनुसा झाला.

आईला काय होतंय हे समजण्याइतकी मुलं आता मोठी झाली होती. त्यांनी विषय बदलला.

गेल्या अठ्ठावीस वर्षांत तो अनेकदा तिच्या गरजेनुसार तिची आई, वडील, कधी भाऊ तर कधी तिची बहीण, कित्येकदा तिचा प्रियकर आणि बऱ्याचदा जीवश्चकंठश्च मित्र अशी सगळी नाती निभवायचा.

तिने मात्र त्याच्यासाठी विशेष असं काही केलेलं तिला आजतागायत तरी आठवत नव्हतं. कधी तशी वेळही आलेली नव्हती.

आज मात्र त्याच्या कपाळावर हात टेकल्या-टेकल्या तिला ती साक्षात त्याची आई झाल्याचा दृष्टान्त झाला. एकच स्पर्श बोलणारा. त्याला आपल्या पोटात – अगदी आत – गर्भात सामावून घेणारा. त्याला स्वत:चा श्वास द्यावा आणि त्याचं

पालनपोषण करावं... कोणाच्याही दृष्टीच्या पलीकडे... निश्चिंत... अशीच तिची भावना झाली.

मग मात्र तिला तिथे पुनःपुन्हा जावंसं वाटायला लागलं. ती गेलीही. नुसती आत जायची आणि तशीच बाहेर यायची. त्याच्याकडे पाहून नुसतं हसायची. कारण तिथे जाऊन नेमकं काय करायचं, ते तिला ठरवता येत नव्हतं.

ती दोन-तीनदा तशी आत जाऊन आल्यानंतर त्याने कणादला खुणेनं विचारलं, ''आई दमलीये का?''

कणादला ती भाषा कळली. त्याने उत्तरही दिलं.

त्याने विचारलेल्या प्रश्नानं ती सुखावली. आपण आता आपला तोल ढळू न देता आतमध्ये जाऊ शकतो, असा आत्मविश्वास तिला आला. मुलं, सासू, घर, कुत्री, मांजरं सगळ्यांचं तिला एकदम भान आल्यासारखं झालं.

आपणच स्वतःला सावरायला हवं, अशी भावना तिच्या मनात आली. 'मुलांची विचारपूस तरी कोण करणार?' कणादला ती म्हणाली, ''कणाद, तुम्ही जा आता घरी. तू जेवून सावकाशीनं ये. मी थांबते आता इथे. मीच बघेन त्याला काय हवं नको ते.'' कणाद जरा थबकल्यासारखा झाला, म्हणून तिने त्याला घरी जाऊन येण्याचा आग्रह केला. कणाद आणि श्री निघाले.

दोन दिवसांनी पहिल्यांदाच ती एकटी होती. कालचा दिवसभर ती त्या सीसीयूच्या दारातल्या खुर्च्यांवर बसून राहिली होती. एकदा या खुर्चीवर तर नंतर दुसऱ्या.

कणाद दर अर्ध्या तासाने आत जात होता. त्याला काय हवं नको ते त्याला विचारत होता. त्या विचारण्याला महत्त्व होतं; पण कितपत अर्थ होता कोण जाणे! कारण व्हेंटिलेटर लावण्यासाठी त्याच्या गळ्यातून श्वासनलिकेला जे छिद्र पाडलं होतं त्या छिद्रामुळे फुप्फुसात जाणारी किंवा फुप्फुसातून येणारी हवा स्वरयंत्रापर्यंत येतच नसल्याने आवाज लोपला होता. त्यामुळे ओठांची नुसतीच हालचाल होत होती.

ओठांची हालचाल करतानाही गळ्याजवळ पाडलेल्या छिद्रातून गेलेल्या नळीला धक्का बसायचा. त्या दिव्यातून केलेल्या प्रत्येक हालचालींचा अर्थ लावून शब्द ओळखायचे. तरीही त्याला काय हवं-नको ते कळायचं नाही तर नाहीच.

कालच्या दिवसभरात कणाद त्याची बरीच भाषा शिकला होता. निदान त्याने दहा शब्द बोलल्यानंतर त्यातले किमान चार शब्द तरी कणादला कळायचे. त्यावरून त्याला काय म्हणायचंय ते कणादला कळायचं. तिने ठरवलं, आपणही त्याची ही नवी भाषा शिकून घ्यायची.

***

काल आणि आज दिवसभर कणाद तिला सारखं दिवसाच्या वेळात घरी जाण्यासाठी सांगत होता. तिला तिचं घर, घराकडे जाणारा रस्ता, हॉस्पिटलच्या बाहेरच्या दिशा याचं भान सुटल्यासारखं झालं होतं. बरीच रात्र उलटल्यानंतर यंत्रवत ती घरी यायची. टीव्ही ऑन करून त्याचा आवाज मोठा करून झोपायची.

झोपली की सीसीयूचा हॉल डोळ्यांसमोर यायचा. 'तिथे तो एकटाच. ना सोबत, ना साथ! कायकाय विचार त्याच्या डोक्यात घोळत असतील कोण जाणे? नर्सेस आणि त्यांचे मदतनीस या सगळ्यांमध्ये असून सगळ्यांपासून विभक्त!' त्याचे दोन डोळे तिच्या नजरेसमोरून हलायचे नाहीत.

रात्री बारा-एक वाजता जाग आली की उठून दोन घास जेवून घ्यायची की पुन्हा टीव्ही पाहत झोपून जायची. पहाटे उठून आवरून पळत हॉस्पिटल गाठायची. आलटून-पालटून त्या खुर्च्या. त्याला प्रथम भेटून आल्यानंतर मात्र त्या खुर्च्यांनाही एक अर्थ आला.

तिने तो सगळा पॅसेज, पॅसेजच्या कठड्यांवर बसलेली माणसं, त्यांचे चेहरे, सर्वभर व्यापून राहिलेली एक लगबग हे सगळंच्या सगळं निगुतीनं न्याहाळलं. तिच्यासारखीच होती ती सारी माणसं! आपापल्या दु:खात मग्न!

मग ती त्या सीसीयूच्या बाजूला असलेल्या हॉलवजा खोलीमध्ये जाऊन आली. तीस ते चाळीसच्या दरम्यानच्या, साधारण बऱ्यापैकी दागदागिने घातलेल्या चौघी जणी एका कोपऱ्यात कुजबुजत बोलत होत्या. एका बाजूला बहुधा त्यांचे वडील असावेत. विषण्णपणे पाहत बसले होते. दुसऱ्या कोपऱ्यात कपाळाला हात लावून आणखी दोघी जणी त्यांच्या म्हाताऱ्यासमवेत नुसत्याच फरशीवर गप्प बसून होत्या. समोरच भिंतीकडेला तिच्या घरची एक सतरंजी, त्यावर दोन पांघरुणं गुंडाळून ठेवलेली होती.

कणाद तिथे रात्री झोपत असे. दिवसा ते सारं गुंडाळून तिथेच ठेवत असे. तिला मात्र तिथे थांबावसं वाटेना. तो एक प्रकारचा वेटिंग हॉलच होता. काही जण नव्याने येणार. कुणी पटकन जाणार. प्रत्येक जण आपापली गाडी येण्याची वाट पाहत थांबलेला!

जीवन की मृत्यू? कोणती गाडी येणार? याबाबत प्रत्येक जण अनभिज्ञ. सहसा तिथे येणाऱ्या गाड्या जीवनाकडे जाणाऱ्या नसाव्यातच. निदान तिला तरी त्या वेळी प्रकर्षाने जाणवलं!

***

अकरा मार्च, रविवार. काल रात्री त्याला ती प्रथमच भेटून आल्यामुळे रात्रभर तिला एक प्रकारची भीतियुक्त उत्तेजकता वाटत होती. झोप कशी ती आलीच नाही.

उठली, तोच निघायची तयारी. आज ती समर्थपणे उभी राहणार होती. घरचा स्वयंपाक, दूधदुभतं, जेवणं इत्यादींची तिला काही दिवस तरी काळजी करावी लागणार नव्हती.

तिच्या घराशेजारीच राहणारी तिची मैत्रिण प्रतिमा हिने घरच्या व्यापापासून तिला काळजीमुक्त केलं होतं.

ती म्हणाली, "हे बघ, दररोजच्या भाजी-आमटीची उस्तवार करत बसू नकोस. मी, छबू (प्रतिमाची बहीण) आणि अपर्णा (प्रतिमाची भाची) आम्ही सगळ्या मिळून पाहतो तुझ्या घराकडे."

तिला एकदम दिलासा मिळाला. अर्थात, या सगळ्याची काळजी करण्याच्या मानसिक अवस्थेत ती नव्हतीच, पण काळजीपासूनची मुक्तता मिळाल्यामुळे तिला निश्चितच हायसं वाटलं.

चहाचा कप खाली ठेवून अंघोळ-पाणी आटोपून ती तीरासारखी निघाली. हळूहळू संकटकाळी तिला मन:शांती देणारा तिचा तो मंत्रोच्चार करण्याइतकी स्वस्थता तिच्या मनाला आली.

तिला वाटलं, 'हा मंत्र बदलावा का? एखादा व्यापक मंत्रोच्चार करावा की काय?' ती खरंतर स्वत:ला नास्तिक समजत होती.

नास्तिक म्हणजे देवपूजा-कर्मकांड वगैरे नाकारणारी, धर्म न मानणारी. मंत्र असला काय किंवा नसला काय, त्यामुळे प्राप्त परिस्थिती बदलणार नव्हती, हे तिला माहीत होतं; पण अगतिकपणामध्येसुद्धा बुद्धिनिष्ठतेपासून न ढळण्याइतकी ती 'परिपक्व बुद्धिनिष्ठ' नव्हती. त्या अनामिक अशा अदृश्य शक्तीवर तिचा गाढ विश्वास होता.

काल रात्री घरी आल्यावर तिने तिची मुलगी आणि तिच्या सासूबाई यांना घेऊन एकत्र बसून त्या सर्वोच्च शक्तींची प्रार्थना केली होती. तिच्या सासूबाईंवर त्या ख्रिस्ती असल्याने प्रार्थनेचे संस्कार होतेच.

आपल्याला प्रत्यक्ष दिसणारा आणि त्याचं अस्तित्व कोणीही नाकारू शकत नाही असा सूर्य – तिला वाटलं त्याचाच मंत्र उच्चारावा. त्याला जीवन देण्यासाठी त्या सूर्यालाच विनंती करावी. एव्हाना तिची गाडी मिशनच्या कंपाउण्डमध्ये पोहोचली. गाडी पार्क करण्यासाठी ती त्या झाडाखाली आली.

तिचं झाडाकडे लक्ष गेलं, तर झाडाच्या संपूर्ण अंगभर नखापेक्षा लहान-लहान असे हिरवे बुंदके उमटलेले! नवीन पालवीच्या आगमनाच्या खुणा!! नवजीवनाची चाहूल!

आज रविवार. नेहमी ये-जा करण्याचा दरवाजा बंद होता. मुख्य दरवाजानेच तिला आत जावं लागलं. जास्त लांबीचा मोठ्ठा पॅसेज. भरभर चालत ती कणादकडे पोहोचली.

पहिलाच आतुर प्रश्न, "कसा आहे रे बाबा? झोप लागली ना?"

कणाद म्हणाला, "झोप लागली त्याला बहुधा. म्हणजे सिस्टर म्हणाली. काल रात्री बारानंतर सीसीयूचा दरवाजा बंद केला होता. आत्ता बरा आहे तो. नुकतेच मी त्याचे हातपाय दाबून दिलेत."

आदल्या दिवशी एक फिजिओथेरपिस्ट डॉक्टर येऊन गेले होते. त्यांनी त्याच्या हातापायांना कोणकोणत्या प्रकारचे व्यायाम द्यायचे, ते दाखवले होते. दर अर्ध्या किंवा एक तासाने त्याला ते व्यायाम देणं आवश्यक होतं.

जी बी सिंड्रोममध्ये हातपाय हालवता येत नसल्याने संपूर्ण शरीर आणि सगळे अवयव निश्चल अवस्थेतच राहतात. ते तसेच राहू दिले तर त्यांना कायमचा ताठरपणा येऊ शकतो. तसंच जी बी सिंड्रोमचं एक महत्त्वाचं वैशिष्ट्य म्हणजे या आजाराचा अंमल संपल्यानंतर रुग्ण पूर्णपणे पूर्ववत बरा होतो. त्याला बराच वेळ लागतो. प्रसंगी एखादं वर्षसुद्धा; पण त्यासाठी काही पथ्यं पाळावी लागतात.

पहिलं पथ्य म्हणजे हातापायांना सतत हालचाल देणं. ते तसेच निश्चल राहू दिले, तर बरं होण्याच्या काळात आवश्यक असलेली स्नायूंची लवचीकता नष्ट होते. ती लवचीकता टिकून राहावी म्हणून हे व्यायाम आवश्यक होते. अर्थात, हीच गोष्ट त्यांना आधी डॉ. सोरटूर यांनीही सांगितली होतीच.

आदल्या दिवशीच येऊन गेलेल्या फिजिओथेरपिस्ट डॉ. मोरेंनी तर तिथल्या नर्सेस आणि इतर स्टाफला तशा सूचनाही देऊन ठेवल्या होत्या. हे तिच्या आणि कणादच्या पथ्यावर पडणारं होतं. निदान त्या निमित्ताने त्यांना पुनःपुन्हा सीसीयूमध्ये त्याला भेटायला जाता येणार होतं.

आज तिने आल्याआल्या कणादला घरी जाऊन नाश्ता-अंघोळ आवरून मग सावकाशीनं येण्याबद्दल बजावलं. आपली जबाबदारी तिच्यावर सोपवून, "जाऊ ना मी नक्की?" अशी खात्री करून कणाद घरी निघाला.

उल्हसित मनानं ती सीसीयूमध्ये त्याच्यापाशी पोहोचली. एक नर्स त्याच्या घशात आणि गळ्याच्या छिद्रात सक्शन पाइप घालून आतला कफ बाहेर ओढून घ्यायचं काम करीत होती. तो सगळा कफ ते त्या बाटलीत गोळा करायचे. बाटलीत जमलेल्या त्या द्रवाचा रंग बहुधा तांबूस असायचा. पण तो प्रकार पाहायला जीवघेणा होता. गळ्याच्या छिद्रामधली नळी त्यासाठी काढावी लागायची. तिला भीती वाटायची ती त्या वेळेत त्याचा श्वास थांबला तर, या गोष्टीची. ती नळी किती वेळ काढलेल्या अवस्थेत ठेवायची, याचा त्यांचा एक अंदाज ठरलेला होता. पण ओढाळ मनाला कसं कळणार? तिने त्याबद्दल डॉक्टरांनाही विचारलं होतं. "त्यात थोडाफार रक्ताचा अंश असतो, घाबरण्याचं कारण नाही" असं ते म्हणाले होते.

व्हेंटिलेटर लावला की सतत कोणत्या ना कोणत्या रोगजंतूंचा प्रादुर्भाव होतो. त्यामुळे फुफ्फुसात जास्तीचा कफ तयार होतो. एरव्ही एकतर नाकाने श्वासोच्छ्वास केल्याने हवेतील रोगजंतू रोखण्याचं काम श्वासनलिका करते. त्यामुळे जास्तीचा कफ फारसा तयार होत नाही. व्हेंटिलेटरवाटे हे रोगजंतू थेट फुफ्फुसात पोहोचतात. त्यामुळे कफ जादा प्रमाणात तयार होतो आणि कफ बाहेर टाकण्याची यंत्रणा अशक्त झाल्यामुळे तो यंत्राच्या साहाय्याने ओढून बाहेर काढावा लागतो. कधीकधी सक्शन पाइप जरासा जरी आसपास टोचला गेला तरी किंचित जखम होऊन थोडंसं रक्त येतं.

नर्स गेल्यावर ती त्याच्याजवळ आली. त्याचं ते नित्यसुखद स्मित. चेहऱ्यावर ताण होता; पण त्याच्या हसण्यात काहीही फरक नव्हता. तीही मोकळेपणानं हसली. हात हातात घेतले. बोटं, मनगटं, तळवे, हात आणि दंड हळूहळू दाबून देऊन त्यांना थोडाथोडा व्यायाम दिला. मध्येमध्ये तो ओठांची काहीतरी हालचाल करीत होता. तिने त्याच्याकडे लक्ष दिलं, पण तिला काही कळेना. तिने त्याच्याकडे कान नेले, पण व्यर्थच!

तोंडाने नुसतं चुकचुकून 'नाही नाही' या अर्थाची खूण करून त्याने ते हताशपणे सोडून दिलं. मनातल्या मनात ती त्या ओठांच्या खुणांचा विचार करीत होती. तिला वाटलं, त्याला पाणी हवं असावं. तिने त्याला विचारून खात्री करून घेतली. त्याचे ओठ कोरडे झाले होते. त्यांच्यावर फक्त ओलेपणा येण्याइतपत पाण्याचा शिडकावा करायचा होता.

तोंडात पाणी दिलं तर ते जसंच्या तसं गळ्याच्या छिद्राजवळ जिथं व्हेंटिलेटरची नळी जोडली होती तिथून बाहेर येत होतं. त्यामुळे त्याला पाणी देता येणं शक्य नव्हतं; पण त्याला काय म्हणायचंय ते तिला समजलं होतं. दोघांनाही त्या संवादाचा आनंद झाला. तिने अलगद पाण्याचा हात फिरवून त्याचे ओठ ओले केले.

नंतर तो डोळे इकडच्या किंवा तिकडच्या कोपऱ्यात नेऊन शिवाय ओठांची हालचाल करून आणखी काही सांगायचा प्रयत्न करीत होता. कपाळावर एक आठी. बहुधा ती काहीतरी तक्रार असावी; पण तिला ती अगम्य भाषा काही कळली नाही. मग तिने त्याचा उजवा हात, उजवा पाय, मग डावा पाय नि शेवटी डावा हात या क्रमाने त्याचे व्यायाम संपवले. याच क्रमाने कारण आत आल्याबरोबर त्याची उजवी बाजू समोर येत असे. नंतर कॉटला वळसा घालून पलीकडे डावी बाजू. सिस्टरने तिला हटकलं. म्हणाली, ''आता बाहेर जा.''

तिथे कोणत्याच रुग्णाला त्याच्या कोणत्याच नातेवाइकानं भेटण्याची परवानगी नव्हती. तिथली व्यवस्था इतकी चोख होती, की रुग्णाच्या नातेवाइकांना काही

करायला लागू नये. अशा वेळी नातेवाइकांचा त्यांना अडथळा होतो. ती पद्धत व्यवस्था म्हणून चांगली असली तरी तिला आवडली नाही.

अनायासे तिला त्यातून सुटका मिळाली होती. हवं तेव्हा आता तिला आत जाता येणार होतं, व्यायामाच्या निमित्ताने. त्या छोट्याछोट्या क्षणांचे छोटेछोटे आनंदही अवर्णनीयच! पण नर्सनं बजावल्यावर ती बाहेर आली. त्याने केलेल्या ओठांच्या हालचाली काही तिच्या मनातून जाईनात.

तिला एक कल्पना सुचली. त्याच्या ओठांच्या हालचाली नक्की कळण्यासाठी त्याला वेगवेगळे पर्याय विचारावेत. त्यावर त्याचा होकार किंवा नकार मिळाला, तर त्याच्या मनात काय आहे ते कळेल. त्या विचारांनी तिला नवी स्फूर्ती दिली.

ती ज्या खुर्चीवर बसली होती तिच्या आसपास हळूहळू बरीच गर्दी जमली होती. सीसीयूमध्ये त्याच्या शेजारच्या कॉटवर साधारण पन्नाशी ओलांडलेल्या एक रुग्ण बाई होत्या. त्यांना एकूण पाच मुली आणि नवसाचा एक मुलगा. लग्न लवकर झाल्यामुळे पंधरा-सोळाव्या वर्षीच पहिली मुलगी झाली होती. मोठी मुलगी आणि त्या यांच्यात फक्त सोळा वर्षांचं अंतर.

त्या गेल्या पंधरा दिवसांपासून कोमाप्रत अवस्थेत होत्या. सुधारणा होण्याची सुतराम शक्यता नव्हती. त्यांचे डॉक्टर परदेशी गेले होते. ते परतायला अजून एक आठवडा होता. चालू औषधांना त्या प्रतिसाद देत नव्हत्या. त्यामुळे त्यांच्यावर उपचार करणाऱ्या दुसऱ्या बदली डॉक्टरांनी बाह्य उपचार थांबवण्याबाबत विचार करण्यासाठी त्यांच्या नातेवाइकांना सांगितलं होतं. त्यासाठी त्यांच्या मुली, जावई, मेव्हणे, व्याही आणि भावंडं असे सगळे नातेवाईक जमले होते.

मरण कधी यावं, हे ठरवण्याइतका अधिकार माणसाकडे नाही, हे माहीत असूनही प्रखर वस्तुस्थितीला सामोरे जाण्यासाठी जमले होते ते सर्व बिचारे! अगतिकपणे!! त्या रुग्णबाईही व्हेंटिलेटरवर होत्या गेले पंधरा दिवस. हे ऐकून ती धास्तावलीच! 'हीच वेळ आपल्यावर येणार की काय आणखी पंधरा दिवसांनी?'

मध्ये ती जरा वेळ उठून, इकडेतिकडे फिरून जमलेल्या सगळ्या माणसांना न्याहाळून आली. पुन्हा आली, तर तिला बसायला खुर्ची मिळेना. ती त्या पॅसेजच्या एका बाजूला काठांवर पाय खाली सोडून बसली. पुन्हा तिला त्या त्याच्या ओठांच्या हालचाली आठवल्या. तासभर झाला होता. आता आत जायला हरकत नव्हती. ती सराईतपणे आत गेली. तो तिची वाटच पाहत असल्यासारखा तिच्या येण्याकडे डोळे लावून होता. तिने त्याचे हात हातात घेतले.

त्याला विचारलं, "मघाशी तू काय म्हणत होतास? तुला पाणी हवंय का? कुठं दुखतंय का? त्रास होतोय का? थंडी वाजतेय का? डॉक्टरांना बोलवायचंय का?"

प्रत्येक प्रश्नाला तो 'नाही' या अर्थाची मान हलवत होता.

'मग याला हवंय तरी काय?' हात दाबतादाबता पुन्हा ती विचारात पडली.

त्याच्या खाणाखुणा तिने लक्षपूर्वक पाहिल्या. आता त्याने ओठ न हलवता तोंड वेडंवाकडं करून दाखवलं. गालांच्या वरखाली अशा भरभर हालचाली केल्या. एकदम तिच्या डोक्यात प्रकाश पडला. त्याच्या चेहऱ्याला आणि इतर काही ठिकाणी खाज येत होती. त्याने मोठी दाढी राखलेली होती.

दोन दिवसांपूर्वीच्या प्रसंगानंतर तोंडातून खूप रक्त वाहून गेल्यामुळे दाढीच्या केसांचा काही भाग वरवर धुऊन घेतला असला, तरी आतून नीट धुतला गेला नसल्याने रक्त वाळून तिथे खाज येत होती. तिने त्याच्या दाढीमधून आणि उरलेल्या भागात गालांवरून हात फिरवून त्याला खाजवल्यासारखं केलं. असं खाजवून घेतल्यावर त्याला एकदम बरं वाटलं.

मग कळत गेलं, तसं तो आणखी काही सांगत राहिला. नर्सेसबद्दल तक्रार, त्याच्यासमोरच येणाऱ्या डॉक्टरांनी त्यांच्या विद्यार्थ्यांशी जी बी सिंड्रोमबद्दल केलेली वक्तव्यं... त्याला ते काहीच आवडत नव्हतं.

व्हेंटिलेटरवर असणारे बहुतांश रुग्ण बेशुद्ध असतात, ही त्यांची भावना असल्याने हा रुग्ण शुद्धीत आहे, याचं भान त्यांना राहिलं नसावं. शिवाय तो इंग्रजीचा जाणकार आहे, हेही त्यांना माहीत नसावं. त्याच्यासमोर करू नयेत अशीही वक्तव्यं ते करीत असावेत. त्यावर काय तोडगा काढावा, याचा विचार करीत ती बाहेर आली.

बाहेर लख्ख प्रकाश होता. त्या शेजारच्या रुग्णाच्या नातेवाइकांच्या गटागटाने कोपऱ्या-कोपऱ्यात चालणाऱ्या चर्चांना उधाण आलं होतं. शोकांतिका इतकीच की, संबंधित रुग्ण त्या प्रक्रियेत उणा होता. हळूहळू, अंदाज घेत कानावर पडेल ते ऐकण्याचा प्रयत्न ती करीत होती.

थोड्या वेळाने त्या सगळ्यांसाठी जेवणाचे डबे आले, निरनिराळ्या ठिकाणांहून. त्यानंतर मात्र त्या चर्चासत्राचं स्वरूपच बदललं. तो झाला एक सोहळा! मरणसोहळा! आधी चर्चाचं स्वरूप कुजबुजींच होतं, नंतर ते उखाळ्या-पाखाळ्यांमध्ये झालं आणि प्रसंगाचं गांभीर्य विसरलं गेलं.

जेवणं झाल्यावर काहींनी इकडेतिकडे अंगापुरत्या पथाऱ्या पसरून वामकुक्षा सुरू केल्या. मुली मात्र अत्यंत व्यथित होऊन डोळ्यांतून टिपं गाळत बसून राहिल्या. ती त्या साऱ्या प्रकाराने पुरती धास्तावून गेली.

त्याचा व्यायाम घेण्याच्या निमित्तानं ती पुन्हा आत गेली. कधीही ती आतमध्ये गेली की त्याने विचारावं, "किती वाजले?"

तिने उत्तर द्यावं. कितीही वाजलेले असले तरीही त्याने भिवया उंचवाव्यात.

"बाप रे ऽ" या अर्थी तोंड करावं. कारण कितीही वाजलेले असले तरी त्याला कमीच वाटायचे. त्या सीसीयूमध्ये, किती वाजले? सकाळ आहे, दुपार आहे, संध्याकाळ आहे की रात्र, हे कळतच नसे.

संपूर्ण दिवस ट्यूबलाइटचा प्रकाश आणि त्या प्रकाशात काम करणारी माणसं. त्यांचा एकमेकांमधला संवाद आणि त्यांच्या सुख-दुःखांच्या गोष्टी या काही दिवसांसाठी एक प्रकारे स्थिर झाल्या होत्या. म्हणजे त्याने खाणाखुणा कराव्यात नि त्यावर प्रतिक्रियात्मक असं तिने विचारावं– हे हवं का? ते हवं का?, बरं वाटतंय का?, पांघरूण हवं का?, पांघरूण नको का?, पाय जरा वर ठेवू का? इत्यादी. खरंतर नुसतं ठुस्सफुस्स झालं तरी, 'अरे, काय गम्मत झाली माहितेय का?' असं म्हणून भारंभार लांबण लावून एवढीशी गोष्ट त्याला फुगवून सांगायची तिची सवय. मग तिला काही दुखतखुपत असो की तिने गाडी चालवताना तिच्या गाडीनं कुठं मारलेला धक्का असो. 'गंमत' म्हटलं की, त्याच्या काळजात धस्सच व्हावं. आत्तापर्यंत अशीच होती तिची फुलपाखरी सुख-दुःखं!

इथे मात्र त्या सिस्टर्सच्या करड्या नजरा, थंड आणि औषधी वातावरण, म्हणजे अगदी खऱ्याखुऱ्या सुखदुःखाच्यासुद्धा गोष्टी करणं जणूकाही वर्ज्यच होतं! औचित्यभंग करणारं होतं!! फक्त डोळ्यांनी जाणून घेता येईल, तितकंच!!!

चार वाजायच्या सुमाराला जेव्हा ती त्याच्याकडे गेली तेव्हा त्याने तिला जीभ बाहेर काढून दाखवली. जिभेच्या टोकावर रक्ताची घट्ट गुठळी होती. तिने ती निर्जंतुक कापसाने पुसून काढली. थोड्या वेळाने पुन्हा तेच. आता मात्र ती घाबरली. तिथल्या निवासी डॉक्टरांना तिने ते सांगितलं.

डॉक्टरांनी तिला बाहेर जायला सांगितलं. त्यांनी सक्शन सुरू केलं. तिने कणादला आत जाऊन थांबायला सांगितलं. सक्शन चालू होतं. डॉक्टरांनी कणादला तिथे थांबायला मनाई केली. ती मध्ये एकदा आत जाऊन ओझरती नजर टाकून आली. तेवढ्यात तिने एका मदतनीसाला लाल द्रवानं भरलेली बाटली बेसिनकडे नेताना पाहिलं. तिचं सगळं अवसान ओसरलं.

एकदम तिथे धावपळ झाली. तिला कोणी आत जाऊ देईना.

"मोठ्या डॉक्टरांना कळवलं का?" तिने कळवळून विचारलं.

तिच्या प्रश्नाला उत्तर देण्याइतकी सहिष्णुता आणि वेळ कोणाकडे शिल्लक नव्हता. त्यांच्या दृष्टीने हे सारं नित्याचं होतं आणि ते योग्यच असेल. कारण प्रश्नोत्तरं करण्यात वेळ दवडणार कोण?

आल्या दिवशीच तिला एक गोष्ट जाणवली होती. योग्य की अयोग्य कोण जाणे? पण आणीबाणीच्या काळात एखादा पेशंट आला – मरणाच्या दारात पोहोचलेला की, तिथला सगळा ताफा भर्रकन एकत्र गोळा होतो. एखादं मोडलेलं

टेबल किंवा खुर्ची ताब्यात घ्यावी तसं. जणू तो भावभावनांनी भरलेला माणूस नसून नुसता भुस्सा भरलेला भावलाच आहे. चटकन कोणी त्याचे हात तर कोणी पाय, कोणी त्याची छाती तर कोणी पोट ताब्यात घेऊन आपापले हात त्याच्यावर भराभर चालवतात. मरणासन्न रुग्णाचे प्राण शर्थीनं वाचवण्याचं त्यांचं संघटित कौशल्य निव्वळ वाखाणण्यासारखं असतं.

थोड्या वेळानं रविवार असूनही डॉ. मिलिंद गोसावी आले. त्यांना निरोप गेला असावा. त्यांनी जे काही केलं, त्यामुळे रक्त यायचं थांबलं होतं. रक्त थांबवणारी ढीगभर औषधं – रक्ताची जुळणी, प्लाझ्मा, रक्तदाते मिळवण्यासाठी धावपळ, टेन्शन... तिला वाटलं तिच्या डोळ्यांतून तिची बुबुळंच बाहेर येतील!

थोड्या वेळानं डॉक्टर न बोलता नुसतं मानेनंच 'सगळं ठीक आहे' या अर्थाची खूण करून निघून गेले. नाहीतरी 'ठीक आहे' हे तोंडाने सांगितलं काय किंवा मानेने सांगितलं काय, सांगितलं तेच मोठ्ठं! सगळे पांगले.

निवासी डॉक्टरांची परवानगी घेऊन ती आत गेली. सगळं शांत झालं होतं. त्याच्या चेहऱ्यावरचं हसू मात्र स्थिरच. जिथल्या तिथे नजरबंद! तिचं लक्ष प्रथम कफ गोळा करणाऱ्या बाटलीकडे गेलं. ती स्वच्छ धुऊन भिंतीवर लटकवलेली होती. 'काय काय झालं?' तिने नजरेनं विचारलं. चेहऱ्यावरचा थकवा लपवत, खाणाखुणा करत त्याने सांगितलं. त्यातलं तिला बरंचसं कळलं.

आठ मार्च सारखंच पुन्हा खूप रक्त वाहून गेलं होतं. ते कुठून आलं होतं कोण जाणे? म्हणजे त्या परवाच्याच ठिकाणाहून की एखाद्या नवीन? डॉक्टर उत्तर देतीलच याची शाश्वती नव्हती. आतातर ते निघून गेले होते. नंतर मात्र त्याला प्रचंड झोपेनं घेरलं. ती जड पावलांनी बाहेर आली.

संध्याकाळचे सहा वाजून गेले होते. सकाळपासून शेजारच्या रुग्णांच्या बाबतीत चाललेल्या त्या चर्चांना उधाण येऊन त्यानंतरची विरामी येऊ लागली होती. एकेका गटाचं आकारमान कमीकमी होत चाललं होतं.

त्या मुलींचा भाऊ म्हणाला, ''डॉक्टर काय म्हणताहेत. ते मला मान्य नाही. आईचं जीवन या पद्धतीनं संपवायला मी तयार नाही. तिचा प्राण जाईतो बाह्य उपचार चालूच ठेवायचे.''

खलास. समोर आलेली कोणतीही गाडी पकडायची नाही, असा त्यांचा निर्णय पक्का झाला. मुली एकमेकींची समजूत घालत, रडत-कुढत बसल्या. बऱ्याच खुर्च्या एव्हाना रिकाम्या झाल्या होत्या.

ती आणि कणाद एकेकटे, एकमेकांना टाळून वेगवेगळ्या खुर्च्यांवर बसून राहिले. कणाद गुडघ्यात डोकं खुपसून बसला होता. बाबाची आणि कणादची त्याच्या जन्मापासूनची अतूट मैत्री होती.

चार-पाच महिन्यांनी सगळ्यांना आतुरतेने भेटायला येणारा कणाद. कणाद आला आणि त्याचा बाबा आजारी. कशानं वगैरे समजून घेऊन काही विचार करायच्या आत, स्वतःला सावरायच्या आतच बारीकबारीक संकटांची मालिका! शांत बसून दोन अश्रू गाळायलाही सवड नाही. आत्ता मात्र तो त्याचे अश्रू थांबवू शकला नाही. ते थांबवायला तीही धजावली नाही.

***

प्रतीक्षा

पंधरा मार्च, गुरुवार. आज तिने त्या झाडापाशी गाडी लावतालावता वरती पाहिलं. हिरवंगार म्हणण्याइतकं झाड आता हिरवं दिसत होतं. दुपारी त्याची झक्कशी सावलीही पडत होती. गाडी लावून जाता जाताच तिला त्याचा कालचा चेहरा आठवला — गुळगुळीत. दाढी सफाचट.

तिने त्याला बिनादाढीचा कधीच पाहिला नव्हता. गेल्या चाळीसेक वर्षांत, साधारण सदुसष्ट सालापासून त्याने कधीच दाढी काढली नव्हती. गळ्याला छिद्र पाडल्यानंतर स्वच्छता ठेवण्याच्या दृष्टीने डॉक्टरांनी दाढी उतरवायला सांगितली. हॉस्पिटलमधला कोणीही कर्मचारी ते काम करायला तयार नव्हता. त्यांनी इतकी मोठी दाढी काढायचं काम पूर्वी कधी केलेलं नव्हतं. शेवटी गावातून उमेशनं केशकर्तनाचं काम करणारी एक व्यक्ती आणली, त्याच्या ओळखीची. पूर्वी कधीतरी त्याने त्या केशकर्तनालयात केस कापले असावेत. पाच मिनिटांत त्याने ते काम सुबकतेनं केलं.

त्यानंतर आधी कणाद, मग श्री आत जाऊन आले. प्रत्येक जण मंदसर हसतहसत बाहेर येत होता. तीही बिचकत-बिचकत आत गेली. कधीही न पाहिलेला, अनोळखी वाटणारा कोरीव चेहरा; डिक्टो त्याच्या आईच्या चेहऱ्यासारखा. एक भिवई उंच करून संपूर्ण स्मितहास्य दाखवणारा.

तो म्हणाला, "आरसा दाखव"

त्याला आरसा दाखवायला तशी काही हरकत नव्हती; पण त्याच्या त्या चेहऱ्याबरोबर त्याला गळ्याजवळच्या छिद्राचं आणि त्याला जोडलेल्या पाइपचंही दर्शन होणार होतं. या ना त्या कारणाने त्या सर्वांनी ते टाळलं.

नंतर चार-पाच दिवसांनी त्याने तिला त्याच्या कॉटशेजारच्या काचेत दिसत असलेला त्याचा चेहरा दाखवला. तिने जे पाहिलं ते पाहून तिला धक्काच बसला.

कॉटला वेगळी केबिन नव्हती; पण त्याच्या कॉटच्या उजव्या आणि डाव्या बाजूला निम्म्या उंचीवर काचांचं पार्टिशन होतं. आपण कॉटजवळ गेलो, तर आपण ज्या उंचीवर असतो त्या उंचीवर आपल्याला त्याचा चेहरा दिसत नाही. निदान त्याला तो दिसत असेल याची आपल्याला सुतराम शक्यता वाटत नाही.

त्याला त्याच्या गळ्याजवळ छिद्र असलेला आणि त्याला व्हेंटिलेटरचा पाइप जोडलेला, क्वचित भयानक वाटेल असा चेहरा दिसत नसणार, असं तिला आणि कणादला वाटत होतं. तो तिला काय दाखवतोय म्हणून तिने जरा खाली वाकून पाहिलं, तर त्याचा चेहरा! हसत काचेकडे पाहणारा! त्यामुळे त्यांना ते ऐकून धक्का बसला!

तो म्हणाला की, "तो सतत काचेत दिसणाऱ्या त्याच्या चेहऱ्याकडे पाहत बसलेला असतो!!"

तिलाच नव्हे, तर कोणालाच हे माहीत नव्हतं!!!

***

त्या दोन-तीन दिवसांत तिच्या दोन्ही भावांचे नेहमीचे, आठवडी खुशालीचे फोन आले होते. तो आजारी आहे, हे तिने अजून कोणालाच आवर्जून असं सांगितलेलं नव्हतं. त्यांचा फोन आल्यानंतर मात्र त्यांना त्याच्या आजारपणाची खबर देणं भागच होतं. भावंडांना कळताच तिच्या सर्वच नातेवाइकांना समजलं; मग सगळ्यांचे फोन्स. फोनवर तिला काही बोलता येईना. "आत्ता काही सांगत बसत नाही" असं म्हणून तिने त्यांना काहीही सांगायचं टाळलं.

तिचे सगळे नातेवाईक परगावी होते. त्याची तब्येत फार बिघडली असं त्यांना सांगायचं, तर त्यांनी त्याला भेटायची घाई केली असती. ते तिला नको होतं. बरं, ते इथे येऊन काय करणार होते? तो सीसीयूमध्ये असल्यामुळे त्याला भेटायची परवानगीच नव्हती. ती सारा दिवस हॉस्पिटलमध्ये. घराचा पत्ताच नाही. कोण कुठं जेवतंय की कोण कुठं झोपतंय! 'असून अडचण नसून खोळंबा' असं झालं असतं. तिने त्या सगळ्यांना घाईनं त्याला भेटायला न येण्याबद्दल विनवलं. त्यांनीही समजूतदारपणे ऐकलं. भाऊ म्हणाले, "जेव्हा गरज असेल तेव्हा सांग. तत्क्षणी येतो. कोणतीही मदत माग, मिळेल. पैसे पाठवतोयच!"

तिने त्यांना तूर्त थोपवलं. म्हणाली, "मदत हवीच आहे आणि ती खूपखूप दिवस लागणार आहे, पैसेही लागणार आहेत, पण आत्ता नको. लागतील तेव्हा नक्कीच मागून घेईन."

पैसे! पैशांचा प्रश्न तिला सतावत होताच!! आत्ता जवळ होते ते पैसे संपल्यावर काय? फ्लॅटचा व्यवहार कसा पूर्ण होणार? तिच्या मनात असे विचार सारखे येत. कणाद तिला काळजी न करण्याबद्दल सांगायचा. आपल्याला काही सोय करणं शक्य आहे का, याबद्दल कणादही विचारात बुडला होता; पण लागणारी रक्कम इतकी मोठी होती की, एकदम कुठून तरी एकरकमी मिळाल्याशिवाय भागणार नव्हतं. कुठून मिळणार, हे माहीत होतं. कधी मिळणार, हे सांगता येत नव्हतं. फ्लॅटचा व्यवहार करण्यात कायकाय अडचणी येणार, याचा नेमका अंदाज नव्हता. उमेशची त्यासाठी धावपळ चालली होती. तिने पुन्हा त्याला प्रकरण कुठवर आलंय, हे विचारण्यासाठी फोन केला.

फ्लॅट दोघांच्या नावावर असल्याने त्याच्या सहीचा प्रश्न सोडवण्याच्या नादात उमेश अडकलेला होता. नोटरीला हॉस्पिटलमध्ये आणण्याचा एक कायदेशीर उपाय उपलब्ध होता, पण त्यासाठी कोणी नोटरी तयार नव्हता. त्यांच्या म्हणण्याप्रमाणे या असल्या बाबींमधे लफडी फार असतात – जबरदस्तीने सही घेण्याचा आरोप वगैरे. एक नोटरी महाशय तयार झाले. त्यांना उमेशने सदर व्यवहाराची नीट कल्पना दिली. हा व्यवहार खरंतर आधीच होणार होता, पण त्याबाबत दोन्ही पार्टींपैकी कोणाला घाई नसल्याने उशीर झाला होता, वगैरे वगैरे. दरम्यान माधुरीने काही रक्कम पतसंस्थेतून कर्जाऊ घेऊन त्वरित तिला आणून दिली.

तिथं येऊन आठवडा लोटला होता. परिस्थिती जैसे थे!

डॉक्टरांचे तेच शब्द– "ठीक आहे"– डॉ. डेव्हिड, डॉ. मिलिंद गोसावी, डॉ. कैलाश. डॉ. कैलाश हे निष्णात ॲनेस्थेसिस्ट होते. त्याला इथे आणल्यापासून ते या केसशी निगडित होते. त्याशिवाय व्हेंटिलेटरकडे लक्ष देऊन त्यामध्ये काही फेरफार करायचे आहेत किंवा काय यामध्येही ते निष्णात होते. डॉ. कैलाश थोडंफार हसून इकडच्या–तिकडच्या गोष्टी करीत. अजून काही सांगता येणं अवघड आहे, असं म्हणत. सुरुवाती-सुरुवातीला डॉ. कैलाश येऊन व्हेंटिलेटरचा मॉनिटर आणि स्क्रीन यामध्ये भराभर बदल करून पाहायचे. ते काय करीत, हे तिला किंवा कणादला नेमकं माहीत नव्हतं. एक दिवस ती सीसीयूमध्ये असताना डॉ. कैलाश तिथे येऊन गेले. ते निघून गेल्यानंतर ती त्याला म्हणाली, "मेकॅनिक आहेत वाटतं."

'छे! छे!' या अर्थाची खूण करून त्याने तिला डॉ. कैलाश नेमके काय आहेत, ते बऱ्याच खाणाखुणा करून सांगितलं. तिला एकदम त्या डॉक्टरांबद्दल आदर वाटायला लागला.

ते निघून गेल्यानंतर थोडं रागारागानेच तो तिला काही सांगायचा प्रयत्न करत होता. त्यातला एकही शब्द तिला कळला नाही. तो सांगत होता ते अगदी वेगळ्या

स्वरूपाचं असावं. क्वचितच आढळणारा राग आज त्याच्या चेहऱ्यावर तीव्रतेने दिसत होता. डोळे लालसर झाले होते, कपाळावर आठ्या होत्या. तिला ते लक्षण एक प्रकारे चांगलंच वाटलं. आयुष्याबद्दलच्या आसक्तीचं लक्षण होतं ते! पण तो नेमकं काय म्हणतोय ते तिला काही केल्या कळेना. तिने त्याबद्दल दखल घेतलीच पाहिजे, असा त्याचा हट्ट होता. तिला कळेना तसतसा त्याचा राग वाढत जाऊ लागला. तिला काय करायचं तेच सुचेना. त्याची भाषा कळत नव्हती आणि त्याचा राग पाहून ती हतबलच झाली.

त्याला ती म्हणाली, "थांब जरा, मी आत्ता जरा बाहेर जाते. थोडा विचार करते. मग तुला सांगते काय ते."

ती बाहेर आली. तो आज तिच्यावर रागावला होता. तिच्या डोळ्यांच्या कडा ओलावल्या. तो असा तिच्यावर कधीसुद्धा रागावलेला तिला आठवत नव्हतं. रागावल्यानंतरही तो तिला समजावणीच्या सुरात मुद्दा पटवून सांगायचा.

आपल्या दोघांमध्ये उत्तम सुसंवाद आहे, असं आत्तापर्यंत तिला वाटत होतं. म्हणजे तिला असंही वाटायचं की, न बोलताही आपण एकमेकांच्या गरजा जाणून घेऊ शकू. तिच्या डोळ्यांत पाणी आलं ते तो रागावला म्हणून नव्हे, तर तिची तोपर्यंतची समजूत फोल ठरली होती म्हणून.

कणादही घरी गेलेला होता. त्याचीही मदत त्याला घेता येईना. त्याने केलेल्या ओठांच्या हालचालींचा ती पुनरुच्चार करीत राहिली. बऱ्याच वेळाने तिच्या डोक्यात प्रकाश पडू लागला.

त्यातला एक उच्चार होता – 'डॉक्टर'. दुसरा उच्चार होता – 'मशिन'. मशिनचा उच्चार कळायला तिला त्याच्या डोळ्यांच्या हालचालींचा उपयोग झाला. तो उच्चार करताना तो त्याचे डोळे मशिनच्या बाजूला फिरवत होता. तिसरा उच्चार होता– 'कॉमेंट्स!' ती पळतच आत गेली. तिने त्या शब्दांची आधी खात्री करून घेतली. त्याचा आनंदाचा होकार आला. त्याने जोरजोरात मान हलवली.

त्याचं म्हणणं होतं, 'इथे जेव्हा डॉक्टर्स येऊन जातात, विशेषत: डॉ. कैलाश (तिने विचारलं स्वत: कैलाश का? तर त्यावर त्याने 'नाही नाही' म्हणून मान हलवली) ते निघून गेल्यानंतर बाकीचे डॉक्टर्स, (बहुधा निवासी डॉक्टर्स असं त्याला म्हणायचं असेल) नर्सेस आणि कोणीही आलतूफालतू मदतनीस येऊन त्या मशिनबरोबर खेळतात. त्याच्यात खटखट बटणं दाबून गेम्स खेळल्यासारखं करतात. हे मला अजिबात चालणार नाही. मला ते आवडत नाही. 'मला हे चालणार नाही' हे तो परतपरत दात-ओठ खाऊन, मान जोरजोरात इकडून तिकडे हलवून सांगायचा प्रयत्न करत होता.

आधी तिला फारच आनंद झाला. तो याचा की एकतर त्याला तीव्र राग येऊ

३८ । त्यांच्या सिंड्रोमची कथा

शकतो; दुसरं तो मनात दाबून न ठेवता व्यक्त करावासा वाटतो; तिसरं सर्वांत महत्त्वाचं म्हणजे त्याने खाणाखुणा करून सांगितलेलं इतकं लांबलचक तिला बऱ्याच वेळानं का होईना, पण कळलं. हा आनंद अवर्णनीयच होता. कारण एकदा तक्रार कळली की, काय करायचं ते ठरवता येतं.

सुरुवातीपासूनच त्याने नर्सेसबद्दल फार वेळा तक्रारी केल्या होत्या. एकदा तो म्हणाला की, त्या नर्सेस रात्री सगळे बाहेर गेल्यावर, सीसीयूचा दरवाजा बंद करून मग त्याला कॉटच्या कठड्याला बांधून ठेवतात. नंतर म्हणाला होता की, त्याला त्यांनी सगळ्यांनी मिळून खाली गारगार फरशीवर नुसताच ठेवून दिला होता. अर्थात, तिला पक्कं माहीत होतं की, त्या तसं करत नाहीयेत. ती दर वेळी त्याची समजूत घालीत असे.

एकदा ती त्याला म्हणाली, ''का म्हणून बांधतील तुला त्या? कारण इतर पेशंट्‌ससारखं हात हलवून तू या नळ्या काढशील अशी भीती त्यांना वाटायचं कारण नाही. तू तर हालचाल करूच शकत नाहीस. कदाचित असं असेल की, तुला हातपाय हलवायची तीव्र इच्छा होत असेल, तुझा मेंदू तशा आज्ञा तुझ्या नर्व्ह्‌जना पाठवत असेल आणि जी बी सिंड्रोमचा त्याला अडथळा होत असेल. जरासा झोपेचा अंमल आल्यावर तुला कोणीतरी तुझे हातपाय बांधून ठेवलेत असा भास होत असणार. ही तुझ्यात सुधारणा होण्याचीच एक प्रकारची लक्षणं असतील! दुसरं म्हणजे तुला खाली ठेवणं फार अवघड आहे. त्यासाठी हा व्हेंटिलेटर गळ्यापासून डिस्कनेक्ट करावा लागणार आणि ते शक्य नाहीच!''

तो त्या तिच्या सांगण्यावर जरा विचारमग्न झाला. त्याच्याही लक्षात आलं की, आपल्याला जे काही वाटतंय त्यात काहीतरी गडबड आहे. आपल्याला भासच होत असणार. त्याने तसं कबूल केलं नाही, पण पुन्हा तशी तक्रार केली नाही. तिलाही त्याला भासच होत असणार, असं वाटायचं. त्याला होणारे हे भास तिला खूप आशादायी वाटायचे.

बऱ्याचदा त्याने केलेल्या इतर तक्रारी विनाकारण गैरसमजुतीने केलेल्या असायच्या. या तक्रारींना वाव नको म्हणून तर बहुधा नातेवाइकांना सीसीयूमध्ये न सोडण्याची प्रथा असावी. कारण तिथे औषधोपचार महत्त्वाचा असतो; रुग्णाला काय वाटेल ते नाही. त्यामुळे दर वेळी नर्सेसचं कसं बरोबर असेल, ते ती त्याला समजावून सांगायची; पण आजची गोष्ट वेगळी होती. कदाचित तो जे सांगत होता, त्यात तथ्य असण्याची शक्यता होती. असा खोडसाळपणा सहसा कोणी करण्याची शक्यता नव्हती, पण तरी कोणी सांगावं? ती गप्प बसली.

ती त्याला म्हणाली, ''बघू, मी बघते बोलून डॉक्टरांकडे.'' त्याच्याही चेहऱ्यावर समाधान दिसलं.

त्याचा मूळ स्वभाव वरकरणी तरी स्थितप्रज्ञ असल्यासारखा वाटायचा. जीवनाबद्दलची आसक्ती भरभरून दाखवणं त्याच्या स्वभावात नव्हतं. रागलोभ मनात ठेवून वेळ आल्यानंतर प्रसंगोचित व्यक्त करायचे, अशी त्याची शैली. निदान तिला तरी तशी इतक्या वर्षांत भावलेली. तिला अनेकदा वाटायचं की, त्याला वाटलेला राग, लोभ, आनंद, दुःख, आसक्ती त्याने निदान वेळोवेळी व्यक्त करावी. माणूसपणाचं लक्षण आहे ते! पण तो तसा नव्हता. आज तिला एक बदल जाणवला होता. तो म्हणजे त्याच्या भावना व्यक्त करण्याचा.

त्याने केलेली तक्रार आणि त्यातलं तथ्यातथ्य तपासून घ्यावं म्हणून ती प्रथम निवासी डॉक्टरांकडे गेली. ती काय म्हणते आहे ते त्वरित त्यांच्या लक्षात आलं. ते म्हणाले, ''मी पाहतो नंतर.''

दुसऱ्या दिवशी ते स्वत:हूनच तिला म्हणाले, ''मॅडम, जे काही असेल ते तुम्हीच डॉ. डेव्हिडना सांगा.''

ती या साऱ्या गोष्टींबाबत कणादकडे बोलली होती. ती गोष्ट फार काही महत्त्वाची आहे, असं दोघांनाही वाटत नव्हतं. प्रश्न होता तो त्याने केलेल्या तक्रारींची दखल घ्यायची की नाही? की भिडस्तपणे गप्प बसायचं? तिने ठरवलं की, शांतपणे डॉ. डेव्हिडशी बोलायचं.

डॉ. डेव्हिड राउंडसाठी आले. आत गेले. नियमाप्रमाणे त्यांना आत बोलावलं. दोनच शब्द, पण ते त्यांच्या दृष्टीनं महत्त्वाचे होते.

''ठीक आहे.''

इतकं बोलून ते निघाले. ती त्यांच्या पाठोपाठ त्यांच्या केबिनमधे गेली. त्यांना आश्चर्य वाटलं. वाटेत थांबून त्यांनी तिला 'काय हवं' या अर्थाचा प्रश्न केला.

''फक्त तुमच्याशीच बोलायचं आहे'' असं तिने त्यांना सुचवलं. त्यांनाही वाटलं की, त्यांच्याबरोबर असलेल्या इतर डॉक्टरांसमोर तिला बोलायचं नसेल.

''डॉक्टर...''

त्याचे प्राण वाचवण्यात त्यांचा फार मोठा वाटा आहे, हे त्यांच्यापुढे मान्य करून त्याबद्दल त्यांचे आभार मानून तिने त्यांना सगळा प्रकार कथन केला. तिने त्यापुढेही जाऊन सांगितलं की, तो अतिशय सेन्सिटिव्ह आहे. इंग्रजीचा प्राध्यापक आहे. विविध विषयांवर वाचन करणं हा त्याचा छंद आहे. एखादे वेळी खरंच असा खोडसाळपणा झाला तर मनातून तो दुखावला जाईल. सहसा तक्रार करणं हा त्याचा स्वभाव नाही; पण डॉ. डेव्हिडनी जरा यात लक्ष घालावं. तो जे सांगतो त्यात काहीही तथ्य नसण्याची शक्यता तिने नाकारली नाही.

डॉक्टरांनी खुलासा केला, ''ते जे काही सांगतात त्यात तथ्य आहे. त्यांना जोडलेलं मशिन या हॉस्पिटलमधलं सर्वांत अत्याधुनिक मशिन आहे. या भागात ते

नुकतंच आणि प्रथमतःच आलेलं आहे. आतापर्यंत ते जेमतेम दुसऱ्यांदा किंवा तिसऱ्यांदा वापरलं गेलं असेल. ते चालू स्थितीत असतानाच त्यावरचं प्रात्यक्षिक विद्यार्थ्यांना दाखवावं लागतं. सहसा नंतर कोणी त्याचा गैरवापर करू नये, पण तसा गैरवापर कोणी करत असेल तर मी त्याची दखल घेईन.''

तिने मनापासून डॉक्टरांचे आभार मानले. रुग्णाकडे पाहण्याचा त्यांचा दृष्टिकोन चांगला आहे, असं तिला वाटून गेलं.

तिने येऊन हे सगळं त्याला सांगितलं. म्हणाली, ''...आणि याच्याकडे तू आता फार आकसाने पाहू नकोस.''

त्याने मान हलवली, अगदी लहान मुलासारखी. म्हणाला, म्हणजे खुणेनेच ''त्यांना सांगायची तशी फार गरज नव्हती. मी आता त्याकडे दुर्लक्ष करेन.''

त्यानंतर त्याने कोणाबद्दल फारशी तक्रार केली नाही. त्यांच्या विरोधातलं काहीबाही सांगायचा; पण लगेच म्हणायचा, ''ऐक आणि सोडून दे. कारण नाहीतर बोलायचं तरी काय एकमेकांशी?''

तिला हसू यायचं. म्हणायची, ''खूप आहेत विषय. बोल तुला हवा तितका आणि हव्या त्या विषयांवर.'' लगेच त्याने एकेका सिस्टरची नक्कल, फक्त चेहऱ्यावरच्या हावभावांनी करायला सुरुवात केली. तिला हसावं की रडावं ते कळेना. 'याची अवस्था काय? नि याला सुचतंय तरी काय? स्वभावाला औषध नाही, हेच खरं.'

उमेशचा फोन येऊन गेला – ''सरांचा अंगठा घ्यावा लागणार. त्यासाठी जमलं तर दोन-चार दिवसांत नोटरी महाशयांना घेऊन येतोय. डॉक्टरांच्या उपस्थितीत हा प्रकार करायचा आहे.''

तिने त्याला तो सगळा प्रकार समजावून सांगितला. दोन दिवसांपासून तो खर्च किती येतोय याची पुन:पुन्हा चौकशी करत होता. खर्च किती येतोय हे त्याला न सांगता फ्लॅटचा व्यवहार लवकर करतोय, हे तिने त्याला सांगितलेलं होतं. आपली शिल्लक काहीही नाहीये आणि जी बी सिंड्रोमच्या उपचारासाठी खूप खर्च येतो, याचा अंदाज त्याला होता, पण खूप म्हणजे किती याचा अंदाज त्यालाच काय, काल कालपर्यंत तिलाही नव्हता.

पंधरा मार्च रोजी गुरुवारी संध्याकाळी पाचच्या सुमाराला उमेश नोटरी महाशयांना घेऊन आला. निवासी डॉक्टरांना त्या वेळची सर्व परिस्थिती समजावून सांगितली. ही अशी परिस्थिती अपवादात्मकच होती. सहसा कोणी नोटरी महाशय या असल्या फंदात पडत नाहीत. तिथल्या डॉक्टरांनाही या परिस्थितीत नेमकं काय करायचं ते माहीत नव्हतं. आधार होता तो त्याच्या पूर्ण शुद्धीवर असण्याचा.

डॉक्टरांनी आणि नोटरी महाशयांनी सदर व्यवहार त्याला माहीत आहे का?

आणि मान्य आहे का? याबाबत खोदून-खोदून स्पष्टपणे विचारलं. त्यानेही त्याच्या पद्धतीनं त्या दोघांना समजेल अशा खाणाखुणा करून होकार कळवला. खाणाखुणा म्हणजे तो त्याची मान इतकी जोरजोरात हलवत होता की, त्यांना वाटावं ते त्याला ती जबरदस्तीनेच हलवायला लावत आहोत. अर्थात, हे सगळं तिच्या मनचंच असेल कदाचित. वेळ आली की मनचं आहे की प्रत्यक्ष आहे, यातली सीमारेषा नाहीशीच होत असावी.

काही असो. अंगठा झाला. नोटरीची आणि डॉक्टरांची सही झाली. फ्लॅटचा व्यवहार करणं सुकर झालं. त्या एका अंगठ्यानं तिला हा व्यवहार करण्याचा अधिकार मिळाला होता. प्रत्यक्ष फ्लॅटचा व्यवहार रजिस्ट्रारच्या पुढे जाऊन पूर्ण व्हायला आणि माधुरीला तिच्या बँकेतून पूर्ण रकमेचा चेक मिळायला आणखी पंधरा दिवस लागणार होते, पण गरजेला पैसे उभे राहिले, हे महत्त्वाचं. तोपर्यंत तिच्या भावानेही तिला काही रक्कम देऊन ठेवली होती.

त्याच्यावरचे औषधोपचार दोन-तीन अंगांनी चालले होते. एक म्हणजे रक्तपेशी वाढवणे. त्यासाठी सुरुवातीला 'अल्ब्युमिन' दिलेलं होतं. त्याचा दररोज चार बाटल्या, असा पाच दिवसांचा कोर्स झाला होता. ते औषध खूप महाग होतं.

सवलतीच्या दरात औषध मिळूनही फक्त त्या एका औषधाचा दिवसाचा खर्च सुमारे सात हजार रुपये होता. इतर औषधांचा खर्च निराळा. त्याच्या जोडीला द्यावं लागलं ते मोठ्या प्रमाणावर रक्त आणि प्लाझ्मा. दुसरं, या आजारात न्युमोनिया होण्याची शक्यता असते. त्यात रुग्णाचं फारच नुकसान संभवतं. तसा न्युमोनिया किंवा तत्सम बळावणारा आजार रोखण्यासाठी रोगप्रतिकारक औषधं. तिसरं, अन्न. सहसा या रुग्णांना नाकावाटे नळी घालून त्यातून पातळ पदार्थांद्वारे अन्न पुरवलं जातं. त्याच्या बाबतीत ते शक्य नव्हतं. आतल्या सर्व नलिका नाजूक बनल्या होत्या. निरनिराळ्या ठिकाणांहून न थांबणारा रक्तस्राव झाल्याचे दोन-तीन प्रसंग घडले होते.

गळ्याच्या छिद्राभोवती आणि त्याद्वारे व्हेंटिलेटरच्या कार्याला बाधा येऊ नये म्हणून डॉ. मिलिंद गोसावी आता कोणताही धोका स्वीकारायला तयार नव्हते. त्यांच्या दृष्टीने आधी श्वास, मग अन्न! शरीराला या वेळी अन्नपुरवठा झाला नाही तर शरीरातलं सगळं मांस झडून जातं. ते भरून यायला मग नंतर पुष्कळ दिवस लागतात. त्यामुळे डॉ. डेव्हिड यांचा त्याला नळीवाटे अन्न देण्याचा आग्रह होता. डॉ. रुकडीकरही त्यासाठी डॉक्टरांचा सतत पाठपुरावा करत होते.

डॉ. अरुण रुकडीकर आणि डॉ. मेरी दररोज किमान दोन वेळा येऊन त्याला भेटून जात होते. त्यांनी आणि मिशनमधल्या बऱ्याच डॉक्टरांनी पूर्वी एकाच वर्तुळात काम केले असल्याने त्यांची आधीची ओळख होती. त्याच्या उपचारांबाबत त्यांच्याशी

डॉ. रुकडीकरांची रोज चर्चा होत होती. त्याचे सर्व रिपोर्ट्स डॉ. रुकडीकर रोज अभ्यासत होते. त्याला नळीवाटे अन्न न देता आल्याने 'न्यट्रीफ्लेक्स' आणि सोयाबीनपासून तयार केलेले 'लायपोफुडीन' यांसारखी शिरेवाटे देण्यात येणारी औषधे दररोज द्यावी लागत होती. तीही फारच महाग होती. हॉस्पिटल, व्हेंटिलेटर, एक्स-रे, रक्तपरीक्षा इत्यादींचा खर्च निराळाच.

नोटरी महाशय येऊन गेले. दुपारी घरी गेलेला कणाद संध्याकाळी आला. कणादला तिने नोटरी येऊन गेले त्याचा वृत्तान्त सविस्तर सांगितला. बराच वेळ होऊन गेला होता. तिला वाटलं, आत जावं.

कणाद म्हणाला, "मी जातो. सकाळी घरी गेल्यापासून बाबाला भेटलो नाहीये."

तीही म्हणाली, "जा. दुपारचा व्यायामही द्यायचा राहिलाय. आज त्याचा मूड चांगला आहे."

कणाद बराच वेळ आतच होता. ती शांतपणे बाहेर बसून होती.

त्या दिवशी ती प्रथमच सीसीयूला लागून असलेल्या विश्रांती घेण्याच्या खोलीत गेली. तिथे असलेलं त्यांचं अंथरूण जरासं पसरून भिंतीला टेकून बसली; डोळे मिटले. सीसीयूच्या एअर कंडिशनिंगचा थंडावा त्या खोलीत येत होता. दुपारभर बाहेर बसून नाही म्हटलं तरी गरम होत होतं. शांत वाटलं तिला. तासभर झाला तरी कणाद आतच होता. ती उठली नि आत गेली. कणाद त्याच्या तोंडाजवळ वाकून पाहत होता. त्याला कसलातरी त्रास होत होता की काय कोण जाणे? ती पुढं होऊन त्याच्या जवळ गेली. कणाद म्हणाला, "तू थांब बाहेरच. मी येतो." ती नाराजीनंच बाहेर आली.

सीसीयूमध्ये एकतर कोणाला आत सोडतच नसत. त्यांना आत जाण्याची सवलत होती, पण एका वेळी फक्त एकच व्यक्ती.

थोड्या वेळाने कणाद बाहेर आला. त्याचा चेहरा चिंतातूर दिसत होता.

तिने विचारल्यावर कणाद म्हणाला, "बाबाला जरा बरा वाटत नाहीये. म्हणतोय की त्याला अगदी एक दिवसापुरतं घरी जायचंय. त्याला बाथरूममध्ये जायचंय. नुसतं जायचंय असं नायी तर त्याबाबत आग्रह धरतोय. तोंड वाकडं करून विनवण्या करतोय."

त्याला कणादने खूप समजावून सांगितलं तरी परत थोड्याथोड्या वेळानं तसाच आग्रह करत होता. ऐकतच नव्हता. सगळं ठीक आहे असं समजून ती खरंतर घरी जायला निघाली होती, पण तिची पावलं अडखळली. ती आत गेली; तिला अतिशय आश्चर्य वाटलं. काही वेळापूर्वी छान मूडमधे होता तो. अचानक त्याचा चेहरा केविलवाणा दिसायला लागला होता.

तो तिला विचारायला लागला, "आपण घरी कधी जाणार?"

तिने त्याला सगळं समजावून सांगितलं. त्याला श्वास घेता येत नाहीये, हलता येत नाहीये, उठता येत नाहीये, वगैरे. पण व्यर्थच! त्याचा आपला एकच हेका. जणू त्याला काही झालंय, हे तो कबूल करायलाच तयार नव्हता.

ती सुन्नपणे तिथंच बसून राहिली. मग त्याने रागवायला सुरुवात केली. त्याच्या चेहऱ्यावरच्या प्रत्येक रेषेत तिला राग ओसंडून वाहताना दिसत होता. त्याने तिला तिथून बाहेर जायला सांगितलं, अगदी चिडून. तिच्या डोळ्यांत पाणी तरारलं. ती बाहेर आली. कणादला तिने आत पाठवलं. कणाद, रात्रपाळीची सिस्टर आणि निवासी डॉक्टरांनी त्याला कसाबसा थोपवला. तिला आणि कणादला वाटलं की, रात्रीच्या विश्रांतीनंतर त्याला बरं वाटेल.

रात्री उशिरापर्यंत तिचा पाय तिथून निघेना. तिला आत जावंसं तर वाटत होतं, पण ती आत गेली की तो तिला तत्क्षणी बाहेर जायला सांगत होता.

शेवटी तो तिला म्हणाला, ''माझं ऐकायचं नसेल तर तू इथे येऊच नकोस. फक्त कणादला थांबू दे.''

हे त्याचं काहीतरी वेगळंच सुरू झालं होतं, हे तिच्या लक्षात आलं. तरी त्याचे ते अनुच्चारित शब्द, तिला नाकारणारे त्याच्या चेहऱ्यावरचे त्याचे हावभाव हे सगळं तिला असह्य व्हायला लागलं. हा त्याच्या आजारपणाचाच एक भाग आहे, ते सहन करायलाच हवं, त्यात तो जे काही सांगतो त्यावर त्याचा ताबा राहिलेला नाहीये, अशी तिने तिच्या मनाची समजूत घालून घेतली; पण हे मन – वढाय वढाय!

रात्रीचे दहा वाजून गेले तरी तिचा पाय निघेना. रात्रभर डोळ्यांत तेल घालून त्याच्याकडे लक्ष ठेवायला कणादला आणि रात्रीच्या निवासी डॉक्टरांना सांगून ती निघाली. रात्री घरी यायला तिला उशीर झाला होता. त्याला जी बी सिंड्रोम झालाय हे कळल्यानंतर कणाद आणि श्रीने मिळून इंटरनेटवरून संबंधित संकेतस्थळांवरून या आजाराची बरीच माहिती मिळवली होती. ती सर्व छापील स्वरूपात होती. तिने भराभर ते कागद काढून वाचले.

या आजारात मेंदूवर परिणाम होण्याची थोडीशी तरी शक्यता आहे किंवा काय याबाबतचा काही संदर्भ मिळतो का ते तिने पाहिलं. तसं त्या आजारात काहीच म्हटलेलं नव्हतं. पुन:पुन्हा एका गोष्टीचं प्रतिपादन केलं होतं, ते म्हणजे या आजाराचा सर्व रोख हा मज्जातंतू आणि मज्जापेशींवर असतो. पार डोळ्यांच्या पापण्या आणि कपाळाच्या स्नायूंपर्यंत त्याचा प्रादुर्भाव होऊ शकतो. तीन आठवडे तो आजार चढत्या क्रमाने शरीरावर कब्जा करतो. त्यानंतर मात्र चार आठवडे ते पंधरा महिन्यांपर्यंत कितीही कमी किंवा जास्त कालावधीत रुग्ण या आजारातून पूर्णपणे मुक्त होतो. फारतर त्याच्या एकूण असलेल्या ऊर्जा वापराच्या (energy output) परिणामकारकतेवर काहीसा परिणाम होण्याची शक्यता असते.

म्हणजे या आजारातून बरं झाल्यानंतर एखादं काम करायला पूर्वीपेक्षा जास्त शक्ती आणि वेळ लागण्याची शक्यता असते.

हे सगळं असलं तरी प्रत्यक्ष मेंदूवर – मेंदूच्या कामावर कोणता परिणाम होतो, या प्रकारचा कोणताच संदर्भ तिला संकेतस्थळांवरून उपलब्ध झालेल्या माहितीमध्ये मिळाला नाही. 'मन चिंती ते वैरी न चिंती!' रात्रभर तिच्यावर झोपेचा अंमल होता, पण झोप मात्र नव्हती. त्याच्या मेंदूवर जी बी सिंड्रोमचा हल्ला झाला असेल किंवा काय याचा विचार करण्यात सारी रात्र गेली. ते विचार काही मूर्त स्वरूपात होते, असं नव्हे; पण दूर काहीतरी घडतंय नि त्याचा नुसता वास यावा किंवा त्या घडण्याची तीव्र हुरहूर वाटावी, तसं तिला झालं होतं.

टीव्ही लावून त्याचा मोठा आवाज करून ती डोळे मिटून पडून राहिली. घड्याळाच्या दर तासाच्या ठोक्यांमध्ये साधारण अर्धा-अर्धा तास झोप तिला मिळाली. जेव्हा झोपेमधून जागी व्हायची तेव्हा तिला तिचे पाय लाकडाचे झालेत किंवा त्यात भुस्सा भरलाय असं खरंखुरं वाटावं, इतका भास व्हायचा. पुन्हा झोपायची भीती वाटायची. शेवटी तिने झोपायचा प्रयत्न करायचं सोडून दिलं नि उठलीच! पहाटे फटफटायच्या आतच ती बाहेर पडली. हॉस्पिटल तिच्या घराच्या पूर्वेला होतं. घरातून बाहेर पडलं की, पूर्वेकडे तोंड करून जावं लागतं. तिथे काही झालं तरी सूर्य उगवणारच ही फलदायी आशा मनात ठेवून सूर्याचा मंत्र जपत ती हॉस्पिटलमध्ये आली. कणाद अजून झोपला होता. रात्रीला तिथे मुक्कामाला असलेले लोकही अजून जागे झाले नव्हते.

सीसीयूचा दरवाजा उघडला होता. रुग्णांचं स्पंजिंग इत्यादी काम चालू होतं. तिने आत डोकावून पाहिलं. त्याची कॉट तिच्या नजरेच्या टप्प्यात येत नव्हती. त्याच्या कॉटजवळ नर्सबिर्स कुणीच नव्हतं. पाच-दहा मिनिटांचा काळ गेला असेल-नसेल, कणाद उठून बाहेर आला.

"काय गं आई, इतक्या लवकर आलीस?"

"बाबा कसा आहे? झोप लागली त्याला?"

"बाबा ठीक आहे. बहुतेक डॉक्टरांनी त्याला झोप येण्यासाठी गोळी दिली असणार. रात्री मी गेलो होतो तेव्हा त्याला झोप लागलेली दिसत होती."

ती आत गेली. तो स्वस्थ. एक भिवई उंच. गालातल्या गालात हसू. सदा मिष्कील वाटावं असं. चेहरा शांत. कालचं काहीही आठवत नव्हतं. तिने आणि कणादने आलटून-पालटून त्याला त्याचे रोजचे व्यायाम दिले. कणाद अंघोळ इ. आटोपण्यासाठी घरी गेला.

थोड्याथोड्या वेळाने जशी ती आत जात होती तसतसा काही वेळाने चढत्या क्रमाने पुन्हा त्याचा चेहरा हळूहळू गंभीर दिसायला लागला. हसू लोप पावलं.

तोंडानं जोरजोरात "नको! नको!" अशा अर्थाच्या हालचाली तो करायला लागला.

"तुला काय हवंय?" "कुठं दुखतंय का?" तिने खोदून-खोदून त्याला कितीतरी प्रश्न विचारले.

त्याचं उत्तर नाहीवरच चिकटून बसलेलं. कपाळाला छप्पनशे-साठ आठ्या. त्याला व्हेंटिलेटर नको होता. लघवीसाठी लावलेला कॅथेटर नको होता. त्याला ते हॉस्पिटल नको होतं. त्याला श्वास घ्यायचा नव्हता. त्याला काहीच नको होतं.

त्याला काय म्हणायचंय ते तिला कळत होतं. फक्त कळत नव्हतं की, त्याला त्या दिवशीच का हे असं एकदम अचानक वाटायला लागलं होतं? तिथं झोपून-झोपून तो एकसारखा हाच विचार करीत असायचा की काय? आता तेच विचार असह्य होऊन डोक्यात न मावता त्याच्या नकळत बाहेर यायला लागले होते की काय? ज्याची तिला भीती वाटत होती तेच नेमकं घडायला लागलं होतं. त्याला ते कृत्रिम जगणं नको होतं. त्याचा निषेध तो हर तऱ्हेने नोंदवत होता. त्याच्या मनातलं तिला ऐकू येत होतं.

पूर्वी कधीतरी मृत्यू म्हणजे काय ते माहीत नव्हतं, माहीत नव्हतं म्हणण्यापेक्षा मृत्यूच्या हल्ल्याची गर्तता उमजण्याइतके ते शहाणे झालेले नव्हते, तेव्हा रोमॅन्टिक मूडमधे ते बोलले असतील काहीबाही मृत्यूबद्दल. कॅन्सरसारखे दुर्धर आजार झाले तर उपाययोजना करून आयुष्य वाढवण्यापेक्षा ते संपवायचं. त्यासाठी एकाने दुसऱ्याला मरण्यासाठी मदत करायची. तरुणपणात जेव्हा मृत्यूचा मागमूसही नसतो तेव्हा हे बोलणं सोप्पं असतं. त्या वेळेला एक बाजू निश्चित गृहीत धरलेली होती. ती म्हणजे त्या दोघांपैकी कोणालाही एखादा दुर्धर आजार झाला तर तो आजारी म्हणून राहण्यापेक्षा मरावा असं त्याला वाटणार आणि त्याला मरायला मदत करणं आपल्या हातातच आहे असं दुसऱ्याला वाटणार.

कोणाचंही मरण इतकं का सोपं असतं! आणि आत्ता तो तिला सारखा पूर्वीचा संदर्भ देत होता. त्याला तसं मरणासन्न ठेवण्यात तिचा काही मतलब आहे किंवा त्याच्या मरणयातना जणू तिला कळतच नाहीत, असं त्याला वाटत होतं.

खरंतर पूर्वी ती दोघं जेव्हा या विषयावर बोलायची तेव्हा तो तिला असंही म्हणायचा, "पुट्टू, ज्या वेळी आपण अशा दुर्धर आजारात असू त्या वेळी आपल्याला आपण मरणार आहोत असं कधीच वाटणार नाही. कोणालाच वाटत नसावं. आपल्यातला एक जण असा आजारी असेल तर दुसऱ्याला तर त्याने मरावं असं मुळीच वाटणार नाही. महत्त्वाचं म्हणजे त्या वेळी आपल्या हातात काहीच असणार नाही."

तिने आत्ता त्याला खूप समजावून सांगितलं, "हे बघ, हा आजार बरा न होण्यासारखा असता, तर खरंच मी स्वतः हा व्हेंटिलेटर काढून टाकला असता. पण तुलाही हे माहितेय ना की, सात-आठ महिन्यांचा काळ गेला की, तू पूर्णपणे

बरा होणार आहेस. त्या नीता गद्रे नुकत्याच या आजारातून पूर्णपणे बऱ्या झालेल्या आहेत. सबंध आयुष्यातला फक्त सात-आठ महिन्यांचा काळ म्हणजे काहीच नव्हे. कदाचित या आजारानंतर तुला संपूर्ण नवीन आयुष्य मिळेल. थोडीशी कळ काढ. आता दहा-बारा दिवस झालेत. आणखी पाचसहा दिवसांनी तुझ्यात सुधारणा व्हायला लागेल.''

ती त्याची समजूत घालत होती, पण त्याची समजूत पटणं अवघड होत गेलं. नीता गद्रे आकाशवाणीवर पूर्वी निवेदिका नि आता प्रोड्यूसर म्हणून काम करत होत्या. सात-आठ महिन्यांपूर्वी त्यांना या आजाराने गाठलं होतं. त्यानंतर त्यांनी त्यांच्या आजारपणाचे अनुभव लिहून काढले होते. मूळची ती प्रतिमाची मैत्रीण! प्रतिमाकडे त्यांनी त्यांचे हे अनुभव वाचण्यासाठी दिलेले होते.

तिने नीता गद्रेला फोनही केलेला होता. नीताच्या म्हणण्यानुसार हा मधला काळ कसोटीचाच असतो, पण एकदा का त्यातून बाहेर पडलं की, पूर्णत: बरं होणारच, याची खात्री असते. ती त्यातून पूर्ण बरी झालेली होती. नीतानं तिलाही खूपच धीर दिला होता.

त्याला तिने हे समजावून सांगितलं, पण त्याचा आपला एकच हेका – व्हेंटिलेटर काढा. त्याने त्रागा केला. दु:खाच्या स्थितीतही वाईट गोष्ट म्हणजे, त्रागा करायला हातपाय हलवता येत नव्हते! बोलता येत नव्हतं की आरडाओरडा करता येत नव्हता!

ओठांच्या हालचालींनी देता येतील तितक्या शिव्या द्यायला त्याने सुरुवात केली. तिला धड त्याच्या समोर थांबता येईना नि तिथून निघूनही जाता येईना. बाहेर जायचं न् पुन्हा आत यायचं. आतातर त्याने तिला आल्या-आल्या 'तिथून निघून जा' असं सांगितलं. तिने कणादला फोन करून बोलावून घेतलं. कणाद आला. त्याला तरी तो असं बोलणार नाही, असं वाटलं होतं. पण व्यर्थ. पद्धत वेगळी! पण हेका तोच.

त्यानंतर हळूहळू ते प्रकरण आणखीच बिघडत गेलं. त्याला भास व्हायला लागले. कणाद बाहेर आला. कणाद म्हणाला, ''अगं आई, बाबा आता असंबद्ध बोलायला लागलाय. पिंटो काका दिसतोय त्याला तिथे समोर.'' त्याला भास व्हायला लागले होते. तिथे शेजारी बाथरूम आहे, असं त्याला आधीपासून वाटतच होतं. तिला वाटलं की, कॅथेटर लावल्यामुळे जी बेचैनी येते त्यामुळे तिथेच बाथरूम असल्याचा भास त्याला होत असणार; पण तिथे पिंटो – त्याचा आतेभाऊ असण्याचा भास होणं... बेचैनीत तिला काही सुचेनासं झालं. आत जायचं धाडस होईना.

डॉ. डेव्हिड येऊन गेले. ते काहीच बोलले नाहीत. त्यांना त्याबद्दल आग्रहाने विचारल्यावर ते म्हणाले, ''डॉ. रुकडीकरांना विचारून पाहू.'' तिने लगेच डॉ.

रुकडीकरांना फोन लावला. डॉ. रुकडीकर फोन केल्यासरशी धावत आले. त्याच्याशी बोलले. त्यांनी तिला आणि कणादला धीर दिला.

डॉ. रुकडीकरांनी त्याचं नैराश्य आणि त्यापाठोपाठ येणारी भास होण्याची अवस्था या दोन्हींवर गोळ्या लिहून दिल्या. कणादने त्या आणल्या; त्याला दिल्या. गोळ्या देताना चमचाभर पाण्यातच द्याव्या लागत होत्या. कारण जास्त पाणी दिलं तर ते गळ्याच्या छिद्रातून जसंच्या तसं बाहेर यायचं. गोळी नुसती देता येत नव्हती. गोळीची पावडर करून, चमच्यात घेऊन पावपाव चमचा तोंडात द्यावी लागत होती. तो कार्यक्रम पार पडला.

त्याला झोप लागायची वाट पाहत ती बाहेर थांबली. कणाद आत थांबला. तिथल्या निवासी डॉक्टरांनी त्याला बाहेर जायची विनंती केली. दोघंही चिंतातुर होऊन बाहेर बसून राहिले.

डॉ. मेरी रुकडीकर आल्या. बराच वेळ कणाद आणि तिच्याशी बोलत बसल्या. मेरीच्या लक्षात आलं की, ती दोघं बेचैन आहेत. डॉ. रुकडीकर त्यांच्या हृदयशस्त्रक्रियेवेळी जेव्हा सीसीयूमध्ये होते तेव्हा पहिले चार दिवस ठीक होतं; पण त्यानंतर त्यांनीही यापेक्षा जास्त गोंधळ केलेला होता. त्या वेळी मेरीलाही त्याबद्दल फारसं माहीत नव्हतं, असं मेरी तिला म्हणाली. मेरीही तेव्हा घाबरून गेली होती.

थोडक्यात, मेरीनं तिचे अनुभव सांगून तिला आणि कणादला बराच धीर दिला. बऱ्याच वेळानं कणाद तिला सांगत बाहेर आला की, त्याला झोप लागलीये. मग थोड्याथोड्या वेळाच्या अंतरानं ती आत जाऊन यायची. त्याला शांत झोप लागली होती.

ती दुपार चिंतेतच टळली. मात्र त्यानंतरचे चार दिवस जास्त काळजीत गेले. तो सारा वेळ झोपलेलाच असायचा – शुद्ध नसल्यासारखा! काहीही विचारलं, तर काहीही उत्तर नाही की नजरेत काही भाव नाही. डोळ्यांत काही ओळख असल्याचंही चिन्ह नाही.

त्याच्या आईलाही ब्याऐंशीव्या वर्षी जी बी सिंड्रोमच्या आजारपणात सात-आठ दिवसांनंतर असेच भास व्हायला लागले होते. त्या वेळी परगावात ती एकटीच होती. हॉस्पिटलच्या आवारात तिने नकोनको ते सगळे विचार करीत ती रात्र गाडीत बसून काढली होती. एक दिवस तर मध्यरात्री बारा वाजता तिने मुलीला आणि त्याला घरी फोन केला होता, "आईचं काही खरं नाहीये. कधीही काहीही होऊ शकेल. माझा फोन आला की, लगेच निघायची तयारी ठेवा."

नंतर तिच्या सासूबाई बऱ्या तर झाल्याच आणि त्यानंतर आतापर्यंत त्यांची तब्येत ठणठणीत होती. याही गोष्टीला तीन-चार वर्षं होऊन गेली होती. तिला ती दृश्यंच सारखी डोळ्यांसमोर तरळायला लागली. आज तिच्या अजून साठीही न

ओलांडलेल्या नवऱ्याची तीच अवस्था झाली होती. चांगल्या गोष्टी कधीकधी लक्षात राहत नाहीत. कारण काळ काय वय बघून थोडाच येतो?

डॉ. रुकडीकर त्यांची समजूत घालत होते.

ते म्हणाले, ''ही त्याची झोपेची तंद्री आहे. सतत ट्यूबलाइटचा कृत्रिम उजेड, सूर्यप्रकाशाचं दर्शन नाही, सदा सर्व काळ वर पांढरं छप्पर आणि बाजूला काचा, त्यात आपलंच प्रतिबिंब या गोष्टींमुळे रुग्णांना सीसीयूचा सिंड्रोम होतो. तो कोणत्याही माणसाला त्याच्या रोगनिहाय होत असतो. या अवस्थेत इतर रुग्ण त्यांना लावलेल्या सर्व नळ्या काढून टाकतात. त्याला हातपाय हलवता येत नसल्यामुळे तसं करता येत नाहीये. मी दिलेल्या गोळ्यांनी त्याला बरं वाटेल. त्या ट्रक्विलायझिंग आहेत.''

त्यांनी घातलेली समजूत ही समजूतच होती. मनाला पटणं अवघड होतं. खोलीत जाऊन सतरंजीच्या गुंडाळीवर भिंतीला टेकून बसून ती देवाची प्रार्थना करीत असे. त्या खोलीत समोरच्या भिंतीवर येशू ख्रिस्ताचा सुंदर फोटो होता. त्याच्या निरागस चेहऱ्याकडे पाहून तिला त्याच्याकडे काही मागावंसं वाटत नसे. ती त्याच्याकडे नुसती टक लावून पाहत बसायची.

त्या आजारपणाच्या काळात तो येशूचा फोटो तिला मन एकाग्र करायला मदत करायचा. त्याच्याकडे पाहून तिला तिचं जन्मगाव आठवायचं. तिचं आजोळचं घर, त्याच्या समोरची खाडी, त्यातलं रात्रीचं गर्दपणे चमचमणारं चांदणं, पाणी, दिवसा डोळ्यांनाही सहन न होणारं सूर्याची किरणं पडलेलं पाणी! तिला वाटायचं, ती त्या घराच्या समोर असलेल्या उंच तुळशीवृंदावनावर उभी आहे. ती एक छोटीशी मुलगी लांबवर तिच्या आईला हाका मारतेय.

तिचा जन्म झाला त्या खोलीच्या समोरच देवघर होतं. तिला वाटायचं, त्या देवांचा वास तिच्या अंगभर लपेटून राहिलेला आहे. 'देव खरोखर आहे का? असला तर आपण त्याची पूजा कधीच केलेली नाही.

आपल्या घरात तर देवाच्या मूर्तीही नाहीत. त्यामुळे तर ही वेळ आपल्यावर आलेली नाही ना? पण देवाची रोज पूजा करणं आणि त्याचा आजार यांचा अर्थाअर्थी तसा काय संबंध आहे? छे! छे! तसा संबंध आहे असं वाटणं म्हणजे निव्वळ मूर्खपणाचं!'

'पूजेचा अर्थ जर मन एकाग्र करणं असा असेल तर मन एकाग्र करण्यासाठी इतर कितीतरी गोष्टी करता येतील; पण खरंच पूजा आणि त्याचं बरं होणं याचा संबंध असेल तर? तर्कबुद्धीला अनुसरून तसा संबंध शक्य नाहीय, पण आपली तर्कबुद्धीच गहाण पडली असली तर?'

सकाळी घरून निघून हॉस्पिटलमधे येताना सव्वासातची मिरज-पणजी बस तिच्या समोरून जायची.

त्या बसबरोबर मनोमन ती रोज तिच्या गावाला तिचा निरोप पाठवायची— तिच्या गावाला, तिच्या घराला, तिथल्या देवघरातल्या देवांना, जिथं लहानपणी नकळत्या वयात तिने आजीबरोबर कित्येकदा डोळे मिटून हात जोडलेले होते त्यांना.

देव आणि आजी अशी तिची अतूट आठवण होती; तिथल्या मातीला, झाडांना, पिंपळाला, ज्याच्या पारावर बसून कित्येक रात्री तिने त्या पिंपळाला तिची गुपितं, हितगुजं सांगितलेली होती. याला नि त्याला! तिच्या डोळ्यांतून धड आसवं गळेनात की तिच्या घशात अडकलेला, हतबल झालेला आवंढा मोकलेना!! शेवटी तिने तिच्या मामाला तिथे, तिच्या जन्मगावी देवांची पूजा घालण्यासाठी फोन लावलाच!!!

तिचे विचार ठप्प झाले होते. मन सैरभैर झालेलं. डोक्यात कलकल. रात्री घरी जावंसंही वाटेना. गाडी चालवता येईल की नाही अशी मन:स्थिती झालेली. रात्री तिच्यासाठी प्रतिमा गरम खिचडी घेऊन आली होती. तिच्यासमोरच बसून तिला प्रतिमानं खिचडी खायचा आग्रह केला.

डोळ्यांतच थोपवलेलं पाणी! घशातून घास खाली जाईना.

''त्याच्या आजारपणाची काळजी घ्यायची असेल तर तुला दोन वेळ व्यवस्थित खाणं आवश्यक आहे.''

प्रतिमाचे शब्द ऐकायला मेंदूत जागाच नव्हती.

अन्नाचा अवमान करायला नको म्हणून प्रतिमाच्या बरोबर बसून तिने आणि कणादने खिचडी खाल्ली.

तिला जरा बरं वाटलं. प्रतिमाबरोबरच ती घरी आली.

तो हॉस्पिटलमध्ये असल्यापासून ती घरी आली रे आली की, तिन्ही कुत्री तिला बिलगत असत. इकडेतिकडे हुंगून-हुंगून तिला बेजार करीत असत, जणू त्याची विचारपूस करायची ती.

ती रात्र मात्र भकास...सुन्न! भीतीच्या पलीकडची भीती! घराच्या मधल्या चौकात ती झोपायची. वरती आकाशाचा तुकडा दिसायचा. त्याच्यावर तिचं फार प्रेम होतं; पण तेही तिला आताशा आधारापुरतंही भावेनासं झालं होतं. तिचं सगळं आकाश निराश झालं होतं. पहाट होताहोता उठायचं की पळायचं!!

***

वीस मार्च, मंगळवार. स्वच्छ सकाळ घेऊन उजाडला. पहाटे साडेसहाच्या सुमाराला कणादचा फोन आला. प्रथम फोन आला तेव्हा तिचे हातपाय पार गळाले. काळजाचा ठोकाच चुकला.

कणाद म्हणाला, ''आई गं, यायची घाई करू नकोस. बाबा आज सकाळी उठला. तो छान मूडमध्ये आहे. फ्रेश दिसतोय.'' असं तो म्हणाला खरं, पण त्यामुळे तिला त्याला भेटायची घाईच झाली.

पटकन आटोपून ती निघालीच. गाडी लावतालावता तिच्या लक्षात आलं की, ते झाड आता हिरवंगर्द झालंय!

ती आत गेली. त्याचा चेहरा हसरा म्हणता येणार नाही, पण बरा दिसत होता. चेहऱ्यावर थकवा, शीण जाणवत होता. हातपाय अगदी बारीक झालेले होते. नुकतंच स्पंजिंग झाल्यामुळे त्याला पुन्हा झोप येत होती.

बोलताबोलता तो झोपून गेला. तिने बाहेर येऊन कणादला बारकाईनं सगळं विचारलं, त्याचा मूड पूर्ववत झालाय की नाही ते अजमावायला.

आज डॉ. ससे त्याला पाहायला येणार होते. डॉ. ससे हे न्युरॉलॉजिस्ट होते. गेले पंधरा दिवस ते परदेशी गेले होते. त्याला तिथे आणलं तेव्हादेखील ते तिथे नव्हतेच. तिथल्या डॉक्टरांच्या मते त्यांचा रिपोर्ट महत्त्वाचा होता.

डॉ. ससेंबद्दल तर तिने इतक्या गोष्टी ऐकल्या होत्या की, ते आले काय किंवा नाही आले काय, तिला बहुधा काहीच फरक पडला नसता.

त्याच्या शेजारच्या रुग्ण डॉ. ससेंच्या पेशंट होत्या. त्यांच्या नातेवाइकांनी डॉ. ससेंबद्दल ते कसे तापट आहेत, अत्यंत कमी बोलणारे आहेत, तुमच्या प्रश्नांना उडवून लावणारे आहेत इ. बरंच काही सांगून ठेवलेलं होतं.

त्या रुग्णांची तब्येत फारच नाजूक झाली होती. त्यांचे सर्व नातेवाईक डॉ. ससेंची डोळ्यांत जीव आणून वाट पाहत होते. 'बाह्य-उपचार थांबवायचे नाहीत' असं म्हणणारा त्यांचा मुलगासुद्धा आता त्यांचे होणारे हाल पाहू शकत नव्हता. तो रोज सकाळी सात वाजता घरातून निघे, तो रात्री सात वाजता परत येई.

दररोज इतका वेळ तो निरनिराळ्या देवांच्या गाठीभेटी घेत हिंडत असे. देव आपल्याला पावणार, अशी त्याची गाढ श्रद्धा होती. आईनं नुसता हात जरी हलवला तरी त्याला खूप आनंद व्हायचा. त्याला वाटायचं, आपल्या आईनं आपल्याकडे फक्त एकदा तरी नुसते डोळे उघडून बघावं - बस्स!

नऊच्या सुमाराला डॉ. ससे येऊन गेले. ससेंनी त्याला बऱ्याच काही हालचाली करायला सांगितल्या. त्याला अर्थात हातपाय हलवता येत नव्हते; पण एक आश्चर्य डॉ. ससेंच्या नजरेतून सुटलं नाही. ते म्हणजे डॉक्टरांनी जेव्हा त्याला एकदा त्याचा पाय आणि एकदा हात उचलायला सांगितला तेव्हा त्याच्या हाताला किंचित आधार दिल्यानंतर त्याने त्याचा हात किंचित, सेंटीमीटरभर तरी वर उचलला.

डॉ. ससे म्हणाले, ''ही अतिशय चांगली खूण आहे. त्याने त्याचा हात गुरुत्वाकर्षणाविरुद्ध उचलायचा प्रयत्न केला आहे.''

तिने आणि कणादने त्यांना विचारलेल्या सर्व प्रश्नांची त्यांनी व्यवस्थित उत्तरं दिली. मात्र डॉ. ससे जे म्हणाले त्यावर थोडासाही आनंद व्यक्त करायला तिच्याजवळ बळ शिल्लक नव्हतं. कणादही त्यांच्या त्या सांगण्यावर गप्प बसला. डॉ. ससे आणि मागे डॉ. सोरटूरांकडे आलेले डॉ. जाधव यांनी जे काही सांगितलं त्यामध्ये फारसा काही फरक नव्हता. तो १०० टक्के बरा होणार होता. बरा व्हायला किती अवधी लागणार, ते आजमावून पाहण्यासाठी त्याच्या मज्जातंतूंची एक परीक्षा करून घ्यायला हवी होती. ते मशिन डॉ. ससेंच्या विभागात होतं. तिथे त्याला नेणं अशक्य होतं. व्हेंटिलेटरमुळे त्याला कुठेच हलवता येत नव्हतं. त्यामुळे अर्थातच ही परीक्षा पुढं ढकलली गेली.

शेजारच्या रुग्ण बाईंचे पती डॉक्टरांच्या समोर हात जोडून, डोळ्यांतलं पाणी थोपवत खाली मान घालून उभे राहिले. त्यांच्या कानातून धक् धक् आवाज ऐकू येत असणार. हृदयाच्या पंपाचं काम जणूकाही त्यांचे कानच करीत होते, इतकी त्यांची मान खाली झुकली होती. त्यांच्या कानांना हृदयाचं ते काम झेपत नव्हतं.

डॉ. ससे– अगदी बेताची उंची, अंगाच्या दोन्ही बाजूने पंख्यांसारखा उडणारा डॉक्टरांचा पांढराशुभ्र झगा – त्या लोकांची नजर टाळून ''बघू उद्या'' असं म्हणून त्यांच्या प्रश्नांना उत्तरं द्यायची संधीही न घेता निघून गेले. डॉक्टर गेले त्यासरशी 'ते' गळाठले. खोलीत जाऊन बसले. त्यांना त्यांच्या डोळ्यांतलं पाणी थांबवता येईना. धट्टाकट्टा ताठ माणूस धाईधाई रडला! प्राक्तन, दुसरं काय? — तिला ते दृश्य पाहिल्याशिवाय राहवेना नि पाहताही येईना. आपणच जणूकाही त्यांच्या जागी आहोत की काय, असं दुष्ट चित्र तिच्या डोळ्यांसमोरून सरकून गेलं.

ती आत गेली. त्याच्याकडे जाण्याआधी ती शेजारच्या रुग्ण बाईंच्या कॉटजवळ गेली. तिने त्यांना आतापर्यंत पाहायचं टाळलं होतं. लांबूनच त्यांना पाहायचा प्रयत्न केला– रंग गोरागोरापान, सर्वांगावर सूज आलेली, नाकातोंडातून नळ्या. सलाइनच्या किमान तीन बाटल्या. त्यांना कुशीवर झोपवलं होतं. पाठीचा थोडासा भाग उघडा राहिला होता. त्याच्याकडे पाहून ती दचकलीच! दोन पावलं पुढं गेली तशी चार पावलं मागं आली. पाठीला बरेच बेडसोर्स झालेले. त्यातून सतत पाणी ठिबकत होतं. त्यांना तिथे येऊन महिना झाला होता. परिस्थिती जैसे थे! 'खरंच तो देव कुठं आहे? असलाच तर त्यांच्या मुलाला का नाही भेटत किंवा का नाही सांगत खरं काय आहे ते? त्यांचा मुलगा बसलाय आशेत की, त्याला देव नक्की पावेल आणि त्याची आई बरी होईलच.' हा त्यांचा मुलगा चांगला तिशीतला, धडधाकट, तरणाबांड, कमावता, जाणता मुलगा होता. आज आईच्या आजारपणात त्याची सगळी बुद्धी गमावून बसलेला! तिच्या शरीराला कंप सुटला. आणखी काही दिवसांनी तिचीही हीच अवस्था होणार की काय? गेल्या आठवड्यात त्या सीसीयूमध्ये

चार-पाच रुग्णांनी प्राण गमावले होते. तोही तिला त्या बाईंबद्दल विचारत होता.

डॉ. ससे जेव्हा त्या रुग्ण बाईंना पाहायला आले होते तेव्हा ते जे काही बोलत होते, त्यातले बरेचसे शब्द त्याला ऐकू येत होते. त्यांच्यावर चालू असलेले बाह्य उपचार थांबवावेत, अशा आशयाची त्यांची बोलणी चालली होती. त्याने ते सगळं ऐकलेलं होतं. तो हे सारं तिला समजावून सांगायचा प्रयत्न करीत होता, खाणाखुणा करूनच. तिला वाटत होतं की, त्याने हा विषय फारसा बोलू नये. ती त्याला - ''गप्प रहा रे!'' असं सांगायचा प्रयत्न करीत होती. तो हसला, मिश्कीलपणे. पूर्वी त्याचा हा मिश्कीलपणा त्याच्या दाढीमधे लपायचा. आता दाढी सफाचट झाल्यापासून चेहऱ्यावरच्या प्रत्येक रेषेमध्ये तो आता दिसायला लागला. विषय बदलून त्याने डॉ. ससे त्याच्याबद्दल कायकाय म्हणाले त्याबद्दल विचारलं.

डॉ. रुकडीकर – दोघंही – अरुण आणि मेरी येऊन गेले. तो चांगल्या मूडमधे होता. त्या दोघांशी तो व्यवस्थित बोलला. डॉ. रुकडीकरांनी त्याला दिलेल्या गोळ्या नंतर काही दिवसांसाठी चालू ठेवल्या. डॉ. ससेंच्या समोर त्याने जो त्याचा हात उचलण्याचा प्रयत्न केला, त्या प्रकाराचा डॉ. रुकडीकरांना आनंद झाला.

ते म्हणाले, ''आता सुधारणांमध्ये सुरुवात होण्याचा टप्पा सुरू झालेला दिसतोय. हळूहळू जी बी सिंड्रोमचा अंमल कमी होणार''

मग तिला तो एक चाळाच लागल्यासारखं झालं. आत गेलं की, त्याला हातपाय किंवा बोटं उचलायचा प्रयत्न करायला सांगायचं. तिला वाटलं, त्याला असं सांगितलं, तर तो रागवेल; पण तसं झालं नाही. उलट त्याला ते आवडायचं.

आणखी एक गंमत होती. गंमतच म्हणायची. कधीकधी सकाळी दहाच्या सुमाराला ती आत त्याला व्यायाम देत असेल आणि त्याच वेळी समजा सीसीयूचे इन्चार्ज असलेले कार्डिओलॉजिस्ट डॉ. धनवडे सीसीयूमध्ये आले आणि ती लगेच जायला निघाली की, तो तिला तिथून जाऊ देत नसे. शेजारच्या रुग्ण त्यांच्या पेशंट होत्या. कोणीही डॉक्टर आत आले की, तिथे थांबायचं नाही, अशी तिथली प्रथा होती.

''मी आता जाते'' असं तिने म्हटलं की, तो तिची विनवणी करून तिला थांबवत असे. मग ती तिथे थांबून, जणू त्याचा व्यायाम अजूनही चाललेला आहे नि तिचं त्यांच्याकडे लक्षच नाही, असं भासवायची. हा व्यायाम चालू असताना तो तिला परतपरत पायाचा व्यायाम द्यायला सांगायचा. या पायाच्या व्यायामात तिने त्याचा पाय पावलांना धरून वर उचलायचा, गुडघ्यात दुमडायचा, त्यानंतर त्याने तिच्या हाताला जोरात रेटा देऊन लांब ढकलायचा.

डॉ. धनवडे खूप छान हसायचे. त्याला व्यायाम करताना पाहायचे नि म्हणायचे, ''चालू दे, चालू दे.''

डॉक्टरांचा तो अभिप्राय त्याला फार आवडायचा. त्याचं ते वागणं नवलाईचंच होतं. तिला त्याचं ते वर्तन लहान मुलासारखंच वाटायचं. ती त्याला तसं म्हणालीसुद्धा.

तो म्हणाला, "छे! छे! त्यांनी तुला इथून जायला सांगू नये म्हणून मी मुद्दाम आपण व्यायाम करतोय असं दाखवायचा प्रयत्न करतो." दुपारी कणादला घरी जाणं आवश्यक होतं. श्रीची आजपासून परीक्षा चालू झालेली होती. पेपर होता दुपारी दोन वाजता. कणादला तिने घरी जायला सांगितलं.

तिची परीक्षा होती म्हणून ती आदल्या दिवशी संध्याकाळी त्याला भेटायला आली होती. त्याला प्रचंड ग्लानी आल्यासारखं वाटत होतं, तरीही तो तिची विचारपूस करीत तिच्याशी बोलत होता. तिला तो म्हणाला, "तुला या वेळी डिस्टिंक्शन मिळणारच. वर्षभर तुझा अभ्यास झालेला आहे." गेली दोन वर्षं तिने डिस्टिंक्शन मिळवलं होतं. या वेळी त्याच्या आजारपणामुळे तिची खूप धावपळ झाली होती. त्यांची श्री म्हणजे एक चैतन्यच होतं त्यांच्यासाठी, विशेषत: त्याच्यासाठी.

त्यांच्या घरात मुलीचा– श्रीचा– जन्म बरोबर ७३ वर्षांनी झाला होता. श्रीच्या आजोबांच्या बहिणीचा जन्म २७ ऑक्टोबर १९१३ आणि श्रीचा जन्म २७ ऑक्टोबर १९८६. श्रीचा बाबा त्याच्या आई-बाबांचा एकुलता एक. त्याला बहीण नव्हतीच. तिला आठवलं, श्रीच्या जन्मापूर्वी त्यांचं घर लहानग्या कणादसकट एक गंभीर व्यक्तींचा समूह होता. श्रीचा जन्म झाल्यानंतर ते चित्र बदललं. श्री हे त्याचं चैतन्यस्थान होतं. त्यामुळे श्री येऊन त्याला भेटून गेली की, त्याचा मूड एकदम बदललेला दिसायचा.

दुपारी दोन वाजता त्याने श्रीच्या पेपरची आठवण काढली. म्हणाला, "श्री तल्लख आहे. तिला काही अडचण येणार नाही परीक्षा द्यायला."

एव्हाना साऱ्या गावात त्याच्या आजारपणाच्या बातम्या पोहोचल्या होत्या. खूप जण भेटायला येत होते. तो सीसीयूमध्ये आहे म्हटल्यावर सहसा कोणी आत जायचा आग्रह धरीत नसत. तिला जरा बरं वाटेल इतपतच तिच्याशी बोलून जात असत. त्याच संध्याकाळी तिथे सीसीयूमध्ये एकदम धावपळ झाली.

एक नवा रुग्ण ॲडमिट झाला होता – श्रीयुत चौगुले. वय साधारण साठ-बासष्ट. त्यांचा मुलगा दोन वर्षांपूर्वी तिच्या हाताखाली शिकला होता. चौगुलेंच्या दोन्ही किडनी निकामी झाल्या होत्या. तीन वर्षं त्यांच्यावर डायलिसिसचे उपचार चालू होते. आदल्या दिवशी त्यांना काहीतरी संसर्ग झाल्यामुळे तिथे आणावं लागलं होतं. त्यांची ती धावपळ पाहून तिच्या अंगावर शहारे आले; पण असंही लक्षात आलं की, प्रत्येक जण ज्याच्या त्याच्या पद्धतीनं स्वत:वर आलेल्या प्रसंगातून स्वत:ला निभावून नेतो आणि नंतरच्या परिस्थितीला सामोरं जायची मानसिक तयारी

करतो. ती तर प्रचंड टेन्शनखाली दबलेली होती. तरी सराव असल्यासारखी तिथली रोज उद्‌भवणारी संकटं हाताळत होती.

तिला भेटायला येणारे लोक म्हणत होते, "तू धाडसी आहेस. धीरानं करतेस, ते फार छान आहे."

कसला धीर अन् कसलं धाडस? ते सगळं ती करीत होती म्हणजे तरी काय? न करून सांगणार कोणाला? जणूकाही तिच्यासमोर खूप काही पर्याय होतेन् त्यातला एक म्हणजे धीरानं सारं करणं. करणं म्हणजे तरी काय? ना सेवा ना कष्ट. होतं ते फक्त सहन करणं; शांतपणे पाहत राहणं.

संकटं जेव्हा येतात तेव्हा ती दिशानिहाय येतात; कुठलाही विधिनिषेध न बाळगता, कोणताही पर्याय न ठेवता येतात. त्याचं करण्यावाचून तिला काहीही पर्याय नव्हता, हेच खरं! जे काही करायचं ते धीर सोडून करता येणार नव्हतं. म्हणजे धीर बाळगण्याशिवाय काही पर्यायच नव्हता. ती जे काही करीत होती, त्यात विशेष असं काहीही नव्हतं. जे करीत होती ते निव्वळ स्वार्थापोटी करीत होती. कोणावरही वेळ आली की त्याला त्यातून धीरानं बाहेर पडावंच लागतं.

रात्री आठ वाजता श्री आणि कणाद दोघंही आले. श्रीचा पेपर चांगला गेलेला दिसत होता. त्यामुळे ती खूश होती. दोघंही बाबाला भेटून आली. त्याच्या चेहऱ्यावर फार दिवसांनी पूर्ण हसू दिसत होतं; मिश्कीलपणाविरहित. काही क्षण फुलपाखरी असतात; येतात नि जातात!

***

२१ मार्च, बुधवार. नेहमीप्रमाणे ती हॉस्पिटलमधे आल्यानंतर कणाद घरी गेला. तिने आत येऊन त्याच्या प्रसन्न हसण्याला प्रतिसाद देऊन रात्री झोप लागली का, वगैरे चौकशी केली. हातापायांचा व्यायाम घेतला. खाणाखुणांनी सटरफटर गप्पा मारल्या. त्याच्या बारीकसारीक तक्रारी ऐकल्या. समाधानानं बाहेर आली.

साडेनऊनंतर डॉ. डेव्हिड, डॉ. गोसावी, डॉ. कैलाश एका पाठोपाठ एक असे येऊन गेले.

डॉ. डेव्हिड आणि त्यांचे सहकारी यांच्यात काही चर्चा झाल्या. त्यांनी तिला आत बोलावलं होतं; पण फक्त 'ठीक आहे' या पलीकडे दुसरं काहीच बोलले नाहीत ते. कधीकधी तिचे कान तीक्ष्ण बनत असत. तिला त्यांच्या चर्चांमधले दोनतीन शब्द ऐकायला आले – 'युरीनमधून ब्लडस्टेन्स पास होतायत.' बस!

तिला दुसरं काहीच ऐकायला आलं नाही. म्हणजे 'ठीक आहे' हे शब्दसुद्धा.

त्या वेळेला ती बाहेर आली. थोड्या वेळाने पुन्हा आत गेली. कॅथेटरची नळी आणि युरिन साठवणारी पिशवी नीट तपासली. तिला त्यात कचरा दिसावा तसे तुरळक रक्ताचे लालसर आणि काळसर कण दिसले.

'आपल्याला ते आधी कसे दिसले नाहीत' असं तिला वाटून गेलं. डॉक्टरांचे शब्द ऐकलेले असल्यामुळे तिच्या मनाची तयारी झाली होती. म्हणूनच ती ते पाहून फारशी दचकली नाही. त्याला तिने काहीच जाणवू दिलं नाही. मान उचलता येत नसल्याने त्याला ती पिशवी दिसणं शक्य नव्हतं. ती मात्र बारकाईनं त्याकडे लक्ष ठेवून होती.

अकरा वाजायच्या सुमाराला कणाद आला. तिने त्याच्या ती गोष्ट लक्षात आणून दिली. सतत नाही, पण अधूनमधून एखादा लहानसा रक्ताचा कण कॅथेटरमध्ये यायचा. कणादने ती गोष्ट निवासी डॉक्टरांच्या लक्षात आणून दिली. त्यांनी नुसती 'हं, लक्षात आलंय' या अर्थाची मान हलवली.

तिने पुन्हा त्यांना विचारलं, "डॉक्टर, ते कॅथेटरमधनं रक्ताचे थेंब येताहेत त्याबद्दल तुम्ही डॉ. डेव्हिडना कळवलंत का?"

निवासी डॉ. जय म्हणाले, "डॉ. डेव्हिडच्या ते लक्षात आलंय. त्यांनी युरॉलॉजिस्ट डॉ. आय. के. मिरजकरांना येऊन पाहायला सांगितलंय."

साडेबाराच्या सुमाराला कोणी एक डॉक्टर आत येऊन गेले. ते मिरजकरच आहेत किंवा काय हे तिला कळलं नाही. त्या वेळी ती बाहेरच होती. तिला ते येऊन गेल्याचं कळलं नाही. त्यानंतर जेव्हा कणाद आत गेला तेव्हा डॉ. जयनी कणादला डॉ. मिरजकरांचे मदतनीस येऊन गेल्याचं सांगितलं. कणादने बाबाला विचारलं, तर त्याला ते ठाऊक नव्हतं. डॉक्टर येऊन लांबूनच चैत्रगौर पाहावी, तसं त्याला पाहून गेले असावेत. लिहून दिलेली औषधं आणायला कणाद गेला.

डॉ. रुकडीकर आले. तिने त्यांना हा सगळा प्रकार सांगितला. "संबंधित डॉक्टरांशी मी बोलतो" असं ते म्हणाले.

डॉ. रुकडीकरांचा पुन्हा आग्रह चालू झाला, त्याला नळीवाटे अन्न देण्याचा. दूरगामी विचार करता पंधरा दिवसांच्यावर नुसतं सलाइनवर ठेवणं योग्य ठरणार नाही, असं त्यांचं मत होतं.

डॉ. डेव्हिड त्याचा गंभीरपणे विचार करतायत की नाही अशी शंका त्यांना वाटत होती. तिला वाटायचं की, त्याला तिथे आणलं त्या वेळी झालेला रक्तस्राव डॉ. रुकडीकरांनी पाहिला नव्हता आणि डॉ. डेव्हिडनी तो नुसता पाहिलाच नव्हे, तर निस्तरलाही होता. त्यामुळे डॉ. डेव्हिड शिरेवाटे दुसरी काही औषधं देण्याचा पर्याय शोधत असावेत. तिलाही ते नळी प्रकरण मनातून नको होतं, पण आवश्यक असेल तर तिच्या इच्छेचं काय?

डॉ. रुकडीकरांनी त्याला नळी का आवश्यक आहे, हे समजावून सांगितलं.

त्याने ते पटवून घेतल्यासारखं केलं; पण तिच्यासमोर त्याने जीभ लांब बाहेर काढून ती नळी घशातून आत घालताना पुन्हा त्या दिवशीसारखा रक्तस्राव झाला, तर ते किती महागात पडेल अशी भीती व्यक्त केली.

दोनच्या सुमाराला कणाद घरी गेला. श्रीचा दुसऱ्या दिवशीचा पेपर होता. त्याआधी कणादला घरी पोहोचायचं होतं. चार-साडेचारच्या सुमाराला ती जेव्हा आत गेली तेव्हा तो फार दु:खी दिसत होता. मध्ये कधीतरी एकदा येऊन डॉ. मिरजकरांच्या मदतनीसानं त्याचा कॅथेटर बदलला होता.

कॅथेटर बदलण्याची प्रक्रिया खूप वेदनादायी असते. आपण ते कसं सहन केलं याचं वर्णन खाणाखुणा करत तिच्याकडं तो करत राहिला आणि ती शांतपणे डोळ्यांनी ऐकत होती.

डॉ. गोसावी सहसा संध्याकाळी येत नसत, पण त्या दिवशी ते मुद्दाम डॉ. रुकडीकरांच्या सांगण्यावरून आले होते. त्यांनी त्याला नीट तपासलं. ते बाहेर येण्याच्या वाटेवर ती डोळे लावून बसली होती. शांतपणे ते बाहेर आले. ती पटकन त्यांच्यासमोर गेली. त्यांच्याकडे प्रश्नार्थक मुद्रेने पाहत उत्तराची अपेक्षा करीत होती.

ते म्हणाले, ''पातळ अन्नपदार्थ नळीतून देण्यासाठी घशातून नळी आत घालावी अशा मताचा मी नाहीये. त्यात खूप धोका संभवतो. डॉ. रुकडीकरांचा तसा आग्रह आहे, पण मी काही तसे करू इच्छित नाही.''

तिला डॉ. रुकडीकरांचं पटत होतं. त्यासाठी घशातून नळी घालण्याबाबत तिचंही मत फारसं अनुकूल नव्हतं. अर्थात, तिच्या मताला काय किंमत होती? नळी घालणं आवश्यक आहे, असं डॉक्टरांनी म्हटलं तर ती काय त्यांना विरोध थोडाच करणार होती?

त्यानंतर डॉ. डेव्हिडही त्यांच्या संध्याकाळच्या राउंडसाठी आले. तिने त्यांच्याशीही चर्चा केली. त्यांचं आणि डॉ. गोसावींचं एकमत झालेलं दिसलं. मात्र कॅथेटर बदलला तरी त्यामधून मध्येमध्ये रक्ताचे थेंब येणं थांबलेलं नव्हतं. त्याबद्दलही तिने डॉ. डेव्हिडना विचारलं, तेव्हा ते म्हणाले, ''कधीकधी काही रुग्णांना असा त्रास होतो. थांबेल उद्यापर्यंत.'' तिने मान हलवली. तिचा त्यांच्यावर खरंच विश्वास बसला. खरंतर त्याच वेळी तिने त्या गोष्टीचा पाठपुरावा करायला हवा होता. एका भविष्यकालीन जीवघेण्या दुखण्याची ती नांदी होती. तिने डॉक्टरांवर पूर्ण विश्वास टाकला. तिने नियतीवरही पूर्ण विश्वास टाकलेला होता; गेल्या अनेक दिवसांत नियतीनं अनेकदा तिचा विश्वासघात करूनसुद्धा!!

सारखं सगळीकडे रक्त पसरलंय अशा आशयाची स्वप्नं तिला त्या रात्री पडत राहिली. झोपेत असूनही ती रात्रभर जागीच होती. तिला सारखं अटळपणे वाटायला लागलं की, तिलासुद्धा जी बी सिंड्रोम झाला तर काय करायचं? तिची भीती

अनाठायी होती हे कळूनसुद्धा वारंवार तिला तसा भास व्हायला लागला. मग डोक्यातले विचारही त्या निमित्ताने भरकटायला लागले.

तिला जी बी सिंड्रोमची लागण झाली तर पोरांनी काय करावं? असं काही झालं तर स्वत:ला सरळ ॲम्ब्युलन्समधे घालून मुंबईला किंवा कुठंही, नेव्हीच्या दवाखान्याची जिथे म्हणून सोय असेल तिथे सोडून टाकावं नि मुलांनी बाबाची काळजी घ्यावी, असं आधीच कणादला सांगून टाकायचं ठरवून ती फटकन उठली.

सकाळी आवरून श्रीला काही सूचना करून, पेपर चांगला लिही वगैरे सांगून ती निघणार तितक्यात आदल्या दिवशी मुक्ता आत्याचा फोन येऊन गेल्याचं श्रीनं तिला सांगितलं. तेवढ्यात मुक्ताचा पुन्हा फोन आला. सहजच केला होता तिने, सुटीत कायकाय बेत आहे ते विचारायला.

मुक्ता टिळक ही त्याची सख्खी मामेबहीण, राहायची नाशिकला. अधेमध्ये खुशालीचा फोन असायचा तिचा, तसाच त्याही दिवशी आलेला. हॉस्पिटलमध्ये जाण्यासाठी न्यायची पिशवी हातात घेऊनच ती फोनवर बोलत होती. त्याला दवाखान्यात नेलंय, त्याचा इत्थंभूत अहवाल तिने मुक्ताला सादर केला. मुक्ताला आश्चर्य वाटलं. ती एकदम गप्प झाली.

मात्र पुढच्याच क्षणी स्वत:ला सावरून ती लगेच म्हणाली, "अण्णा मामाला सांगू का? तो काही डॉक्टरांना सांगून वैयक्तिक लक्ष घालायला सांगेल."

अण्णामामा म्हणजे डॉ. रजनीकांत कोल्हटकर – मुक्ताचे मामा. वीस-पंचवीस वर्षांपूर्वी मिशन हॉस्पिटलचे डायरेक्टर म्हणून ते नावाजलेले होते.

ती मुक्ताला म्हणाली, "आत्ता तसं म्हटलं तर सगळे डॉक्टर्स मनापासून लक्ष देताहेत; पण बघ, काय करायचं ते तुझं तू ठरव."

तिला अशा चर्चेमध्ये रस नव्हता किंवा अशा काही गोष्टी करण्याची काही गरज वाटत नव्हती. तसे सगळे डॉक्टर्स तत्पर होतेच!

त्यानंतर घाईघाईनं ती दवाखान्यात आली. कणादकडे त्याची सगळी आवश्यक ती चौकशी केली, विशेषत: कॅथेटरवाटे येणाऱ्या रक्ताच्या थेंबांची. तूर्त ते थांबलेले होते. कणाद घरी गेला. ती आत आली. कॅथेटर तिने लक्षपूर्वक पाहिला. त्या नळीला वरून खालपर्यंत लाल रंगाचा द्राव असल्यासारखं तिला दिसलं. ती लगेच डॉ. जयकडे आली.

डॉ. जयनी सांगितलं की, एखादी रक्ताची गुठळी दोऱ्यासारखी असते आणि लांबत जाते. फारसं काही गंभीर नाहीये. तिचं समाधान होत नव्हतं, पण त्या विषयात अनभिज्ञ असल्यामुळे तिला गप्प बसण्याखेरीज इलाज नव्हता.

कॅथेटरचा विषय बाजूला टाकून ती त्याच्याकडे आली. त्याने पुन:पुन्हा स्वत:चे

डोळे डाव्या कोपऱ्यात नेऊन तिचं लक्ष मशिनकडे नेण्याचा प्रयत्न केला. सरतेशेवटी तिच्या लक्षात आलं – तो मशिनकडे निर्देश करतो आहे. तिने पाहिलं, तसं तिला फारसं काही वेगळं कळलं नाही. त्याने तिला नेमकं काय ते सांगायचा खूप प्रयत्न केला. पण व्यर्थ!

त्याने मग नाइलाजानं नकारार्थी मान हलवली. म्हणाला, 'जाऊ दे.' तिला मशिनमधले फक्त दोन प्रकारचे आकडे माहीत होते. एक म्हणजे ऑक्सिजन सॅच्युरेशन रेट आणि ब्लडप्रेशर. ऑक्सिजन रेट असायचा साधारण ९५ ते ९९ आणि ब्लडप्रेशर ९० - १५० ते कधीकधी ९५/१०० - १८०. बाकी आणखीही काही आकडे होते, पण तिला त्याबद्दल काही माहिती नव्हतं.

कणाद आल्यावर तिने त्याला विचारलं, ''बाबा मला सारखं त्या व्हेंटिलेटरबद्दल काहीतरी सांगायचा प्रयत्न करतोय, पण मला काही ते समजत नाहीये.''

कणाद हसला आणि म्हणाला, ''अगं, त्या मशिनवर नीट बघ. तिसऱ्या ओळीत. तिथे तुला एक आकडा दिसेल. आत्ता तो अठरा आहे. कालपर्यंत तो वीस होता. आपण दर मिनिटाला साधारण नॉर्मल परिस्थितीत बारा वेळा श्वास घेतो. काही जण सोळा किंवा अठरा वेळाही घेतात. मशिन त्याला कालपर्यंत मिनिटाला वीस वेळा श्वास देत होतं. आता ते अठरावर सेट केलंय. दोन दिवसांनी सोळा मग चौदा - बारा - दहा - आठ - सहा - चार - दोन मग शून्य! म्हणजे अशा पद्धतीनं हळूहळू त्याचं मशिन बंद करून त्याला स्वतःला श्वास घ्यायला लावणार ते. एव्हाना जी बी सिंड्रोमचाही अंमल संपला असणार. या आकड्याच्या शेजारी जो आकडा आहे, तो मिनिटागणिक नाडीचे ठोके दाखवणारा.''

ते ऐकून तिला काहीही व्यक्त करावंसं वाटलं नाही. म्हणजे अशा प्रकारची ऊर्मी व्यक्त करणं, हेच मुळी ती विसरून गेली होती. ''हो का?'' असं म्हणून ती आपल्याच विचारात गढून गेली. कशाला ती स्वप्नं बघायचीन् नंतर मोडायची! त्यापेक्षा जे होईल ते शांतपणे पाहत राहावं. ती आत आली.

तिने ते सगळे आकडे पाहिले. पल्सरेट ११०, श्वासोच्छ्वास १८, ऑक्सिजन सॅच्युरेशन रेट ९६, ब्लडप्रेशर ९५ - १६०. मशिनबद्दल तिला जे काय समजलं ते तिने त्यालाही सांगितलं. त्याच्या चेहऱ्यावर तिला एक प्रकारची खुशी दिसली. दोन्ही गोष्टींबद्दल – तिला मशिनबद्दल समजलं त्याची आणि मशिनवरचा आकडा सेट करून खाली आणल्याची.

''तुला काही फरक जाणवतोय का? आता तुला स्वतःहून श्वास घेता येतोय का?'' तिने त्याला सहजच विचारावं तसं विचारलं.

त्याने खुणेनंच सांगितलं, ''त्याला काहीही फरक जाणवत नाहीये.''

ती बाहेर आली. घड्याळात वेळ लावून तिने तिचे श्वास मोजले; तेरा होते. मग

नाडीचे ठोके मोजले; ते होते साठ. मग पुन्हा तेच. तोच एक खेळ. भिंतीला डोकं टेकून, डोळे मिटून ती स्वस्थ बसून राहिली. गेले चार दिवस ती सर्रास सारा दिवस त्या खोलीत एका कोपऱ्यात बसून राहायची. बसून दमली, तर तिथेच लवंडायची.

माधुरीने तिला एक चटईही आणून दिली होती. पाहिजे तेवढी सोडता यायची नि नको तेव्हा गुंडाळून ठेवायला सोपी. रात्री त्याच जागेवर कणाद झोपायचा. सकाळी त्याचं अंथरूण गुंडाळून ती तिथे बसायची. त्या दिवशी सकाळी ती आली तर तिची चटईन् ते सगळंच अंथरूण चौगुले रुग्णाच्या पत्नीने बाजूला, खोलीच्या मध्यभागी सरकवून ठेवलं होतं. कोपऱ्याची सवय झाली असल्याकारणाने तिला सुरुवातीला ते जरा विचित्र वाटलं, पण नंतर त्याही जागेची सवय झाली.

चौगुलेंचा खटला फार मोठा होता. त्यांची पत्नी, तिचे भाऊ-भावजय, चौगुलेंचे भाऊ-भावजय, शिवाय त्यांची मुलं, मुलगी, जावई इत्यादी.

चौगुलेंच्या पत्नी आणि त्यांच्या परिवारातल्या इतर काही बायका सतत त्यांच्या वह्या घेऊन 'श्री स्वामी समर्थ' चा अखंड जप लिहीत बसायच्या.

त्यांचा मुलगा– जो तिचा जुना विद्यार्थी होता, तो सीसीयूच्या मोठ्या दरवाज्यासमोरच्या बाजूला एक खांब होता त्याला टेकून अखंड काही स्तोत्रं म्हणत उभा असायचा. त्यांना बहुधा चौगुलेंच्या आजाराचं गांभीर्य समजून चुकलं असावं. पण मृत्यू समोर दारात उभा असला, तरी त्याचा स्वीकार सहजासहजी करणं इतकं का सोपं असतं? त्यांनाही चौगुलेंच्या जीवनाबद्दल प्रचंड आशा होतीच.

पलीकडच्या कोपऱ्यात रुग्णबाईंच्या मुली आणि सगळा धंदापाणी सोडून बसलेले त्यांचे पती रोज सकाळी डॉ. ससे येण्याची वाट पाहत बसायचे. डॉ. ससे काहीतरी वेगळं सांगतील अशी आशा त्यांना रोज वाटायची आणि डॉ. ससे काहीही न बोलता निघून जायचे.

ती जेव्हा तिथे ढिम्मपणे बसून राहिलेली असायची तेव्हा हे सर्व लोक तिच्याशी काहीबाही बोलायचा प्रयत्न करायचे. त्या मुली मधूनमधून त्यांच्या आईचा आजार विसरून इतरांच्या दुःखात सहभागी व्हायच्या. ती त्या सगळ्यांकडे भकास नजरेने पाहत बसलेली असायची. ती स्वतःहून कोणाशीही बोलायची नाही. एरव्ही ती बडबडी म्हणूनच प्रसिद्ध होती.

येणारे सर्व लोक तिच्या नवऱ्याला नेमकं काय झालंय ते तिला विचारायचे. ती विचारल्या प्रश्नाला जेवढ्यास तेवढं उत्तर द्यायची आणि पुन्हा गप्प बसायची. त्यांना उत्तरं देण्यात तिला स्वारस्य नसायचं, असं नाही. उत्तरं देण्यासाठी विचार करायला लागणारा जो स्वस्थपणा आवश्यक होता, तो तिच्याकडे सध्यातरी नव्हता. मन सारखं सैरभैर अवस्थेत!

त्या मुलींनी एव्हाना तिच्याशी बरीच मैत्री केली होती. तिच्या समोरच्या जागेत

आणखी एका रुग्णाचे नातेवाईक होते. तो रुग्णही किडनीसाठी उपचार घेत होता. चौगुलेंप्रमाणे त्यांच्याही किडनी तीन वर्षांपूर्वी निकामी झाल्या होत्या. ही सर्व मंडळी वेळच्या वेळी घरून डबा आला की जेवत असत. तिलाही ते जेवायचा आग्रह करीत. तिच्याजवळ तिचा डबा असेच की!

सकाळी घरून निघताना एका डब्यात एका चपातीचे तुकडे करून त्याच्यावर दूध-साखर किंवा आमटी ओतून आणून ती ठेवायची, काहीतरी घशाखाली ढकलावं म्हणून. कधीतरी भूक लागली की डबा उघडायचा, चार-पाच घास खायचे. घास घशाखाली गेले न गेले तोच त्याचा चेहरा आठवला की, तिला हतबल झाल्यासारखं वाटायचं. त्याच्या सगळ्या नळ्या आठवायच्या आणि तोंडातला घास तोंडातल्या तोंडातच फिरत राहायचा. मग ती डबा बंद करून ठेवायची. दिवसभर असंच चालायचं.

आताशा संध्याकाळी कोणी ना कोणी तरी यायचं.

काहीकाही नेम ठरलेले असायचे – सकाळी डॉ. रुकडीकरांची व्हिजिट, साडेनऊच्या सुमाराला मालतीबाई किर्लोस्करांचा फोन, संध्याकाळी प्रतिमा आणि अविनाश सप्रे.

प्रत्येकाच्या प्रेमळ आधाराची रीत वेगळी नि गरजही वेगवेगळी!

प्रतिमा कधीकधी मन मोकळं करायला म्हणून रात्री तिला त्यांच्या घरी बोलवायची. दोघी शेजारीच राहायच्या. कधी ती जायची तर कधी दमलेली असल्यानं नाही जायची.

आपलं दुःख तरी किती आणि कोणाला सांगावं? मालतीबाई तर एकाच बाजूने भरभरून भिजल्या आवाजात आधार द्यायच्या. त्यांना दोन्ही कानांनी ऐकू यायचं नाही. कानांना ऐकण्याचं मशिनही लावलेलं नसायचं. त्यांचं सगळं बोलून झाल्यावर त्यांची हाउसकीपर फोन घ्यायची आणि मालतीबाईंनी तिला विचारलेल्या प्रश्नांना तिने दिलेली उत्तरं ऐकून ठेवायची.

प्रतिमा आणि अविनाश नजरेनंच आणि तिला हव्या असलेल्याच दोनचार शब्दांनी तिला आधार द्यायचे. कितीतरी दिवस तिने या सगळ्या काड्यांचे आधार शोधत घालवले.

***

अठ्ठावीस मार्च, बुधवार. तिथे येऊन तीन आठवडे झाले होते. मंगळवारी छातीचे एक्सरे काढून फुप्फुसांमध्ये सुधारणा झाल्यायत की नाही ते पाहिलं होतं. फुप्फुसं बऱ्याच अंशी सुधारलेली दिसत होती.

मशिनवर वीसऐवजी अठरा असा श्वास घेण्यासाठीचा आकडा सेट केला होता, तरी संपूर्ण श्वासोच्छ्वास कृत्रिमच होता. शिवाय रोज काहीतरी नवीनच उपटायचं.

आशा-निराशेच्या खोखोच्या खेळात ती अडकून बसलेली. तारीख-वार-महिना कशाचा कशाला मेळच नव्हता.

सकाळीच प्रतिमाचा फोन आला होता. तिला नीता गद्रेचा फोन येऊन गेल्याचं सांगण्यासाठी. सात ते आठ महिन्यांनंतर नीता प्रथमच स्वत:हून आधाराशिवाय जिना उतरून रस्त्यावर चक्कर मारून आली होती. तशी ती घरातल्या घरात हिंडूफिरू लागली होती, पण सुरुवातीला वॉकर आणि नंतर काठीच्या आधाराने.

तिने लगेच नीताला फोन लावला. समुद्रात बुडताना लांब, दूरवर जरी कुठे काडीचा आधार दिसला तरी त्यासाठी धडपडावं, तसं झालं तिचं!

नीता भरभरून बोलत होती, ''काहीही काळजी करू नकोस. मी बघ, आता पूर्ण बरी झालीये. थोडं धीरानं घे. त्यांना काहीही इन्फेक्शन मात्र होणार नाही, याची काळजी घे. मला बरं होताहोता न्युमोनिया झाला होता. ते फार भयानक असतं; पण ते नक्की संपूर्ण बरे होणारच!''

शेवटचं वाक्य तिच्या कानाभोवती लयीत फिरत राहिलं. 'ते नक्की संपूर्ण बरे होणारच' या वाक्यातला प्रत्येक शब्द तिच्यासाठी फार महत्त्वाचा होता.

गेल्या दोन-चार दिवसांपासून त्याला व्यायाम देत असताना तिच्या हातांना त्याच्या हातापायांचा जोर जाणवत होता. तिला त्या क्षणी जणू त्याचे हात आणि पाय तिच्या हातातच आहेत असं जाणवलं.

दहाच्या सुमाराला डॉ. मिलिंद गोसावी येऊन गेले.

आत जाता-जाताच ते म्हणाले, ''आपण आज गळ्यापाशी व्हेंटिलेटरसाठी घातलेली प्लॅस्टिकची नळी बदलून स्टीलची नळी टाकू.''

व्हेंटिलेटरचा मोठा पाइप जेव्हा गळ्याच्या छिद्राला जोडतात तेव्हा सुरुवातीला छिद्रापाशी प्लॅस्टिकची नळी असते. ती नळी स्वच्छ करायला अवघड असते. स्टीलच्या नळीमुळे इन्फेक्शन होण्याची शक्यता कमी होते. त्यांनी येताना आवश्यक ती सामग्री आणलेली होती. त्यांचे मदतनीस बरोबर होतेच. तिला त्यांनी बाहेर थांबायला सांगितलं.

पुन्हा रक्तस्राव होणार किंवा काय याचा तिला घोर लागून राहिला होता; पण डॉ. गोसावी लगेचच बाहेर आले. तिला वाटलं की, त्यांचं काम पटकन झालं असेल; पण तसं नव्हतं.

डॉक्टर म्हणाले, ''इतक्यात घाई करायला नको. आत्ता जरा रिस्क आहे. बाकी सर्व ठीक आहे. त्यांना थोडेथोडे पातळ पदार्थ तोंडावाटे द्यायला हरकत नाही. मात्र थोडंथोडं द्यावं लागेल.'' म्हणजे त्यांनी त्याला ती स्टीलची नळी घातलीच नव्हती.

त्यांना ती तशी घालणं अवघड झालं होतं. निर्माण झालेला कुठलाही अडथळा तिच्या विचारांना दूरवर घेऊन जायचा. तिचं मन नुसतं थरथरायचं!

कणाद एव्हाना आलेला होताच. त्याला पोटात थोडेसे पातळ पदार्थ द्यायला सांगितल्यामुळे कणाद जरा आनंदल्यासारखा दिसला. तिने कणादला त्याच्यासाठी शहाळं आणायला सांगितलं. कणाद ते घेऊन आला. कणादने ते स्ट्रॉ घालून आणलं होतं, पण तो पिणार कसं? तिने ते वाटीत ओतून घेतलं. छोट्या चमच्यानं चमचाभर त्याच्या तोंडात दिलं.

एक-एक चमचा पाणी जसंजसं त्याच्या पोटात जात होतं तसतसा तिचा जीव हलका होत होता. सहा-सात चमचे पाणी पोटात गेलं अन् तो बस म्हणाला. समाधान पावला. त्याच्या चेहऱ्यावरचं समाधान पाहताना त्याचा चेहरा तिच्या डोळ्यांतल्या पाण्याने अस्पष्ट होत गेला.

तिच्या डोक्यात एकदम काहूर माजलं. त्याला पोटात पातळ पदार्थ द्यायचे होते. मग काय द्यावं, कसं द्यावं, किती द्यावं? तिने कणादला घाईनं बोलावून घेतलं. तोपर्यंत डॉ. डेव्हिडही येऊन गेले. तेही थोडं तणावमुक्त स्वरात म्हणाले म्हणजे तिला तितकंच जाणवलं – "त्यांना आता थोडंथोडं लिक्विड डायट द्या. पाहा, ते कसा रिस्पॉन्स देतात ते. ठसका मात्र लागता कामा नये."

ती एकदम हुरहुरूनच गेली. तोपर्यंत कणाद आलाच. कणादच्या हातात औषधांची चिठ्ठी देऊन डॉ. गोसावी आणि डॉ. डेव्हिड कायकाय म्हणाले ते तिने त्याला इत्थंभूत सांगितलं. कणादचाही चेहरा उजळून निघाला. ती पळतपळत पुन्हा आत आली. तिच्या लक्षात आलं की, ज्याला खायला द्यायचंय त्यालाच तर विचारलं नाही. तिने त्याला विचारलं.

तो म्हणाला "सूप."

"बस! इतकंच?" पण तरीही ती मनोमन सुखावलीच.

ती निघतानिघता डॉ. रुकडीकरही आले. त्यांना सांगताना तिचा मोकळा आवाज तिला लपवता आला नाही. डॉ. रुकडीकरांना आनंद झाल्याचे जाणवले.

ते म्हणाले, "प्रोटीन्स हवीत भरपूर. पालक, डाळी, हवं तर मटणसूपसुद्धा. मी सांगतो मेरीला असंच काहीतरी आणायला."

मटणसूप म्हटल्यावर तिचे नि कणादचे डोळे चमकले. ती तर त्याची आवडती गोष्ट होती. ती पुन्हा आत गेली त्याला विचारायला – "मटणसूप आणू का?" तो जोरजोरात मान हलवून होच म्हणाला.

कणादला तिथे थांबायला सांगून ती बाहेर पडली, भाजी-बाजारात जाण्यासाठी. घरात काय आहेन् काय नाही, तिला काहीच ठाऊक नव्हतं.

तिने भराभर खरेदी केली. पालक, मोडाची कडधान्यं, कांदे, टोमॅटो, बटाटे, बीट,

बीटाचा पाला... पिशवी भरली तशी ती निघाली. बाहेर येऊन तिने थोडी सफरचंदंही घेतली. उन्हाचा कडाका जाणवत असूनही त्याकडे तिने लक्ष दिलं नाही.

घरी आली. श्री तिच्या परीक्षेच्या नादात गर्क होती. त्या दिवशी तिचा शेवटचा पेपर होता.

तिच्याशी काहीबाही बोलत तिने भर्रकन मूठभर डाळ घालून पालकसूप बनवलं, गाळलं, थर्मासमध्ये भरलं. सफरचंदाचा ज्यूस बनवला, गाळला, तोही दुसऱ्या थर्मासमधे भरला. मोडाची कडधान्यं शिजवून त्याचं थोडं पाणी घेतलं.

तिला एकदम कृतकृत्य वाटलं. आज तो काहीतरी पोटात घेणार. हे सगळं तडीला जाणार का? एक मोठ्ठं प्रश्नचिन्ह! बारा वाजून गेले.

घाईघाईत श्रीला कसाबसा टा ऽ टा करून निघालीच ती वाऱ्याच्या वेगानं. आल्याआल्या कणादला तिने घरी जायला सांगितलं, श्रीसाठी.

दोनच मिनिटं, अगदी दोनच मिनिटं ती आतल्या खोलीतल्या भिंतीला टेकली. खोलीतले सगळे लोक टकामका तिच्याकडे पाहत होते. कोणतीही संशयास्पद हालचाल झाली की, अमुक-तमुकचा पेशंट मेलाच की काय असं त्यांना वाटायचं असतं. वाटायचं म्हणण्यापेक्षा काहीतरी वेगळं घडणार याचा त्यांना विरंगुळा वाटत असणार.

ती तिथून उठली. थर्मास, वाटी आणि चमचा घेऊन आत गेली. तीन किंवा फारतर चार चमचे सूप आणि एखाद-दुसरा चमचा पाणी! बरोब्बर तेवीस दिवस झाले होते, जिभेने अन्नाचा कण चाखून.

त्यानं तोंड वाकडं केलं; ठसका लागला; ती थांबली. काळजीचं सावट आलं जणू! सिस्टर आली. तिने सक्शननं त्याचा कफ काढून साफ केलं. तिने पुन्हा त्याला आणखी सूप घेण्याबद्दल विचारलं. तो थकलेला होता; नको म्हणाला. जड पावलांनी थर्मास, वाटी आणि चमचा घेऊन ती बाहेर आली.

तिथल्या सगळ्यांना काय झालं याची उत्सुकता होती. तिने दोनच वाक्यांत तो विषय संपवला. चौगुलेंची पत्नी आणि त्यांच्यापैकी इतर कोणीतरी त्याला काय झालंय याबद्दल सविस्तरपणे तिला विचारत होते.

तिने त्यांना उत्तरं देणं टाळलं नाही, पण तुटकपणा जाणवेल इतपत उत्तरं देऊन तिने चटईची गुंडाळी सोडली नि त्याच्यावर पाय मुडपून लवंडली. डोळ्यांच्या कडांमधून पाणी झिरपत राहिलं. तिने हाताचं कोपर कपाळावर टेकवून डोळे मिटले.

झोप कुठं येतेय? दहा-पंधरा मिनिटांत उठली; आत गेली. त्याला झोप लागली होती.

सिस्टरकडे डोळेझाक करीत ती तिथेच लोचटपणे उभी राहिली. तिथे तिला किंवा कोणाच्याही नातेवाइकांना बसायला खुर्चीची सोय नव्हती. कोणी तिला तिथून

बाहेर जायला सांगू नये म्हणून ती हळूहळू त्याचे हातपाय दाबत राहिली. जरा वेळानं त्याला जाग आली.

"सूप घेणार का?"

असं विचारून त्याच्या उत्तराची वाटही न पाहता- "आणतेच थांब" असं म्हणून तिने बाहेर येऊन पुन्हा तो थर्मास, वाटी, चमचा सगळं आणलं.

ठसका लागू नये म्हणून फक्त दोनच चमचे सूप, तेही एका वेळी अर्धाअर्धा चमचा असं त्याला दिलं. भयंकर काळजीनं! त्याला ठसका लागू नये म्हणून प्रार्थना करीत राहिली. किती चमचे सूप पोटात गेलं असेल त्याचा मनात हिशेब करीत बसली.

डॉ. मेरीनं पातळसर वाटेल असं पुडिंग पाठवलं. त्याने उगाचच नावापुरता एक चमचा तोंडाला लावला. त्यातलंही पाव चमचा गळ्याच्या छिद्रातून बाहेर आलं. डॉ. डेव्हिड म्हणाले होते की, त्याला कोणत्याही स्वरूपातलं कच्चं किंवा हाफबॉइल्ड अंडं दिलं तरी चालेल.

काही का असेना, त्या दिवशी थोडं पालक सूप आणि थोडा सफरचंदाचा ज्यूस, सगळं मिळून अर्धी वाटी इतका आहार त्याच्या पोटात गेला.

पुन:पुन्हा ती थर्मास, वाटी आणि चमचा घेऊन आत जायची नि लगेच परत यायची. परत आली की, त्या खोलीतल्या सर्वांचे डोळे तिच्यावर रोखलेले असायचे.

त्यात एक प्रश्न असायचा. "काय? काही घेतलं का पोटात?"

त्या विचारण्यात काही वावगं नव्हतं, पण त्या प्रश्नाला सामोरं जायला ती घाबरायची. जी बी सिंड्रोमबद्दल कोणालाच काही माहीत नसायचं. त्यामुळे त्याबद्दल सांगायचं, तर फार शब्द खर्च करायला लागायचे.

तिला सारखं त्या आजाराबद्दल सांगणं नकोसं वाटायचं. सांगतेवेळी डोळ्यांत पाणी येणारच नाही, याची खात्रीही वाटायची नाही. ती त्यांना टाळायची. त्यांच्याकडे न बघता आपल्या चटईवर बसून राहायची.

संध्याकाळी कणाद आला. फ्रेश दिसत होता. फार दिवसांनी स्वच्छ दाढी करून आला होता.

"बाबानं घेतलं का काही पोटात?"

"घेतलंय. पण एका वेळी फारसं जात नाहीये पोटात. ठसका लागतोय. मग तो कंटाळतो."

कणाद आत जाऊन आला. कणादने येताना लाल उकड्या तांदळाच्या भाताचं पाणी आणलं होतं. ते त्याला फार आवडायचं.

कणादनंच त्याला ते द्यायचा प्रयत्न केला. किमान सहा-सात चमचे तरी ते पाणी त्याच्या पोटात गेलं. त्यानंतर पुन्हा शहाळं! मनात धाकधूक, डोक्यात बधिरता, दिशा हरवून गेलेले भकास विचार!!

तीन आठवड्यांच्या उपासानंतर शिजवलेल्या अन्नाचं अर्धी-पाऊण वाटी पाणी. खाण्यावर अतोनात प्रेम करणारा, स्वत: आवडीने स्वयंपाक करून लोकांना भरभरून खायला घालणारा हा माणूस; आज त्याने एक चमचा पाणी प्यायल्याचं केवढं अप्रूप वाटलं त्याच्या बायकोला नि मुलाला!

कणादची तीन आठवड्यांची सुटी संपत आली होती. त्याचा पुढचा काय प्लॅन आहे, याचा ती अंदाज घेत होती. त्याला आणखी महिनाभर सुटी मिळत होती, पण ती केव्हा घ्यावी, हे त्यांना कळत नव्हतं.

वस्तुस्थिती प्रामाणिकपणे स्वीकारायची, तर त्याचं हॉस्पिटलमध्ये राहणं आणखी महिनाभरही लांबू शकत होतं. त्याच्या हातपायांच्या हालचालीत बरीच सुधारणा जाणवत होती. स्वत:हून नव्हे, पण आधार दिला तर हात वर उचलणे, वर उचललेला हात किंवा पाय खाली आणणे इत्यादी तरीसुद्धा त्यानंतर सहा की सात की आठ महिने... कोण जाणे किती दिवस लागणार होते! याचाही विचार त्यांना करायला लागणार होता. घरी गेल्यावरसुद्धा त्याला स्वावलंबी व्हायला बरेच दिवस लागणार होते.

नीता गद्रेचं ताजं उदाहरण डोळ्यांसमोर होतं. इंटरनेटद्वारे संकेतस्थळांवरून मिळालेल्या माहितीचा सारांश काही वेगळा नव्हता.

तिने कणादला सांगितलं, ''आताशा कितीही दिवस इथलं बघायला लागलं तरी माझी पुरेशी मानसिक तयारी झालेली आहे. इथे काय डॉक्टर्स नि सिस्टर्स आहेत. खरी गरज आहे ती त्याला डिस्चार्ज मिळून आपण घरी गेल्यानंतर त्याचा मूड सांभाळण्याची. त्यामुळे आताच्या ऐवजी तू नंतरच ये जास्त रजा काढून. तू इथून गेल्यानंतर लगेचच संदीपमामा आणि दीपकमामा एका पाठोपाठ येतील इथे मला मदत करायला. तू जा खुशाल नि:संकोचपणे!''

कणादने शांतपणे ऐकून घेतलं. म्हणाला, ''बघतो विचार करून.'' हे सारं बोलत असताना तिला वाटत होतं की, घरी जायचा दिवस जवळच येऊन ठेपलेला आहे.

तिने संदीपला फोन लावला, तो एक तारखेच्या सुमाराला येतोय किंवा काय ते विचारायला. संदीप – तिचा पाठचा भाऊ, जो पनवेलला राहायचा, तिचा एकेकाळचा जीवश्चकंठश्च मित्र. संदीपला जेव्हा त्याचा हा आजार कळला आणि 'येऊ का' असं विचारायला त्याने तिला फोन लावला तेव्हा ती त्याला नको नकोच म्हणाली.

ती म्हणाली होती, ''संदीप, आत्ता येऊ नकोस. आत्ता इथे मी आणि कणाद आहोत सगळं करायला. गरज लागली की मी तुला बोलावीनच.''

''छे, छे! मी आत्ता भावजींसाठी म्हणत नाहीये. त्यांना बघायला असणार

शंभरावर डॉक्टर्स. तुझं काय ते बोल. तुझं काय चाललंय? मी येणार आत्ता, ते तुला भेटायला. तुझ्या जेवणा-खाण्याचं कोण बघणार? तू ठीक आहेस का? मला तुझी काळजी जास्त वाटतेय.''

''मला काय धाड भरलीये? माझं सगळं चाललंय व्यवस्थित. कणाद आणि श्री आहेतच. शिवाय प्रतिमा, तीही खूपच मदत करते.''

अवसान आणल्यागत त्या वेळी ती त्याला हे सगळं बोलली खरी; पण तिचा आवाज कापरा झालेला होता. भाऊ खंबीरपणे पाठीशी आहे, याचंही थोडं का होईना बरं वाटलं होतंच!

रात्री आठ वाजता श्री आली नाचतनाचत, तिच्या पदवी-परीक्षेचा शेवटचा पेपर देऊन. आल्याआल्या बाबाकडे गेली.

बाबा खूश नि श्रीही खूश! म्हणाली, ''आई, आता उद्यापासून मी सगळं घरातलं बघणार. तू इथली, घराची काहीही काळजी करू नकोस.''

मुलीच्या आवाजातला आत्मविश्वास बघून तिचं काळीज हळवं झालं. 'पोरं मोठी झाली की, आपणच त्यांची पोरं होऊन जातो हेच खरं!' ती आज फार थकली होती. कणादला सांगून लवकर निघून आली घरी. कित्येक दिवसांनी इतक्या लवकर घरी आली.

घरी येऊन फार बरं वाटायचं, असंही नाही - नुसतं लवकर घरी यायचा अवकाश! घरी आलं की, पुन्हा दवाखान्यात जावंसं वाटायचं; पण आज घरी आली तोच अंथरुणात शिरून गाढ झोपून गेली.

***

पहाटे पहाटेच तिला जाग आली. या दिवसांत कोकिळेचं साडेतीन-पावणेचारच्या सुमारालाच साद घालणं सुरू होतं. मन:स्थिती चांगली नसेल, तर तिची काव्यात्मक साद ओरडणं वाटायला लागतं. तिला तशी कोकिळेच्या ओरडण्यानं जाग आली. घड्याळात पाहिलं, तर जेमतेम पावणेचार वाजले होते. तिच्या चाहुलीनं सासूबाईही उठल्या. तिने उठून दोघींसाठी चहा केला.

पुढं काय करावं ते तिला सुचेना. कामं तर मुबलक होती. एका कुकरमध्ये लाल उकडा तांदूळ तर दुसऱ्या कुकरमधे एकत्र केलेल्या चार-पाच डाळी तिने शिजवायला ठेवल्या. त्यांचं पाणी तिला न्यायचं होतं. आजचा दिवस तिने प्लॅन केला – 'भात, डाळी, भाज्या यांचं पाणी, शहाळं, एखादा ज्यूस, डॉक्टरांनी काल सांगितल्याप्रमाणे हाफबॉइल्ड अंडं. जमलं तर श्री आज मोकळी आहे, तर तिच्या मदतीनं मटणसूप!'

हे करताना पुढचे काही बेत करायला तिला भीती वाटायची. भीती वाटली तरी करायचं थोडंच थांबवता येणार होतं? ते तर करायला लागणारच होतं. सात वाजायच्या आत ती तयार झाली. ''सावकाशीनं आलीस तरी चालेल'' असा कणादचा फोन आला, तरी ती निघाली.

एकीकडे उष्मा वाढत होता तर दुसरीकडे तिचं ते झाड हिरवंगर्द झालेलं होतं. वाटायचं, ते संपूर्ण झाडच लपेटून घ्यावं अंगाभोवती! गाडी लावून ती झरझर आत आली.

कणाद नुकताच उठून बाहेर खुर्चीवर बसला होता.

तो म्हणाला, ''रात्री झोप झालीच नाही. बाहेरच झोपावं लागलं. एका पेशंटची खूप धावपळ झाली. दोन तास झगडा चालू होता. त्यात डॉक्टर्स आणि त्या पेशंटच्या नातेवाइकांची भांडणंसुद्धा. पेशंट गेला तरी बावीस हजार रुपये बिल कसं केलंत म्हणून.''

त्याला वाचवायचे प्रयत्न का केलेत? म्हणून नाही कोणी विचारलं. असंच असतं. यालाच म्हणतात जनरीत. या गावात इतर कोणत्याही दवाखान्यात पेशंट मरण्याची शक्यता असेल तर आणि डॉक्टरची वैयक्तिक ओळख नसेल तर मरणाऱ्या पेशंटला तो मरणारच म्हणून कोणीही डॉक्टर ॲडमिट करून घ्यायला तयार नसतात, असं तिथे येणारे बरेच जण म्हणायचे.

मिशन हॉस्पिटलमध्ये तसं नव्हतं. मरणाऱ्या पेशंटला, मग तो कोणी का असेना, त्याला वाचवायचा शर्थीनं प्रयत्न केला जायचा. निदान तिला तरी तसा अनुभव आलेला होता. पेशंट वाचला तर डॉक्टर परमेश्वर, नाहीतर लबाड-लुटारू!

अशा प्रत्येक प्रसंगात स्वत:ला ठेवून बघण्याची तिला सवयच जडली होती. या वेळी तसंच झालं; अंग शहारलं. विचार पार झटकून टाकला. 'जे नाही त्याबद्दल विचारच कशाला करावा?'

मृत्यू हा काही दर वेळी कोणतं कारणच घेऊन येतो असं नाही. त्याची वेळ झाली की मग कर्तव्य म्हणून त्याला यावंच लागतं. त्याच्या दरबारी वयाचे हिशेब मांडले जात नसावेत किंवा जन्म म्हणजे आनंद आणि मृत्यू म्हणजे दु:ख असंही काही त्याचं गणित नसावं. त्याचं वैशिष्ट्य म्हणजे निश्चितता. जन्म निश्चित नसतो पण मृत्यू निश्चित आणि अटळ असतो.

तिला वाटायचं, आपण त्या सगळ्या मृत्यूकडे त्रयस्थपणे पाहतोय, मात्र प्रत्यक्षात तसं नक्कीच नव्हतं. ती इथे आल्यापासून एक-दोन दिवसांच्या अंतराने कित्येक रुग्णांचे मृत्यू तिने पाहिले होते. त्यांच्या नातेवाइकांचे जीवघेणे आक्रोश पाहिले होते.

कित्येकदा तिचा आवाज दुखरा बनून घशातच अडकला होता आणि जवळजवळ

प्रत्येक वेळी तिने स्वत:ला त्या नातेवाइकांच्या गोतावळ्यात ठेवून पाहिलं होतं. त्रयस्थ होणं तर दूरचीच आणि अवघड बात!

ती आत जाऊन त्याला भेटून आली.

त्याचा चेहरा पाहिला – शांत, स्मितचित्त. तिने त्याला हाफबॉइल्ड अंडं दिलं. गळ्याच्या छिद्रातून थोडं बाहेर आलं; पण पोटात जितकं गेलं ते बाहेर पडलेल्या अन्नाच्या अवशेषांपेक्षा जास्त होतं. तिला आता असेच पोटात गेलेल्या अन्नाच्या कणाकणाचे हिशेब ठेवायचे होते.

अर्ध्या-अर्ध्या तासाने ती आत जायची आणि दोन-दोन चमचे पातळ अन्न त्याला देऊन यायची. मिशन हॉस्पिटलमध्येच डॉ. शैलजा जेकब या डायटिशिअन डिपार्टमेंटच्या प्रमुखपदी होत्या. डॉ. रुकडीकरांनी त्यांची आणि तिची ओळख करून दिली. नळीवाटे जे पातळ अन्नपदार्थ द्यावयाचे असतात त्याचा त्यांनी एक फॉर्म्युला बनवून सर्व धान्य, डाळी, आणि सोयाबीन या घटक अन्नपदार्थांचे पीठ बनविले होते. डॉ. रुकडीकरांचं म्हणणं होतं की, त्यांनी ठरविलेल्या प्रमाणात त्या पिठातले अन्नपदार्थ त्याच्या पोटात जायला हवेत व त्यासाठी आपण प्रयत्न करायला हवा.

त्या दिवशी वेळ काढून ती डॉ. शैलजाला भेटून आली. डॉ. शैलजा आणि तिची पूर्वीची ओळख निघाली. डॉ. शैलजाला एकदा एका पुस्तकाचं भाषांतर करायचं होतं तेव्हा डॉ. रुकडीकरांच्या मार्फत त्याने ते करून दिलं होतं. ते आत्ता डॉ. शैलजाला आठवलं. त्याच्या आजारपणाविषयी ऐकून तिने हळहळही व्यक्त केली. इतकंच नाही तर डॉ. शैलजाच्या आई मिसेस रणभिसे आणि तिच्या सासूबाईही एकमेकींना पूर्वीपासून ओळखत होत्या. डॉ. शैलजाकडून तिने ते पीठ तर घेतलंच, शिवाय जेकब दांपत्याने त्यांच्यासाठी चर्चमधे प्रार्थना करण्याचं कबूल करून तिला दिलासाही दिला.

डॉ. डेव्हिड येऊन गेले. आताशा ते पूर्वीपेक्षा थोडंसं जास्त बोलत.

ते म्हणाले, ''आता सगळं ठीक आहे. व्हेंटिलेटरच्या बदललेल्या सेटिंगला ते आता व्यवस्थित प्रतिसाद देताहेत. पाहूयात, पुढं कायकाय होतंय ते. कारण आता मात्र पोटात अन्न जाणं हे एक मुख्य काम राहिलेलं आहे.''

डॉक्टरांच्या या आशादायी संभाषणानंतर तिला काही प्रश्न विचारावेसे वाटले.

''गेले दोन-तीन दिवस ते कॅथेटर काढण्याबद्दल फार वेळा सांगताहेत, कारण त्यांना सारखी लघवी तुंबलीये की काय अशी भावना होते. आपण पाहूयात का एकदा तो काढून. कदाचित त्यांचे लघवी करण्याचं काम करणारे स्नायू आता पूर्ववत दुरुस्तही झाले असतील. त्यांना आता कॅथेटरचा फार त्रास वाटतो.''

तिच्या या बोलण्याने डॉ. डेव्हिड थोडेसे गोंधळले. त्यांच्या त्या गोंधळण्याचं कारण तिला कळेना.

ते म्हणाले, ''बघू डॉ. मिरजकर काय म्हणताहेत ते. कारण त्यांना युरिनमधून थोडे थोडे ब्लडस्टेन्स पास होताहेत, त्याचं अजून निश्चित कारण कळलेलं नाही. डॉ. मिरजकरांनी इरिगेट (कॅथेटरमधून इंजेक्शनच्या मोठ्या सीरिंजनं निर्जंतुक केलेलं साधं पाणी मूत्राशयात ढकलायचं आणि पुन्हा जोरात ते बाहेर खेचून घ्यायचं, ही प्रक्रिया फारच वेदनादायी होती.) करून आतल्या रक्ताच्या गाठी बाहेर काढायला सांगितलंय. वेगवेगळ्या टेस्ट्स चालू आहेत. काही जणांना कॅथेटरचा जास्त त्रास होण्याचा संभव असतो; पण यांच्या बाबतीत गोष्ट थोडी वेगळी आहे, कारण त्यांना मागे दोन-तीनदा फार रक्तस्राव झालेला आहे. त्यामुळे अधिक काळजी घ्यायला हवी. युरिनमधे ब्लडस्टेन्स आहेत याचा अर्थ आत कुठेतरी रक्तस्राव होत असण्याचा संभव आहे.''

डॉ. आय. के. मिरजकर हे नाव तिने आतापर्यंत शंभरदा तरी ऐकलं होतं. मात्र त्यांना पाहण्याचा योग मात्र अजूनही आलेला नव्हता.

ती डॉ. डेव्हिडना अगतिकपणे म्हणाली, ''डॉक्टर, हे डॉ. मिरजकर नेमके कधी येऊन जातात ते मला समजत नाही. मी त्यांना अजूनही पाहिलेलं नाही. तुम्ही सांगताय ते येणार म्हणून! खरंच ते येणार का?''

ती एका दमात बोलून गेली. डॉक्टर नुसते हसले.

रक्तस्राव म्हटल्याबरोबर ती पार घाबरून गेली होती. ''किती दिवस चालेल हे सगळं प्रकरण? कारण आता जी बी सिंड्रोम आटोक्यात येतोय असं दिसतंय. त्यांच्या हालचाली पाहिल्या का तुम्ही आताशा? भरपूर शक्ती जाणवतेय.''

डॉ. डेव्हिडच्याबरोबर डॉ. कुलकर्णी होते.

ते म्हणाले, ''हालचालींचं ठीक आहे, पण इतर कॉम्प्लिकेशन्स आहेतच ना! त्यातलाच हा युरिनचा प्रॉब्लेम चालेल कितीही दिवस, कदाचित एक आठवडा किंवा महिना किंवा त्यापेक्षा जास्त...''

तिच्या पायातलं त्राण गेल्यासारखं झालं. डॉ. कुलकर्णींच्या चेहऱ्यावर बिनदिक्कत भाव होते. बेफिकिरी होती. हा पेशंट बरा होईल, अशी जणू त्यांना सुतराम शक्यता वाटत नव्हती. डॉ. कुलकर्णी असेच होते– विचित्र. तिला तरी त्या वेळी तसं वाटलं.

त्याच्या शेजारच्या रुग्णबाई डॉ. ससेंच्या पेशंट होत्या. डॉ. ससे परदेशी गेलेले असताना त्यांनी ती केस डॉ. कुलकर्णींच्या हवाली केली होती. त्या लोकांशी बोलताना डॉ. कुलकर्णी कधीही रुग्णाच्या नातेवाइकांच्या मनाचा विचार करीत नसत, हे तिला प्रकर्षानं जाणवायचं.

ती जरी काही निराशेच्या अंधकारात बुडाली नव्हती, तरी काहीतरी चमत्कार घडणार अशा भ्रमातही नव्हती. खूप आशा होत्या, तरी विचार केला तर समोरचं काही न दिसावं इतपत अंधार होताच. खोलीत येऊन ती भिंतीला टेकून बसली.

तिला डॉ. कैलाश आत जाताना दिसले. ते परत जाताच ती तत्परतेने आत

गेली. त्याला आधीच कळलं होतं. त्याने तोंडानेच खूण करून सांगितलं – 'सोळा' तिने मशिनकडे पाहिलं. त्यावर सोळा हा आकडा झळकत होता. अजून आठच दिवस.

त्याच्या कॉटजवळ असलेल्या दोघी सिस्टर्स त्याच्याकडे पाहून हसत होत्या. "अंकल, आता तुम्ही चालतचालत आपल्या पायाने घरी जाणार." त्याच्या चेहऱ्यावर स्वच्छ, नितळ हसू उमटलं. तिने मशिन निरखलं. हवे तेच आकडे दाखवत होतं ते मशिन. कॅथेटरच्या नळीचा आणि युरिनच्या पिशवीत साठलेल्या युरिनचा लालसर रंग मात्र तिच्या डोळ्यांत सलत होता, त्या डॉ. कुलकर्णींच्या शब्दांसमवेत.

डॉ. रुकडीकर आले. तिने त्यांना डॉ. डेव्हिड काय म्हणाले त्याचा सविस्तर वृत्तांत कथन केला. डॉ. रुकडीकर अन्न आणि जास्तीत जास्त प्रथिनं याबद्दल आग्रह धरून राहिले होते. मटणसूप त्याला आवडत असेल तर ते दे, असाही त्यांनी आग्रह धरला. डॉक्टर गेल्यानंतर ती पुन्हा आत गेली. त्याला मटणसूपबद्दल विचारलं. त्याने जोरजोरात डोकं हलवलं; हसला. त्याची एक भिवई मिश्कीलपणे उंच गेली.

जीभ लांब बाहेर काढत म्हणाला, "पांढरा रस्सा!" डोळे मिचकावून पुन्हा हसला. त्याला विनोद करण्याची ऊर्मी आली, याचाच तिला आनंद वाटला. ती बाहेर आली. तिने फोनवर श्रीला मटण कसं आणायचं नि ते शिजवून त्याचं सूप – म्हणजे मटण शिजवलेलं नुसतं पाणी आणण्याबद्दल सूचना दिल्या. कणादबरोबर येताना पाठवायला सांगितलं. कणादला निरोप दिला की, त्या दिवशीची औषधं तीच आणेल. तो सावकाश आला तरी चालेल.

आज-उद्या करताकरता कणादने रविवारी, एक तारखेला जायचं ठरवलं. त्याच दिवशी संदीप येतो म्हणाला होता. शनिवारी कणादचा त्याच्या वरिष्ठ अधिकाऱ्याशी फोन झाला होता. त्या दोघांचं बोलणं झाल्याने कणादने त्याचं जाणं थोडं लांबवायचं ठरवलं होतं.

शनिवारी व्हेंटिलेटरवरचा श्वासोच्छ्वास देणारा आकडा चौदाऐवजी एकदम बारावर निश्चित केला गेला. तिला एका बाजूने बरं वाटत होतं; पण ते बरं वाटणं व्यक्त करता येत नव्हतं. काही भावना भीतीने गोठून गेल्यासारख्या झाल्या होत्या. आनंद व्यक्त करायचं मनाचं धाडसच होत नव्हतं. आनंदाचा एक क्षण दुःखाचे सतरा फेरे आणायचा, कारण श्वास घेणं ही जरी मुख्य प्रक्रिया होती, तरी कॅथेटर आणि त्यामधून होणारा रक्तस्राव याचं काय?

त्या दिवशी दुपारी तिला डॉ. वृंदा चौधरी भेटायला आल्या होत्या. त्यांनाही तिने मनातला गोंधळ सांगितला. डॉ. कुलकर्णींच्या बोलण्याचा सारांश सांगितला. त्याही म्हणाल्या की, त्याबद्दल त्या डॉ. मिरजकरांकडे बोलतील. डॉ. कुलकर्णींचं फारसं मनावर घेऊ नका, असं सांगून त्यांनी तिची समजूत काढली. डॉ. चौधरी तिथे

बऱ्याच वर्षांपासून काम करीत असल्याने सर्व विभागांमध्ये त्यांच्या शब्दाला मान होता. शिवाय ज्येष्ठतेचा म्हणूनही एक वेगळा प्रभाव होताच!

कणादने आधी शनिवार, मग रविवार, तेही रद्द करून शेवटी मंगळवारी जायचं ठरवलं. संदीप ठरल्याप्रमाणे रविवारी पाच वाजता आला. रविवारी सकाळी सात वाजता नेहमीप्रमाणे ती दवाखान्यात आली.

कणाद घरी जायला निघाला होता. तिची भेट व्हावी म्हणून तो बाहेरच येऊन थांबला होता. तिने त्याला पाहिलं. तो असा बाहेर का येऊन थांबला होता, याचं तिला आश्चर्य वाटलं. ती त्याच्याकडे येत होती आणि कणाद समोरून तिच्याकडे येत होता. तितक्यात तिला मोठी सुमो कार आणि त्यापाठोपाठ मारुती कार भरधाव वेगानं आत येताना दिसल्या. त्यामध्ये चौगुलेंचे बरेचसे नातेवाईक होते. तिचे हातपायच गळाले. तिने तिच्या हातातली पिशवी तिथेच खाली ठेवली.

कणाद त्वरित तिथे आला. म्हणाला, "चौगुले मध्यरात्री वारले." तिला कसंसंच झालं. कणादला अमुकतमुक सांगून शिवाय त्याला लगेच घरी जाऊन मग सावकाशीनं यायला सांगून ती आत सीसीयूमधे घाईनं त्याच्यापाशी आली. त्याला शांतचित्त झोप लागली होती. ती आल्याबरोबर तो उठला. तिने त्याचे हात दाबले.

तो आपणहूनच खाणाखुणा करीत म्हणाला, "तुझ्या त्या विद्यार्थ्यांचे वडील पहाटे वारले."

त्यांच्या मृत्यूचं सावट त्याच्या चेहऱ्यावर तिला बिलकूल दिसलं नाही. मनातून त्याला वाटलं असेलच, पण त्याने दाखवलं तरी नव्हतं. मृत्यू यायचा तो येणारच. तिने त्याला अंडं, पौष्टिक पीठाची चार चमचे पातळ कांजी असा नाश्ता दिला. त्याचे हातपाय थोडे दाबून दिले.

"येते थोड्या वेळात" असं म्हणून बाहेर आली. तिला एकटीला थोडा वेळ डोळे मिटून बसायचं होतं.

खोलीतला तो समोरचा कोपरा रिकामा दिसला.

तिला वाटलं, 'पुन्हा आपली चटई तिथे सरकवावी.' पण धाडस होईना. आहे त्या जागीच ती स्वस्थ बसून राहिली. रुग्णबाईंच्या मुली तिच्याजवळ सरकल्या. हळूहळू त्या दोघी जणी चौगुलेंच्या बाबतीत कशाकशा गोष्टी घडल्या आणि शेवटी डॉक्टर शेवटपर्यंत कसे प्रयत्न करीत राहिले, याबद्दल बोलू लागल्या. ती त्या साऱ्या प्रक्रियेकडे कधीपासूनच अगदी बारकाईनं पाहत होती.

आदल्या दिवशीच डॉक्टरांनी चौगुले पेशंट औषधोपचाराला प्रतिसाद देत नसल्याचा निर्वाळा दिला होता. त्यांच्या नातेवाइकांना बोलावून घेण्यासही सांगितलं होतं. आदल्या दिवशी त्यांच्याकडे त्यांचे एक ख्रिस्ती मित्र आले होते. तिथे सर्वांमध्ये खोलीतच बसून त्यांनी परमेश्वराची प्रार्थना केली होती. त्यांचा जप, त्यांच्या

बोलण्यातले विषय, देवदेवतांकडे लावलेले कौल, मागितलेल्या पूजा-अर्चा...'आमच्या माणसाला बरं कर' म्हणून देवाला विनवण्याचे कोणतेही मार्ग त्यांनी सोडलेले नव्हते.

तिला एकदम तिच्या अहंकाराची जाणीव झाली. तीही सारखी देवाची, भले तिची देवाची व्याख्या वेगळी का असेना, प्रार्थना करीत होती की, 'चराचराला व्यापून असलेल्या हे सर्वोच्च शक्तींनो, तुम्ही त्याला बरं करा.' म्हणजे थोडक्यात की, त्याला बरं नाही केलं तर बघा मग!

त्या क्षणाला मात्र तिच्या मनात एकदम आलं की, 'देवा, माझ्या नवऱ्याला तू बरं कर' असं देवाला सांगणारी मी कोण? तो तर साऱ्या विश्वाचा अधिपती. म्हणजे या प्रार्थनेचा अर्थ असा की, मी जरी ही तुला विनवणी करीत असले तरी ती एक प्रकारची त्याला केलेली आज्ञाच आहे. अमुक करा किंवा तमुक करा असं सांगण्याचा माझा त्या शक्तींवर काहीतरी अधिकार आहे का?'

तिच्या डोळ्यासमोर सूर्यच झळाळल्यासारखं झालं. सूर्याला आपण कोण आज्ञा करणारे? या जाणीवेसरशी तिने एकदम तिची प्रार्थनाच बदलून टाकली– 'सगळ्या चराचराला व्यापून राहणाऱ्या हे सर्वोच्च शक्तींनो, तुम्ही सदैव आमच्याबरोबर असता. आमच्या सुख-दुःखात आतापर्यंत सदैवच आमच्या पाठीशी राहिला आहात. तुम्ही जे योजलं असेल ते योग्यच असेल. सगळ्या विश्वाचे तुम्ही अधिपती असल्यामुळे तुम्ही कराल ते योग्यच असेल, असा आमचा ठाम विश्वास आहे.'

तिचा अहंकार, मी, मला, माझं जणू भुईसपाट झालं. तो तसाच राहावा किंबहुना तो कधीही नसावाच, असं तिला तीव्रतेनं वाटलं; पण तो अहंकार शरीरात आणि मनात कुठेकुठे वसलाय ते आधी कळायला हवं होतं.

आदल्या दिवशी दुपारीच अचानक चौगुलेंच्या पत्नीने का कोण जाणे, एकदम एकाएकी जप करणं थांबवलं आणि त्यानंतर त्यांचा स्वत:वरचा ताबा एकदम सुटला होता. त्या एकदम ओक्साबोक्शी रडू लागल्या होत्या. त्यांची समजूत घालणाऱ्या नातेवाइकांनाही त्यांना आवरता येईना. त्यांच्या मते त्यांच्या जपात नियतीनं खंड पाडला. त्यामुळे त्यांनी पार हाय खाल्ली होती. त्या जपावर त्या संपूर्णपणे विसंबून होत्या. त्यांच्या नातेवाईक बायका 'हे असं टेन्शनमुळे होतं कधीकधी' असं त्यांना सांगत होत्या; पण कोणीही त्यांना 'जप बंद करू नका' असं काही सांगत नव्हत्या.

तिला सारखं वाटत होतं, त्यांना सांगावं की, काही असो, तुमच्या मनाला शांती मिळावी म्हणून का होईना जप चालू ठेवा, पण ती त्यांच्याशी काही बोलू शकली नाही. रात्री घरी जाताना ती त्यांच्या चेहऱ्याकडे न पाहताच घरी निघून गेली होती. आता तिला त्यांचा चेहरा सारखा डोळ्यांसमोर येऊ लागला.

चौगुलेंच्या पत्नीला पहाटेच घरी नेलं होतं; पण माघारी तिथे राहिलेली त्यांची मुलं, भाऊ आणि इतर यांचा आक्रोश तिला पाहवेना. चौगुलेंचा मृतदेह अजून ताब्यात मिळालेला नव्हता. त्यासाठी काही पूर्तता करायच्या बाकी राहिल्या होत्या. त्यांचा एक मुलगा नितीन या गोष्टी अत्यंत शांत चित्ताने पार पाडत होता.

जाणारा जातो, त्याला शेवटी कायकाय क्लेश भोगावे लागतात कोण जाणे? पण मागे उरतो त्याचं काय? तो आपले क्लेश कोणाला सांगणार? शेजारच्या रुग्णबाईंच्या भगिनी त्या साऱ्या प्रकाराकडे भेदरून पाहत होत्या.

***

जिगीषा

एक एप्रिल, रविवार. आठवड्यांच्या भाषेत बोलायचं, तर त्याला जी बी सिंड्रोमचा ॲटॅक येऊन आज चार आठवडे झाले होते. जी बी सिंड्रोम या आजाराच्या वागणुकीचा विचार करता, तीन आठवडे आजार बळावतो आणि नंतर त्याचा अंमल कमी होत जातो.

तिच्या मनात नुसते आशांचे धुमारे 'फुटू का नको' अशा अवस्थेत ठप्प होऊन राहिले होते. त्याला आलेल्या ॲटॅकचा शॉक तिला इतका जबरदस्त बसला होता की, त्यामुळे आलेल्या बधिरतेतून तिला बाहेर पडता येईना.

संध्याकाळी संदीप आला. आल्याआल्या तो त्याला भेटायला आला. संदीप त्याला त्या अवस्थेत प्रथमच पाहत होता. त्याची अवस्था पाहून संदीपचा चेहरा कसनुसा झाला.

तिचा नवरा म्हणजे तिच्या सगळ्या भावंडांचा हिरोच!

त्याला अशा अवस्थेत पाहून तिचा भाऊही बिथरला. ती आपल्या भावाकडे न पाहता बाहेर येऊन त्यांच्यासाठी चहा आणायला सांगायच्या निमित्ताने कणादशी बोलत राहिली.

कणाद येताना मटणसूप घेऊन आला होता. त्यालाही ते प्यायला आवडलं. त्याने खरंतर ते फार एन्जॉय केलं.

कित्येक दिवस तोंडाला चवच नव्हती. दोन दिवसांपासून डॉ. मिलिंद गोसावींच्या सांगण्यानुसार ती त्याला अगदी पातळ कांजी न देता थोडी घट्टसर कांजीही अधूनमधून देत होती.

दोन दिवसांचा हिशेबच करायचा झाला, तर पेस्टस्वरूपात जरा पातळसर डाळी, मोड आणून शिजवलेल्या कडधान्यांचं पाणी, नाचणीच्या पिठाची कांजी,

हॉस्पिटलने तयार केलेल्या पिठाची घट्टसर कांजी दोन-चार, दोन-चार चमच्यांनी त्याच्या पोटात गेलेली होती.

तिला काळजी वाटत होती ती प्रत्येक वेळी त्यातले काही अंश गळ्याच्या छिद्रातून बाहेर यायचे थांबलेले नव्हते. डॉ. गोसावींच्या म्हणण्याप्रमाणे तेही लवकरच थांबणार होते.

सोमवारी सकाळी डॉ. गोसावी येऊन गळ्याच्या छिद्रातली प्लॅस्टिकची नळी काढून त्या ऐवजी तिथे स्टीलची नळी घालणार, असं तिथल्या निवासी डॉक्टरांनी तिला सांगितलं.

कणाद आणि ती दोघंही मनातून सुखावली. मागच्या अनुभवावरून सगळा कार्यक्रम ठरलेला असतानाही 'जमत नाही' म्हणून डॉक्टरांनी सोडून दिला होता. तिला जरासं टेन्शन आलं.

दरम्यान डॉ. कैलाश येऊन व्हेंटिलेटर आठवर स्थिर करून गेले. मग तिला ते मशिन सारखं बघायचा चाळाच लागला.

तिने डॉ. कैलाशना विचारलं, ''आता आठ म्हणजे उरलेले सात-आठ तरी श्वास त्याला स्वत:लाच घ्यावे लागतील ना? आणि नाही घेतले तर...''

डॉक्टर हसले. म्हणाले, ''एकतर आमच्या सिस्टर्सचं लक्ष असणारच. शिवाय मशिनला त्याप्रमाणेच प्रोग्राम करून दिलेला आहे. जर त्यांनी श्वास घेतला नाही, तर ते मशिन बीप्-बीप् आवाज करून त्यांना आठवण करून देईल श्वास घेण्याची आणि तरीसुद्धा त्यांनी तो घेतला नाही, तर उरलेले आवश्यक श्वास त्यांना मशिन देईल. त्याशिवाय मशिन त्यांना श्वास घेण्याचे एक्सरसाइजेसही देतं. तोही प्रोग्राम सेट केलेला आहे.''

क्षणात त्याला श्वास घ्यायला प्रवृत्त करणारं ते मशिन तिला परमेश्वरच वाटायला लागलं. ती आत आली. तिने त्याला डॉ. कैलाश काय म्हणाले, ते समजावून देऊन 'श्वास घ्यायचं लक्षात ठेव' म्हणून सांगितलं.

ती आणि कणाद तिथे जास्त वेळ थांबू लागली, त्याला श्वास घ्यायची आठवण करून द्यायला. मशिन सारखंच बीप्-बीप् करून वाजायचं.

ती त्याला हळू आवाजात 'श्वास घे' असं सांगायची.

सिस्टर्स जोरात ओरडून सांगायच्या, ''अंकल, श्वास घ्या! अंकल, श्वास घ्या!''

त्या प्रकाराने त्याला खूप दमल्यासारखं व्हायचं. त्याच्या छातीचे एक्सरे काढले. तसे ते अधूनमधून काढत असत, फुफ्फुसांची नेमकी काय स्थिती आहे ते जाणून घ्यायला.

फुफ्फुसांच्या स्थितीत थोडीथोडी सुधारणा दिसत होती.

कणादच्या बरोबरीने आज संदीपही मदतीला होता. कणादने संदीपला त्याने

कायकाय करायची गरज आहे ते सांगितलं.

सोमवारचा दिवस डॉ. गोसावींची वाटच पाहण्यात जातो की काय, असं त्यांना वाटत राहिलं. ती दिवसभर सगळ्या निवासी-अनिवासी डॉक्टर्सच्या मागं नळी बदलण्यासाठी पाठपुरावा करीत राहिली होती.

इतक्यात संध्याकाळी सहाच्या सुमाराला डॉ. गोसावी आले – परमेश्वरासारखे. तिला मनातून प्रचंड भीती होती.

'मागच्यासारखं झालं तर?'

तिने मनात प्रार्थना केली, 'जे होईल ते योग्यच होईल.'

डॉ. गोसावी आले. कणाद आणि तिला त्यांनी बाहेर थांबायला सांगितलं.

काळजातली धडधड फार वाढायच्या आत डॉ. गोसावी हसतहसत बाहेर आले. म्हणाले, "सगळं ठीक आहे. त्यांना आता पातळ पदार्थ न देता आपण जेवतो तसं सर्वसाधारण जेवण द्या. तिखट मात्र टाळा. एका वेळी थोडंथोडं द्या."

डॉक्टर खूपच बोलत राहिले. मध्येच म्हणाले, "शिरा द्या शिरा. फार तूप घालू नका."

ती हादरलीच! तिचा स्वतःच्या कानांवर विश्वासच बसेना. तिची एकदम त्रेधातिरपीट उडाली. काय करू नि काय नको असं होऊन गेलं. ती कणादला सांगून घरी निघाली.

कणादने तिला वेड्यात काढलं. म्हणाला, "अगं आई, जरा बस. थोडं थांब. अशी घाई करू नकोस. कुठं निघालीस आत्ता?"

तिच्या मनात कायकाय चाललं होतं ते ती कोणाला सांगणार? पण कणाद सांगत होता त्यात तथ्य होतं.

'आत्ता घरी जाऊन तिने काही बनवायचं, ते घेऊन पुन्हा इथे यायचं... खरंय, जरा विचार करायला हवा.'

मग तिने प्रतिमाला फोन लावला. डॉक्टर काय म्हणाले ते तिला सगळं सांगितलं. तिलाच कमी तुपातला मऊमऊ शिरा बनवून आणायला जमतं का ते विचारलं. ती पटकन 'हो' म्हणाली.

प्रतिमाला ते सगळं ऐकून आनंदच झाला. साडेआठ-नऊ वाजायच्या सुमाराला प्रतिमा येते म्हणाली.

प्रतिमाला फोन करून झाल्यावर ती आत गेली. गळ्याजवळ स्टीलची नळी दिसत होती. जखमेजवळ स्वच्छ ताजं ड्रेसिंग केलेलं दिसत होतं.

तिने विचारलं, "दुखतंय का?"

तो म्हणाला, "गळ्यापाशी नाही, पण कॅथेटरपाशी मात्र फार दुखतंय. कॅथेटर काढून टाकावा असं वाटतंय, कारण तिथे खूप प्रेशर आल्यासारखं वाटतंय."

तिने डॉ. जयला सांगितलं. डॉ. जयने इरिगेशनची प्रक्रिया केली, त्यानंतर त्याला थोडासा आराम वाटला. श्वासाचं जरा बरं होतंय म्हणेतोवर कॅथेटरचं दुखणं मात्र वाढत होतं.

सुरुवातीला इरिगेशन अधेमधेच करावं लागतं होतं, पण आताशा त्याचं प्रमाण वाढलं होतं आणि युरॉलॉजिस्ट मात्र त्याकडे द्यावं तितकं लक्ष देत नव्हते. त्यांचा आपला एकच हेका – ''हे असंच होतं काहीकाही पेशंटच्या बाबतीत. ती नित्याची बाब आहे.''

गंमत म्हणजे इतके डॉक्टर्स येऊन जायचे, ते सर्व तिला पेशंटबद्दल काही ना काही सांगितल्याशिवाय जात नसत.

डॉ. मिरजकर नेमके कोण आहेत, तेच तिला माहीत नव्हतं. कारण ते त्याला नेमका कोणता उपचार करताहेत, ते तिला डॉक्टर सांगत नसत. तिला जेजे म्हणून डॉ. मिरजकर वाटत होते ते त्यांचे मदतनीसच असायचे.

ती हे सगळं रुकडीकरांना सांगायची. डॉ. रुकडीकर मिशनमधल्या काहीकाही व्यवस्थांबाबत नाराज दिसत होते.

काही वर्षांपूर्वी ते तिथंच मानसोपचार विभागात बराच काळ काम करत होते. तो काळ होता, स्वखुशीने धर्मादाय पद्धतीनं पैसे न घेता काम करायचा. इथले डॉक्टर्स मिशनमध्ये काम करताना स्वत:ची अशी वेगळी प्रॅक्टिस करीत नव्हते. त्या वेळी तिथे शिस्त होती, ध्येयवाद होता; हाव नव्हती.

आताचा काळ बदलला होता. आत्ताचं मिशन हॉस्पिटल हे खासगी दवाखान्यात रूपांतरित झालं आहे.

कोणी डॉक्टर वैयक्तिक फी आकारत नव्हतं; पण हॉस्पिटलचं व्यवस्थापन रुग्णांकडून बाजारभावानेच फी स्वीकारत होतं. सर्व सुविधा उपलब्ध होत्या, मात्र जीव ओतून काम करण्याची धडपड आणि व्यावसायिक उत्तरदायित्व सर्वांच्याकडे होतंच, असं नाही. तरीही डॉ. रुकडीकर जाऊन त्याच्याशी संबंधित असलेल्या सर्व डॉक्टर्सना भेटत होते. त्यांच्याशी चर्चा करीत होते. त्यांना दाद लागू देत नव्हते ते फक्त डॉ. मिरजकर.

रात्री नऊच्या सुमाराला प्रतिमा आली – डबा घेऊन, गरम गरम! ती डबा घेऊन लगेच आत गेली. त्याला तीन-चार घास भरवले. पहिला घास!

लहान बाळाला पहिला घास भरवतानाची असणारी सगळी उत्सुकता त्याला पहिला घास भरवताना होती. हुरहुर होतीच, पण व्यक्त करायला मात्र ती घाबरत होती. त्यामुळे लगेच प्रतिमाला फोन करून 'जेवला गं बाई, फार मजा आली.' वगैरे वगैरे सांगणं तिच्या स्वभावाला अनुसरून असूनही तिने ते पूर्णपणे टाळलं.

हे सगळं झालं तरी त्या रात्रीही तिला जेवण गेलंच नाही. हाताला शिऱ्याच्या

डब्याचा गरम स्पर्श जाणवत होता. त्याच्या चेहऱ्यावरचं समाधान दिसत होतं. त्याच चेहऱ्यावर त्या समाधानामागचा त्याला जाणवत असलेला तणाव, घसा दुखण्याची त्याची वेदनाही तिला दिसत होती. ती घरी आली, पण त्या रात्री तिला झोप लागलीच नाही.

***

तीन एप्रिल, मंगळवार. त्याला भेटायला ती आतमध्ये गेली, तर आश्चर्याने थक्कच झाली. कणाद आतमध्येच होता. त्याला हातापायांचे व्यायाम देत होता. कणादने तिचं लक्ष त्याच्या हाताकडे वेधून घेतलं. ती ताडकन उडालीच.

त्याने चक्क उजवा हात स्वत:हून हाताच्या कोपरापासून उचलून डोक्यापाशी नेऊन जणू त्याच्या हाताच्या पंजावर काही ताटली वगैरे असावी तसा पंजा पसरून ठेवला होता.

"व्वा! व्वा!" असं म्हणत, हाताने 'सुंदर' अशी खूण करत तिने त्याचा तो हात आपल्या हातात घेऊन दाबला, हलवला.

त्याच्या डोळ्यांत आनंदाची लकेर उमटली होती. आता डोकं खाजवायला, दाढीचे वाढलेले खुंट खाजवायला त्याला स्वत:हून जमणार होतं.

हात हलवता आला तरी बोटं मात्र अजिबात हलत नव्हती; पण ही एक छोटीशी हालचालदेखील त्याला जगण्याची उमेद देणारी होती. त्याच्या अवयवांची हालचाल व्हावी म्हणून तिने कोणाकोणाकडे नि कितीकिती म्हणून विनवण्या केल्या होत्या, त्या तिच्या तिलाच माहीत! तिच्या डोळ्यांत इतकं पाणी साठायला लागलं की, ती तिथून बाहेर आली.

त्याच्यामध्ये होणाऱ्या या सुधारणांना तिला प्रतिसाद देता येईना. मनात जरी आनंद झाला तरी आपलीच त्याला दृष्ट लागेल अशी भावना मनाला ग्रासून राहिली होती. त्या दिवशी परत जायचं कणादने निश्चित केलं होतं. निघतानिघता ही चांगली घटना घडली होती.

जॉइन होऊन पुन्हा दहा-बारा दिवसांनी परत येईन, असं कणाद म्हणाला. मध्येच त्याच्या मनात आलं की, त्या दिवशीच्या घटना लक्षात घेता लवकरच त्याला घरी सोडतील किंवा काय! त्याचा तिथून पाय निघत नव्हता. तिला मात्र त्याने आत्ता जावं नि नंतर पुन्हा यावं असंच ठामपणे वाटत होतं.

"तू काही काळजी करू नकोस. मी पाहीन इथे. तू आता निश्चिंतपणे जा."

तिने कणादला आश्वासन दिलं.

मंगळवारी डॉ. कैलाशनी व्हेंटिलेटर चारवर स्थिर करून ठेवला. म्हणाले,

"एकदोन दिवसांत व्हेंटिलेटर बंदच करून टाकू."

तिच्या काळजाची धडधड तिलाच ऐकू येत होती. त्याचा सकाळचा नाश्ता झालेला होता. आता जेवणाच्या वेळेला काय द्यावं, याचा विचार करत दहा वाजायच्या सुमाराला संदीपला तिथे थांबायला सांगून ती घरी आली.

एक मऊ शिजलेली पालेभाजी, मुगाची डाळ आणि तांदूळ यांची मऊ शिजलेली खिचडी, मटणसूप. सगळं बनवता-बनवता बारा वाजून गेले होते. तिने फक्त त्याच्यासाठी जेवण बनवलं होतं.

घरात कोणकोण काय जेवणार आहेत, याचं भानच तिला नव्हतं. डोळ्यांसमोर दिसत होता तो फक्त त्याचा चेहरा. अर्थात श्रीची परीक्षा वगैरे संपल्यामुळे तीच पाहत होती सगळं. कुत्र्या-मांजरांना टा ऽऽ टा करून ती भर दुपारची निघाली. ऊन फारच जाणवत होतं. तिच्या लक्षात आलं की, गेला महिनाभर ती सकाळी सात वाजल्यापासून ते रात्री नऊ-दहा वाजेपर्यंत दवाखान्यातच असायची. ऊन असं दिसतच नसे.

दोन दिवसांपूर्वी फ्लॅटचा व्यवहार करायला रजिस्ट्रारच्या ऑफिसात ती अशीच दुपारी गेली होती. तेव्हाही परतल्यावर दुपारच्या उन्हाच्या कडाक्याचा तिला त्रास झाला होता.

दुपारी ती आल्यानंतर कणाद आणि संदीप घरी गेले. सुन्न मनाने ती खोलीत बसून होती. त्या दिवशी खोलीत बरीच माणसं होती. तीन-चार नवीन पेशंट्स आलेले होते. तिला आशा वाटत होती की, व्हेंटिलेटर काढला की त्याला स्वतंत्र खोलीत नेता येईल. मग तिथे वाट्टेल तितका वेळ त्याच्याबरोबर थांबता येईल. दिवस आणि रात्र – त्याला हवं तेव्हा हवं ते बोलायचं असेल, ते बोलता येईल.

सीसीयूच्या दरवाजासमोरच्या कॉरिडॉरमधून पलीकडच्या बाजूला दोन-तीन खोल्या दिसत होत्या. सहज म्हणून जाऊन तिने त्या खोल्या पाहून घेतल्या. दोन खोल्यांना पूर्वेकडे मोठी खिडकी होती. पश्चिमेला कॉरिडॉरकडे तोंड करून दरवाजे होते. तिसऱ्या खोलीचा दरवाजा मात्र पूर्वेकडे होता; पण त्या खोलीच्या उरलेल्या तिन्ही बाजू सीसीयूच्या भिंतींना चिकटून असल्यामुळे खिडकी मुळी नव्हतीच.

हात जरासा हलवता यायला लागल्यानंतर त्याला काहीकाही गोष्टींची आशा उत्पन्न झाली. सहा मार्चला दवाखान्यात आल्यापासून शरीर निश्चल झाल्यामुळे सगळं अंथरुणातच चाललं होतं. कॅथेटरमुळे लघवीचा प्रश्न नव्हता, पण मलविसर्जनासाठी बेडपॅन घ्यावं लागत होतं. सुरुवातीला मलविसर्जन करणारे स्नायू काम करत नसल्यामुळे अंथरूण खराब व्हायचं. स्पर्शभावना मात्र व्यवस्थित काम करत असल्याने अंथरूण ओलं झालेलं समजायचं. तोंडानं चक्-चक् किंवा त्याच प्रकारचा काहीतरी आवाज करून त्याला सिस्टरला बोलवावं लागायचं. सिस्टर लांब

असेल तर तिला ते पटकन ऐकू जायचं नाही. सिस्टरला यायला उशीर व्हायचा. मग त्याला वाटायचं की, सिस्टर मुद्दामच उशीर करतेय.

कितीतरी वेळा जर त्याच वेळी ती तिथे पोहोचली तर तो ही सगळी तक्रार तिला सांगायचा. त्याला स्वच्छ करायला तिला आवडलं असतं, पण सिस्टर्स तिला तसं करू द्यायच्या नाहीत. सिस्टर्स पेशंटचं काम करायला कुठेतरी कमी पडल्यात, असा शिक्का त्यांना नको होता. त्या वेळी त्या तिला तिथून बाहेर काढायच्या.

त्याला हे सगळं नकोनकोसं झालं होतं. पण या साऱ्याची कोणाला हौस का असते? शरीराचं मशिन चालायचं असेल तर मल-मूत्रविसर्जन हे अटळ आणि अत्यंत महत्त्वाचं आहे, हे त्याला कळत का नव्हतं?

त्याला आशा उत्पन्न झाली की, आतातरी मलविसर्जनाची भावना मलविसर्जनापूर्वी होणार आणि अंथरूण खराब होण्यापूर्वी सिस्टरला हाक मारता येईल. कारण गेले कित्येक दिवस त्याच्या नकळत अंथरूण खराब होत होतं. त्यासाठी तिने ॲडल्ट-डायपर्सची व्यवस्था केली होती. कधीकधी दिवसभरात दहा-बारा तरी डायपर्स लागायचे.

डायपर्स वापरूनही कधीतरी अंगाखालची चादर खराब व्हायची. म्हणून तिने वापरून टाकून देण्याच्या कापडी मेणकापडाची सोय केली होती. त्याला सारखं त्यापासून लवकर मुक्तता व्हावी असं वाटायचं. त्यामुळे अंथरूण खराब न होणं यासारखी छोटीछोटी स्वप्नं तो पाहू लागला होता.

त्याला दोन-तीनदा व्यायाम आणि एक-दोनदा थोडं खायला देऊन ती जरा स्वस्थ बसली होती. तिला वाटलं, स्वतंत्र खोली मिळाली तर त्याच्याकडे तिला नीटसं लक्ष देता येईल. वेळच्या वेळी बेडपॅन देता येईल.

बेडपॅन द्यायला लागलं तर त्यासाठी लागणारी सगळी व्यवस्था तिने करून ठेवली होती. म्हणजे निर्जंतुक केलेल्या प्रेस्ड कापसाची लादी, वापरून टाकून देण्याचे रबरी हातमोजे, निर्जंतुक केलेल्या ड्रेसिंगसाठी वापरल्या जाणाऱ्या जाळीदार गॉझची गुंडाळी, एक नाही हजार गोष्टी! तूर्त तरी तिचंही स्वप्न त्याला वेळच्यावेळी बेडपॅन देता येईल, या गोष्टीवर येऊन थांबलं होतं.

रात्री काय खायला हवं, ते तिने त्याला विचारलं. तो म्हणाला, "मऊसर खिचडीच आण." संध्याकाळी संदीप आणि कणाद तिथे आले होते. कणाद त्याला टा ऽऽ टा करायच्या तयारीनेच आला होता. दरम्यान ती घरी जाऊन लगेचच आली. येताना त्याला हवी तशी खिचडी आणि त्याबरोबर थोडंसं लाल उकड्या भाताचं पाणी.

रात्री आठच्या सुमाराला कणाद निघाला. संदीप कणादला गाडीपर्यंत पोहोचवायला म्हणून गेला. कणादचा पाय निघत नव्हता. निव्वळ नेव्हल ऑफिसर म्हणून

शिकताना मिळवला होता तो कणखरपणा होता, म्हणूनच हसू नि आसूंच्या पलीकडे जाऊन कणादने बाबाचा निरोप घेतला.

कणाद बाबाला पुन:पुन्हा सांगत होता की, लवकरच तो परत येणार आहे म्हणून. त्याने मात्र कणादला खाणाखुणा करून सांगितलं की, तोपर्यंत तो दवाखान्यातून घरी आलेला असेल.

कणादच्या हसऱ्या गालाला छानदार खळी पडते, ती मागं ठेवून तो निघाला. तिचा सारा आसमंत एकदम सुनासुना झाला. तिने प्रयासानं स्वत:ला भानावर आणलं.

कणादची गाडी साडेनऊ वाजता सुटली. त्याचा फोन आला. त्याची गाडी सुटल्यानंतर संदीप दवाखान्यात आला. तोपर्यंत त्याने खाण्याचं नावच काढलं नाही. रात्री दहाच्या सुमाराला तिने त्याला खाण्याचा फारच आग्रह केला.

ती खिचडीचा डबा घेऊन आली. गरमगरम खिचडी वाटीत काढली; खमंग वास सुटला. त्याने एकच घास कसाबसा खाल्ला. म्हणाला, 'घसा दुखतोय.'

तिने भाताचं पाणी दिलं. गळ्याच्या छिद्रातून बरंचसं बाहेर आलं, नेहमीपेक्षा जास्तच.

आज सगळं तंत्रच बिघडलं होतं. खिचडीचा घास पोटात जाईना की भाताचं पाणी! तोंडात घास गेला रे गेला की, जोरदार ठसका लागायचा. ती अवाकच झाली.

दुपारपर्यंत सगळं व्यवस्थित चाललं होतं. एकदम काय झालं कोण जाणे? तिने संदीपला आत बोलावलं. पुन्हा त्याला भरवायचा प्रयत्न केला. गळ्याच्या छिद्रापाशी सूक्ष्म बुडबुड्यांमधून बरंच अन्न बाहेर येत होतं. पुन्हा जोरात ठसका.

सिस्टरने येऊन सक्शन सुरू केलं. त्यात त्याचा घसा आणखीच दुखावला गेला.

तिने अस्वस्थ होऊन निवासी डॉक्टरांना सांगितलं. डॉक्टरांचा चेहरा अविचल. म्हणाले, ''होतं असं कधीकधी.''

या डॉक्टरांचा तिला फार राग आला. 'होतं असं कधी कधी' हे त्यांचं वाक्य तिला खूपदा त्रास द्यायचं. ते कारण सोयीचं होतं. असं सांगितलं की, फारसं काही करायला नको.

तिने डॉक्टरांना विचारलं की, ''डॉ. गोसावींना फोन करून सांगताय का?'' पण ते ढिम्मच. त्यांचंही बरोबरच होतं म्हणा! त्याला जे काय होत होतं त्यात तातडी नव्हती. दुसऱ्या दिवशी सकाळी पाहता आलं असतं, काय करायचं ते.

निवासी डॉक्टर म्हणाले, ''आता त्यांना काहीही खायला देऊ नका. पाणीसुद्धा नको.''

तिला भीती वाटायला लागली. 'स्टीलची नळी घशाला कुठे टोचली तर नसेल? पुन्हा रक्तस्राव झाला तर?' तिने डॉ. चौधरींना फोन केला आणि काय होतंय ते सांगितलं.

त्या म्हणाल्या, "इथे आता काही पाहुण्यांसमवेत पार्टी चालू आहे. डॉ. गोसावी इथेच आहेत. फार झालं तर जरा वेळाने सांगू त्यांना."

तिची अगदी चिडचिड झाली. फार झालं तर, म्हणजे कोणाच्या दृष्टीने फार झालं तर, हे तिला कळेना.

तिचं अवसानच गळालं. ती कोलमडायच्या अवस्थेला येऊन पोहोचली.

संदीपने तिला सावरलं. म्हणाला, "तू आज धावपळ करून दमलीयेस. त्यातून कणाद गेल्यामुळे तू जरा नर्व्हसही आहेस. भावजींचंही तसंच झालं असेल."

त्यानेही तिला घरी जायला सांगितलं. म्हणाला, "जुजबीच असेल काहीतरी. उद्या डॉ. गोसावी आल्यानंतर बघू काय ते."

ती तिथंच जरा बसली. डॉक्टरांनी तिला बाहेर जायला सांगितलं. संदीपही बाहेर आला. सिस्टरने तिचं सक्शनचं काम पूर्ण केलं.

त्याला जरा बरं वाटायला लागल्यानंतर रात्री अकरा वाजायच्या सुमाराला ती घरी जायला निघाली. पोहोचवायला येतो म्हणून संदीपने तिला खूप आग्रह केला. ती 'नको' म्हणाली.

शेवटी तिचं तिलाच दोन पायांवर उभं राहायचं होतं. स्वत:ला सांभाळलं तरच ती त्याला सांभाळू शकणार होती. अत्यंत जड मनानं ती निघाली.

रात्र वैऱ्यासारखी होती. चित्त थाऱ्यावर नव्हतं. आता पुढं काय होणार, या काळजीने तिला ग्रासून टाकलं होतं. त्या दिवशीच्या सकाळपर्यंत सगळं छान चाललं होतं.

रोज दोन-चार चमचे अन्नाचा हिशेब ती करीत बसली होती. आजच्यापेक्षा उद्या थोडं जास्त भरवायचं, या आणि इतक्याच स्वप्नात मशगूल होती ती.

तिने पिशवीतून आणलेले सगळे डबे जसेच्या तसे फ्रिजमधे ठेवले. थोडा वेळ टी.व्ही. जरा पुढचं अंगण नाहीतर व्हरांडा, जरा मागचं अंगण असं करीत तिने कशीतरी रात्र निभावली. सारखा तो तिच्याच बरोबर आहे, त्याचं अवघं निश्चल आजारपण तिला लपेटून राहिलंय, असंच तिला वाटायला लागलं.

पहाटेपहाटे डोळा लागला. तासभर झोपली असेल; लगेच उठली. स्वत:चा चहा बनवतानाच लाल पालेभाजीच्या देठांचं पातळ सूप आणि नाचणीच्या पीठाची पातळ कांजी तिने बनवली. साडेसहा वाजता कणादचा मुंबईला पोहोचल्याचा फोन आला. रात्री काय झालं ते तिने कणादला सांगितलंच नाही.

'पाच मार्चला त्याला ॲटॅक आला होता. आज चार एप्रिल. एक महिना झाला,

तरी कशात काही नाही.' हॉस्पिटलमध्ये आली तर संदीप जागाच होता. त्याला रात्री कोणी त्या खोलीत झोपू दिलं नाही. बायका बऱ्याच होत्या, त्यामुळे तोही समजुतीनं बाहेर येऊन झोपला.

सकाळी आल्याआल्या ती त्याच्याकडे गेली. स्पंजिंग वगैरे आटपून तो स्वस्थ होता. तिने त्याला विचारलं, "सूप किंवा कांजी देऊ का?"

त्याने सिस्टरच्या दिशेने डोळे फिरवले.

तिने सिस्टरला विचारलं. ती म्हणाली, "रात्री उशिरा डॉ. गोसावींना फोन केला होता. त्यांनी ते येईपर्यंत काहीही खायला द्यायचं नाही म्हणून सांगितलं."

म्हणजे पुन्हा आज व्यायाम देण्याव्यतिरिक्त दुसरं काही काम नाही. लवकरच म्हणजे नऊ वाजायच्या सुमाराला डॉ. गोसावी आले. तिचा अंदाज बरोबर होता. नळी थोडी हलली होती. त्यांनी ती दुरुस्त केली. ते म्हणाले, "एक-दोन दिवसांत व्हेंटिलेटर काढला जाईल. त्यानंतर गॅस्ट्रोस्कोपी करून घेऊ." गॅस्ट्रोस्कोपी म्हणजे काय त्याचा विचार ती करीत बसली.

संदीप म्हणाला, "मागे आपल्या बाबांच्या अन्ननलिकेला छिद्र पडलं होतं, तेव्हा गॅस्ट्रोस्कोपी केली होती. बहुधा तोंडातून, घशातून, अन्ननलिकेतून दुर्बीण आत घालतात आणि निरीक्षण करतात, त्याला 'गॅस्ट्रोस्कोपी' म्हणत असणार."

ती विचार करत बसली. त्याचं तोंड, घसा, आणि अन्ननलिका असं सगळं तिच्या डोळ्यांसमोर आलं. व्हेंटिलेटर त्या दिवशी नाही, दुसऱ्या दिवशीही नाही तर चौथ्या दिवशी काढला. शुक्रवारी काढायचा होता, पण त्या दिवशी गुड फ्रायडेची सुटी होती. तिथले बरेचसे डॉक्टर्स ख्रिस्ती असल्याने गुड फ्रायडेच्या दिवशी कोणी आले नाहीत. आले ते फक्त डॉ. डेव्हिड. त्यामुळे शुक्रवारी गॅस्ट्रोस्कोपी झाली नाही. गॅस्ट्रोस्कोपी नाही म्हणजे पोटात अन्न नाही. सगळं ठप्प!

तीही देवावर भिस्त ठेवून गप्प बसली. कारण नाहीतरी दुसरं ती काय करू शकणार होती?

कणादचा सकाळ-संध्याकाळ फोन येत होता. ती त्याला सविस्तर वृत्त देत होती. शनिवारी व्हेंटिलेटर काढला. त्याआधी दोन दिवस व्हेंटिलेटर जोडलेला होता, पण झीरोवर सेट केला होता. त्याने श्वास घ्यायचं थांबवलं की, ते मशिन जोरजोरात 'बीप्-बीप्' ओरडायचं. सगळे आरडा-ओरडा करायचे "अंकल श्वास घ्या." गुरुवारी रात्री ती घरी निघाली तेव्हा असंच झालं.

सिस्टर पळत आली. म्हणाली, "अंकल श्वास घ्या, अंकल श्वास घ्या."

तरीही ते मशिन ओरडतच राहिलं.

संदीप त्याला म्हणाला, "भावजी श्वास घ्या."

तो शांतपणे म्हणाला, "श्वास घ्यायचा मला कंटाळा आलाय."

सिस्टर घाबरली. रात्री होतं तसं मशिन सेट करून ठेवलं. तिला ही भीती फार वेळा वाटत होती. आपल्याला श्वास घेणं - न घेणं असे काही पर्याय नसतात. आपण आपला श्वास वाटेल तेव्हा थांबवू शकत नाही. पण आदल्या दिवशी झालेला प्रकार असा होता की जणू त्याला श्वास घेणं - न घेणं असे पर्याय उपलब्ध होते की काय? मशिन जोडलं होतं ते बरंच केलं होतं. कारण वृथाच असेल; पण तिला तो श्वास घ्यायला विसरण्याची शक्यता वाटत होती. विषाची परीक्षा घ्याच कशाला?

शनिवारी सकाळी डॉ. गोसावी आले. व्हेंटिलेटर पूर्णपणे बाजूला काढून ठेवलेला होता. त्यांनी एक नवीन नळी आणली होती. तिला एक छिद्र होतं. त्यावर एक छोटंसं टोपण होतं. त्यांनी त्याच्या गळ्याला असलेली आधीची नळी काढून टाकून त्या जागी ही नवीन नळी बसवली. त्यांनी त्याच्या गळ्याला असलेली नळी बदलून तीही दुसरी बसवली.

या नवीन नळीला एक छिद्र होतं. त्यावर एक छोटंसं टोपण होतं. आणि काय आश्चर्य! त्या टोपणाने नळी बंद केल्यानंतर त्याला एकदमच कंठ फुटल्यासारखा तो बोलायला लागला. कारण अगदी साधं होतं – श्वासोच्छ्वास नाकाने होत असल्याने स्वरयंत्राद्वारा हवा बाहेर पडत होती. त्यामुळे बोलता येत होतं.

डॉक्टर म्हणाले, "एरव्ही नळी उघडीच ठेवायची. म्हणजे नाकानं घेतलेला श्वास पुरला नाही तर त्या नळीच्या छिद्रातून जी हवा जाईल ती त्यांना पुरेल." तिच्या मनात इन्फेक्शनचा मुद्दा आला. तो तिने डॉक्टरांना बोलूनही दाखवला.

डॉक्टर म्हणाले, "त्यासाठी औषधोपचार चालू आहेत. हेवी अँन्टीबायोटिक्स."

बोलायचं असेल तेव्हा ते टोपण ठेवून नळी बंद करायची. त्याने तर बोलायचा धडाकाच लावला. वास्तविक बोलण्याच्या कामात ती पटाईत होती. तो शांत म्हणून सगळ्यांना माहीत होता, पण त्या दिवशी तो सारखा बडबडतच होता.

तीच त्याला म्हणाली, "आता जरा झोप काढ."

नळीच्या टोपणाचीही एक गंमतच होती. नळीला सुरुवातीला जे टोपण बसवलं होतं ते तो बोलताबोलता फटकन उडून गेलं. सिस्टर्सनी ते शोधायचा प्रयत्न केला, पण सापडलं नाही. सापडलं असतं तरी आता त्याचा काही उपयोग नव्हता, कारण तेच टोपण वापरायचं म्हणजे काहीतरी इन्फेक्शन होणार.

सिस्टरनी एका निर्जंतुक केलेल्या सीरिंजचं टोपण त्याच्यावर बसवलं. ते नीट बसलं. तिला मग तशी टोपणं जमवायचा नादच लागला. कारण बोलताबोलता अनेकदा टोपण उडायचंच. बोलायला लागल्यानंतर त्याने सिस्टर्सशी दोस्ती करायला सुरुवात केली. त्यांची नावं माहीत करून घेतली. त्यांच्या घरची परिस्थिती जाणून घ्यायचा प्रयत्न केला.

शनिवारी संध्याकाळी संदीपला तातडीच्या कामासाठी परत जायचं होतं. तो

निघाला. जाताना भावविवश झाला. त्याच्या दृष्टीने त्याची बहीण अत्यंत सोशीक, कणखर, सगळ्यांना आधार देणारी, कधीही खचणार नाही अशी. देव तिच्या या गुणांची परीक्षाच घेत असावा.

संदीप शनिवारी संध्याकाळी गेला. दीपक – तिचा सर्वांत धाकटा भाऊ रविवारी दुपारपर्यंत येणार होता. त्या दिवशी रात्री तिला तिथेच थांबायला हवं होतं. इतक्या दिवसांत कधीही ही वेळ तिच्यावर आली नव्हती.

व्हेंटिलेटर काढल्यावर तिला वाटलं की, डॉक्टर त्याला स्वतंत्र खोलीत हलवणार, पण डॉक्टरांच्या मते त्याला संपूर्णपणे निरीक्षणाखाली ठेवण्याची गरज होती. मध्येच व्हेंटिलेटर लावायची वेळ आली, तर सीसीयूमधेच असलेलं बरं होतं, कारण सर्व यंत्रणा तत्पर असतात. तिलाही ते पटलं. शनिवारी रात्री ती घरी गेलीच नाही.

डॉक्टर म्हणाले की, त्यांना आवडत असेल तर गाणं ऐकायला द्या. तिने लगेच टेपरेकॉर्डर मागवून घेतला. त्याच्या आवडत्या कुमार, फैयाज खाँ, बडे गुलाम अली खाँ यांच्या टेप्स आणल्या.

एरव्ही या टेप्स ऐकण्यात त्याने आयुष्यातल्या कित्येक रात्रीच्या रात्री जागवल्या आहेत. पुन:पुन्हा त्याचत्याच टेप्स ऐकायला त्याला कधीही कंटाळा यायचा नाही, पण आता टेप कानाला लावल्यालावल्या म्हणाला, ''ऐकवत नाहीत, त्रास होतोय.''

वाचनाचा त्याचा छंद तर कोणालाही आश्चर्य वाटण्यासारखा होता. दिवसेंदिवस तीचतीच पुस्तकं वाचायचा त्याला कंटाळा यायचा नाही आणि कुठल्याही विषयाची पुस्तकं त्याला वर्ज्य नव्हती. दिवसातले आठ-दहा तास तो नुसतं वाचण्यात घालवू शकत होता, पण आता मात्र पेपरही त्याला वाचवेना. श्री आली की त्याला जरा वेळ वाचून दाखवायची. बस्स, इतकंच.

आठ एप्रिल, रविवार – ईस्टर डे, येशू ख्रिस्ताच्या उत्थानाचा दिवस. रात्री ती हॉस्पिटलमध्येच झोपली होती. अगदी पहाटे लवकर उठून पटकन घरी जाऊन अंघोळ वगैरे आटपून सकाळी सात वाजायच्या आत परत आली होती.

तिचं मन हळवं झालेलं. खोलीतल्या येशूच्या फोटोसमोर बसून त्याची आठवण म्हणून तिने प्रार्थना केली. त्याने सहन केलेल्या छळांना तो सहजपणे सामोरा गेला. तिथे येऊन तारखेने बरोबर एक महिना झाला होता.

आठ मार्चला व्हेंटिलेटर लावला. त्या वेळी त्याचं सगळं भवितव्य अंधारात होतं. त्यानंतरही चार दिवस डॉक्टर त्याच्या तब्येतीबद्दल काही बोलायला तयार नव्हते. आज काही बोलायचं तर इतर अडचणी आ वासून समोर उभ्या होत्या.

दुपारी दीपक आला. जेवण करून विश्रांतीही न घेता तडक दवाखान्यात आला. दीपक हा संदीपपेक्षा जरा वेगळा नमुना. दिसायला पैलवान, मात्र मनानं

अत्यंत हळवा. धर्म, देवदैवतं, पूजाअर्चा यावर पूर्ण श्रद्धा असलेला. मदतीला वाघ. प्रसंगी जीवही देणारा. तिचं आणि दीपकचं नातं फारच छान होतं. ती आणि कणादचं आहे तसं. तिने दीपकला कडेवर घेऊन सांभाळलाय, इतकं घट्ट.

त्याला पाहिल्यानंतर दीपक धसकलाच.

तिला म्हणाला, "हे बघ, अजिबात काळजी करू नकोस. आम्ही तिकडे घरी सर्व जण रोज अग्निहोत्र करत असतो. त्यानंतर सगळे जण त्याभोवती बसून भावजींसाठी अखंड जप करतो. शेवटी तो परमेश्वर आहेच गं आणि आपल्या आईची पुण्याईही आहे. ती गेली, पण सगळ्या जगाचं भलं करूनच! तिची आठवण काढणारे अजूनही हजारोंच्या वर आहेत. बाबा आजारी असताना मी अनुभवल्येय त्याची कृपा!"

दीपकचा आवाज कापरा झाला. ती गप्प बसून ऐकत होती.

साडेतीन-चारच्या सुमाराला त्याला भेटायला पुण्याहून त्याची आतेबहीण सुनीता नेने आणि तिचे पती शंकर नेने आले.

दोघांना पाहून त्याला आनंद झाला. म्हणाला, "मी आता लवकरच घरी जाणार आहे."

त्याला त्यांच्याशी खूप बोलायचं होतं. त्यानंच त्यांना कॅथेटर आणि घशाचा प्रश्न कसा उद्‌भवलाय ते विस्तारानं सांगितलं. शंकर नेने नुकतेच आतड्याच्या कॅन्सरच्या मोठ्या दुखण्यातून यशस्वी रीतीने बाहेर पडले होते.

त्यांनी त्यांचा एक फार अद्‌भुत अनुभव सांगितला. त्याला तो नंतर फार वेळा उपयोगी पडला. शंकर नेनेंचं जेव्हा आतड्याचं ऑपरेशन झालं तेव्हा कॅन्सरचा सगळा भाग काढून टाकला होता. त्या ऑपरेशननंतर दोन दिवसांनी डॉक्टरांच्या लक्षात आलं की, आतडी नेहमीसारखी हालचाल करीत नाहीत. सगळे उपचार चालू होते, पण ती आतडी काही केल्या उपचारांना दाद देईनात.

नवव्या दिवशी डॉक्टरांनी शंकर व त्याच्या नातेवाइकांना स्वच्छपणे सांगून टाकलं की, फारतर आणखी एखादा दिवस. त्यानंतरही जर आतड्यानं हालचाल केली नाही, तर नंतर आमच्या हातात काही असणार नाही. सुनीता पार घाबरून गेली.

शंकरच्या मनात एक वेगळाच विचार आला. शंकरने तो अमलात आणला आणि त्याला त्यात यशही मिळालं.

त्याचा तो ईश्वरीय अनुभव त्याला सांगताना शंकर नेने म्हणाला, "अरे, आपण या शरीराच्या जोरावर सगळे व्यवहार करतो, पण कधीतरी मायेने त्याच्याशी बोलतो का? हे माझ्या लक्षात आल्यावर मी आतड्यांशी बोलायचं ठरवलं. आतापर्यंत त्यांच्याकडे लक्ष न दिल्याबद्दल त्यांची क्षमा मागितली. माझं जीवन तुमच्यावरच अवलंबून आहे, त्यामुळे मला मदत करा असं कळकळीचं आवाहन त्यांना केलं.

रात्रभर बोलत राहिलो आतड्यांशी. त्यांना सहकार्य देण्याबद्दल खूप समजावून सांगितलं आणि काय आश्चर्य! दुसऱ्या दिवसापासून ते आजतागायत त्यांनी त्यांचं काम चोखपणे बजावलेलं आहे.

आता मात्र मी रोज माझ्या शरीराची प्रार्थना करतो. रोज त्याचे आभार मानतो. त्याची काळजी घेण्याचं अभिवचन देतो.''

त्याला तो विचार खूप आवडला. शंकरला जाताना त्याने अर्थपूर्ण टा ऽऽ टा केला.

संध्याकाळी पाचच्या सुमाराला एक वेगळ्याच सिस्टर सीसीयूमधे आल्या होत्या. सगळ्या पेशंट्सकडे जाऊन आल्यानंतर त्या त्याच्याकडे आल्या. त्यांनी त्याला त्याचं नावबिव विचारलं. त्याला कायकाय झालंय, त्याची चौकशी केली नि परतल्या.

त्यानंतर पाचच मिनिटांत ती दीपकला काही निरोप द्यायचा म्हणून बाहेर आली, तर त्या सिस्टर तिथेच घोटाळत असलेल्या तिला दिसल्या.

ती आत आली. तिने तिथल्या सिस्टर्सना त्या कोण, म्हणून विचारलं. त्यांचं नाव होतं सानंदम्. कधीकधी त्या रात्रपाळीला येत असत. आल्या की सर्व विभागांमधल्या सर्व रुग्णांना स्वत: भेट देत असत. त्या वरिष्ठ पदावर काम करीत असाव्यात.

तिला आठवलं— काही वर्षांपूर्वी त्यांच्या मुलीनं– टीनानं एमबीए केलं होतं. टीना तिचीच विद्यार्थिनी होती. तिने तसं त्याला सांगितलं. तोही सानंदम् कुटुंबाला साधारणपणे ओळखत होता.

थोड्या वेळाने सिस्टर सानंदम् पुन्हा आत आल्या.

आल्या ते थेट त्याच्यापाशीच थोड्या रेंगाळल्या. म्हणाल्या, ''मी यांच्यासाठी प्रार्थना केली तर ते त्यांना आवडेल का?''

त्याने मान हलवली.

ती म्हणाली, ''फारच आवडेल! आमचा प्रार्थनेवर फार विश्वास आहे. आमच्यासाठी कोणीतरी प्रार्थना करण्याची इच्छा व्यक्त करतंय, तर ते आमचं भाग्यच आहे.''

ती एकदम भारावून गेल्यासारखी झाली. त्यांनी फारच सुंदर प्रार्थना केली. अंधश्रद्धा असो की आणखी काही, पण तिचं मन शांत झाल्यासारखं वाटलं. तो मात्र विचलित न होता त्रयस्थपणे त्या प्रकाराकडे पाहत होता. नंतरही तिने विचारूनसुद्धा त्याने त्यावर काही मतप्रदर्शन केलं नाही.

सोमवारी सकाळी ती आली तेव्हा तिला समजलं की, त्याच्या शेजारच्या रुग्ण गेल्या. तिने त्यांच्या आत्म्याला मनोमन शांती चिंतली. दीड महिना त्या अक्षरश: मृत्यूशी झुंजत होत्या. खरंतर त्या जायच्या होत्या पंधरा दिवसांपूर्वी, पण त्यांच्या मुलाच्या निर्णयामुळे थांबल्या.

त्यांच्या मुली सांगत होत्या की, कधीतरी जराशा जरी त्या शुद्धीवर असल्या की हात हलवून 'नको नको' अशी खूण करायच्या. सर्व भान हरपलेलं होतं; पण मृत्यू यावा ही भावना प्रबळ होती.

ती आली तेव्हा त्यांच्या मुली निघून गेलेल्या होत्या. तासाभरात त्यांच्या नातेवाइकांनी त्यांचा मृतदेह ताब्यात घेतला आणि नेला. तिने त्यांच्याकडे पाहायचं धाडस केलं नाही. आदल्या रविवारी चौगुले; त्या रविवारी या रुग्णबाई!

त्याचं जेवण बंद झाल्यामुळे डॉ. रुकडीकर अस्वस्थ झाले होते. डॉ. बिद्रींशी ते स्वत: बोलले. डॉ. बिद्री हे गॅस्ट्रोस्कोपीमधले तज्ज्ञ होते. डॉ. बिद्रींचीही एक गंमतच झाली – त्याच्या तब्येतीविषयी विचारण्यासाठी म्हणून मुक्ताचा – त्याच्या आतेबहिणीचा सारखा फोन येत होता. फोनवरून ती मुक्ताला त्याच्या तब्येतीबद्दल सांगत असे. तीच माहिती मुक्ता तिचे मामा डॉ. रजनीकांत यांना सांगत असे. व्हेंटिलेटर काढला, त्याच सुमाराला डॉ. रजनीकांत यांचं डॉ. बिद्रींशी बोलणं झालं होतं. डॉ. बिद्रींना डॉ. रजनीकांतनी त्याला प्रत्यक्ष पाहून त्याच्या एकंदर तब्येतीविषयीची नेमकी माहिती कळवायला सांगितली होती.

डॉ. रजनीकांत हे तसे फारच सिनिअर डॉक्टर असल्यामुळे आणि पूर्वी त्यांनी मिशन हॉस्पिटलच्या डायरेक्टरपदी काम केलेले असल्यामुळे डॉ. बिद्री त्यांच्याशी आदरभावनेने वागायचे. डॉ. बिद्रींनी त्यांना होकार कळवला होता.

सोमवारी सकाळी डॉ. बिद्री त्याला पाहायला आले. ती त्यांना ओळखत नव्हती. त्याला पाहून ते बाहेर आले आणि तिला त्याच्याबद्दल काही विचारत होते. त्याच वेळी योगायोगाने डॉ. रुकडीकरही तिथे आले. दोघांचं एकमेकांशी बोलणं झालं.

डॉ. रुकडीकरना माहीत नव्हतं डॉ. बिद्री नेमके कशाकरिता आले आहेत ते; पण डॉ. बिद्रींना तिथे पाहून त्यांनी डॉ. बिद्रींना त्याची सगळी केस समजावून सांगितली. डॉ. रुकडीकरांचं एकून घेतल्यानंतर डॉ. बिद्री पुन्हा आत गेले.

आधी डॉ. बिद्री त्याला पाहायला आले होते ते सहजच, तो डॉ. रजनीकांतचा एक जवळचा नातेवाईक म्हणून आणि त्यांना त्याच्याबद्दल काही माहिती द्यावी म्हणून. नंतर ते त्याला पाहायला गेले ते एक जवळचे हितचिंतक म्हणून.

डॉ. रुकडीकरांनी डॉ. बिद्रींना त्याच्या घशातून अन्नपुरवठा करणारी नळी घालण्याविषयी कायकाय करता येईल, याच्याविषयी विचारणा केली. त्या दृष्टिकोनातून त्याला पाहायला म्हणून डॉ. बिद्री पुन्हा आत गेले. त्या दोघांचं पुन्हा काहीतरी बोलणं झालं.

तिला त्यांच्या बोलण्यातून इतकंच समजलं की, पुन्हा त्याच्या घशातून नळी घालता येते का ते पाहायचं आहे. डॉ. गोसावींशी त्याबद्दल चर्चा केली तर त्यांनी

पुन्हा त्यांचा पूर्ण विरोध दर्शवला. त्यांच्या मते अशा प्रकारची नळी आत घालणं म्हणजे धोका पत्करण्यासारखं आहे. त्याच वेळी त्यांनी त्यावर दुसरा काही पर्याय मात्र सुचवला नाही.

डॉ. रुकडीकरना तिने त्याच्या युरीनमधून पास होणाऱ्या रक्ताच्या गाठींबद्दल पुन्हा एकदा विचारलं. ते त्या वेळी सचिंत दिसले. त्या हॉस्पिटलच्या एकंदरीत व्यवस्थेबद्दल नाराज दिसले.

या संदर्भात डॉ. रुकडीकर डॉ. ससेंबरोबर बोलले, कारण ते या सीसीयूचे प्रमुख होते. डॉ. ससेंनी त्यांना त्यात लक्ष घालण्याचं वचन दिलं.

दीपक आल्यापासून तिला एक खात्रीशीर आधार मिळाल्यासारखं झालं. दीपक त्याला व्यायाम छान देत असे. शिवाय अंथरूण बदलताना किंवा बेडपॅन देण्याआधी त्याला हलवण्यासाठीही तो मदत करीत असे. एव्हाना व्हेंटिलेटरपासून त्याची पूर्ण मुक्तता झालेली होती. दोन दिवस व्हेंटिलेटरची अजिबात गरज पडली नव्हती.

डॉ. चौधरींनी त्याला जमेल तसा प्राणायाम करायला सांगितला. तिनेही भीतभीत त्याला त्याचा आग्रह केला. भीतभीत सांगायचं कारण असं की, त्याने पूर्वी बऱ्याचदा प्राणायाम करण्याचा विषय थट्टेवारी नेला होता.

तरुणपणी त्याच्या मामाच्या नादाला लागून तो बरीच योगासनं आणि प्राणायाम करायचा. त्याचा त्यावर विश्वास होता.

हल्ली जोरकस पीक आल्यासारखे प्राणायामाचे क्लासेसच निघायला लागले, तसं त्याने त्याची थट्टा करायला सुरुवात केली. तो होता ब्लडप्रेशरचा पेशंट! भरपूर व्यायाम आणि योगासनं करत असतानासुद्धा त्याला अगदी तरुण वयात ब्लडप्रेशरचा विकार जडला होता.

डॉक्टरांच्या म्हणण्यानुसार तरुणपणीच त्याला हा विकार जडण्याचं कारण म्हणजे आनुवंशिकता असणार. त्यानंतर त्याला येताजाता कोणीही प्राणायाम करण्याबद्दल सल्ला देत असत. काही जण त्याबाबत दुराग्रही असत. या सल्ला देणाऱ्यांचा त्याला मनस्वी राग येत असे. पण कसं कोण जाणे, आजारी पडण्यापूर्वी साधारण सहा महिने आधी त्याने पुन्हा मनापासून प्राणायाम करायला सुरुवात केली होती. त्याचं असं झालं, तिची पन्नाशी जशी उलटली तशा तिच्या आरोग्याच्या तक्रारी सुरू झाल्या.

मुख्य तक्रारी या ठिसूळ हाडांमुळे उद्‌भवलेल्या होत्या. आवडत नसताना आवश्यकता म्हणून ती डॉक्टरांकडे गेली.

डॉक्टरांनी तिला औषधांबरोबर बारीकसारीक व्यायामप्रकारांचं महत्त्व सांगितलं. त्याचबरोबर तिच्या मैत्रिणीनं, अनिला पडियार हिनं तिला प्राणायामाचं महत्त्व सांगितलं.

गेले दीड-दोन वर्षं ती प्राणायामाच्या प्रेमात पडली होती. मध्येमध्ये तीही

त्याला त्याचा मूड बघून प्राणायाम करायला सांगायची. तिचं म्हणणं होतं की, निदान त्यानं करून तरी बघावं.

आश्चर्य म्हणजे त्याने ते ऐकलं. त्याला तसं करावंसं वाटलं आणि त्याने तशी सुरुवातही केली. घोटाळा असा झाला की, नुसता प्राणायाम न करता त्याने काही योगासनंही करायला सुरुवात केली. तीही डॉक्टरांच्या सल्ल्याने नव्हे, तर त्याच्याकडे योगासनांचं रेळेंचं एक जुनं पुस्तक मिळालं, त्याच्या साहाय्याने.

रेळेंनी प्रथमच शीर्षासनाचं महत्त्व वर्णन केलंय. त्याला शीर्षासन करायला पूर्वी फार आवडायचं.

आता आपली पन्नाशी उलटलीये याचं भान त्याला उरलं नाही किंवा आपण गेली बावीस वर्षं ब्लडप्रेशरचे पेशंट आहोत याची जाणीव त्याने ठेवली नाही आणि त्याने केली सुरुवात– तीही नुसत्या प्राणायामालाच नव्हे, तर शीर्षासनासकट इतर काही योगासनांना.

हे सगळं सुरू केल्यानंतर अचानक जानेवारी महिन्यात त्याला जी बी सिंड्रोमचा अ‍ॅटॅक येण्यापूर्वी दीड महिना त्याच्या नाकाचा घोळणा फुटला. घोळणा फुटला ही खरंतर फार गंभीर बाब नव्हे; पण त्याच्या बाबतीत ती गंभीर ठरली.

नाकातून वाहणारं रक्त काही केल्या थांबेचना. पंचेचाळीस मिनिटं रक्त येणं थांबलं नव्हतं आणि तसं पुन्हा तीन-चार वेळा झालं होतं.

डॉ. सोरटूर आणि कान–नाक-घसा तज्ज्ञ डॉ. किशोर मगदूम यांचे त्यासाठी महिनाभर उपचार चालू होते. तरी नाकाचा घोळणा फुटणं पूर्णपणे थांबलेलं नव्हतं.

डॉक्टरांच्या सल्ल्यानुसार त्यानंतर त्याने शीर्षासन थांबवलं. प्राणायाम थांबवला नाही, पण त्यात घोळणा फुटण्याच्या प्रकरणाने खंड पडत राहिला. त्यानंतर लगेचच मार्च महिन्यात त्याला हा जी बी सिंड्रोमचा अ‍ॅटॅक आला होता.

त्याला झालेल्या जी बी सिंड्रोमचा आणि प्राणायामाचा हा असा दुरान्वयाने का होईना, पण त्याच्या दृष्टीने संबंध होता. शास्त्रीयदृष्ट्या त्यांचा परस्परसंबंध नसेलही, पण मनाच्या व्यापारांचं काय?

त्याच्या मनात या सर्व गोष्टींमुळे प्राणायामाबद्दल एक प्रकारचा पूर्वग्रह निर्माण झाला होता. त्यामुळे तिने त्याला भीतभीतच प्राणायामाचा आग्रह केला.

तो आता पुन्हा प्राणायाम करणार नाही, हा निव्वळ तिच्या मनातला अंदाज होता. त्याने मात्र ते पटकन स्वीकारलं होतं.

त्याने दीर्घश्वसन सुरू केलं. दीर्घ श्वास आत घेऊन ॐ कार काढायला सुरुवात केली.

ती आत आली की बऱ्याचदा तो विचारात गढल्यासारखा दिसायचा. मग ती त्याला दीर्घश्वसन करायची आठवण करून द्यायची. त्यांच्या संवादात ती आणखी

एक भर पडली. कधीकधी तो वैतागायचा. 'चक्' करून मान दुसरीकडे वळवायचा; पण ती बाहेर गेल्यावर दीर्घश्वसन सुरू करायचा.

याच सुमाराला त्याचा दुसरा हातही त्याला उचलता येऊ लागला. आता त्याला बघायला तिला फार बरं वाटायचं. कधीही आत गेलं की, तो त्याचे दोन्ही हात एकमेकात गुंतवून, पोटावर ठेवून निजलेला असायचा.

***

अकरा एप्रिल, बुधवार. सकाळी ती दवाखान्यात आल्याआल्या त्याला आज काहीही खायला-प्यायला द्यायचं नाही, असा डॉक्टरांनी दिलेला निरोप दीपकनं तिला सांगितला. त्याला एण्डोस्कोपी आणि गॅस्ट्रोस्कोपी करण्यासाठी नेणार होते. एण्डोस्कोपी करणार होते डॉ. मिरजकर आणि गॅस्ट्रोस्कोपी करणार होते डॉ. बिद्री.

आतापर्यंत व्हेंटिलेटर जोडलेला असल्यामुळे त्याला इतर कोणत्याही विभागात नेणं अशक्य होतं. ते आता शक्य झालं होतं.

एक्सरे वगैरेसाठी ने-आण करता येणारी मशिन्स होती. निरोप ऐकला आणि तिच्या छातीत धडधड सुरू झाली.

भीती वाटण्याचीसुद्धा एक मर्यादा असते; त्याहीपलीकडे चाललं होतं सारं. आपण कधीतरी कोसळणार, असंच आता तिला वाटायला लागलं होतं. तिच्या पायात थरथर सुरू झाली, उभं राहता येईना. स्वत:चा तोल सांभाळण्यासाठी ती स्वत:ला बजावत राहिली.

दीपकच्या ते लक्षात आलं. त्याने तिला खूप बोलून, सावरून धीर देण्याचा प्रयत्न केला. तिच्या बाबांच्या वेळी कायकाय झालं, ते दीपक तिला सविस्तरपणे सांगत राहिला. धड उभं राहण्यावाचून तिला गत्यंतरच नव्हतं. तिला भीती होती, ती गॅस्ट्रोस्कोपी करताना त्याला कुठंतरी जखम होऊन नंतर होणाऱ्या व न थांबणाऱ्या रक्तस्त्रावाची.

त्याला काय चार-दोन चमचे पाणी द्यायचं, तेही बंद झालं. त्याचे ओठ कोरडे पडले. अकरा वाजून गेले तरी एण्डोस्कोपी विभागातून फोन येईना. साडेअकरा वाजले. स्ट्रेचर आलं. त्याला आता उचलणार इतक्यात एण्डोस्कोपी विभागातून फोन आला की, एण्डोस्कोपी आत्ता करायची नाही. झालं, तिथल्या मुख्य सिस्टर रागवल्या, त्या विभागानं एण्डोस्कोपी रद्द करण्याचं काहीही कारण सांगितलं नाही म्हणून.

एण्डोस्कोपी रद्द करण्याचं गांभीर्य तिला तेव्हा कळलं नाही आणि कळलं तेव्हा फार उशीर झाला होता. त्याच स्ट्रेचरवरून त्याला गॅस्ट्रोस्कोपी विभागात न्यायचं ठरवलं. तिची धावपळ झाली.

एका हातात निर्जंतुक केलेले गॉझचे तुकडे, तोंडातून कफ आला तर ते पुसायला. दुसऱ्या हातात गळ्याच्या छिद्रावर ठेवायची दोन-तीन टोपणं. बरोबर भक्कम भाऊ. निघाला तांडा. सीसीयूचा मोठा दरवाजा, त्यानंतरचा लांबलचक कॉरिडॉर, मधला चौक, चौकातून जाणारा पॅसेज, चौकातून पुढं आल्यावर पॅसेजच्या दोन्ही बाजूंना असणारे वेगवेगळे विभाग!

सहा मार्चच्या दिवशी घरात झोपला असताना घरातल्या चौकातून त्याने जो दिवसाचा लख्ख प्रकाश आणि ऊन पाहिलं होतं, त्यानंतर आज अकरा एप्रिल रोजी; सव्वामहिन्यांचा काळ लोटलेला.

तिने ते स्ट्रेचर चौकात दोन-तीनदा थांबवायला सांगितलं. म्हणाली, ‘‘दिवसाचं लख्ख ऊन बघून घे.’’

त्याचे डोळे दिपले होते; पण त्याच्या संपूर्ण शरीराला जणू डोळेच डोळे फुटले होते.

सगळं प्रकरण डॉ. बिद्रींच्या विभागात येऊन पोहोचलं. डॉ. बिद्री तयारच होते. त्यांना तिने जरा थांबवलं. म्हणाली, ‘‘डॉक्टर, थोडा पूर्वेतिहास सांगते.’’ असं म्हणून तिने पूर्वी दोन-तीनदा त्याला झालेल्या रक्तस्रावाबद्दल त्यांना पूर्ण कल्पना दिली.

त्यांना तशी ती आधी दिलेली होतीच, पण तिच्या सांगण्यातला रोख असा होता, किंबहुना आग्रह होता की, त्यांनी कोणताही धोका पत्करू नये. त्यांची ती प्रक्रिया चालू असताना एकदा तिला वाटलं की, ती ते पाहू शकणार नाही.

तिने दीपकला त्याच्याकडे नीट लक्ष द्यायला सांगितलं, कारण त्याला जरासुद्धा म्हणजे जराही इकडेतिकडे हलणं शक्य नव्हतं, हे कोणाच्याच लक्षात यायचं नाही. त्यासाठी दीपकच योग्य होता; पण शेवटी तिला राहवेना. ती त्याच्या समक्षच येऊन उभी राहिली.

डॉक्टरांनी त्याला केलेल्या सूचना तिनेही लक्षपूर्वक ऐकल्या. त्यांच्या हातातल्या नळीकडे नि त्या नळीच्या तोंडाला असलेल्या दुर्बीणीकडे तिचं सारं लक्ष लागून राहिलं होतं. त्यांनी त्या प्रक्रियेला सुरुवात केली. समोरच्या कॉम्प्युटरच्या स्क्रीनकडे मात्र तिला पाहवेना. तिने देवाचा धावा करायला सुरुवात केली. एका निर्णायक क्षणी डॉक्टरांचा हात थांबला. त्यांनी सुस्कारा टाकला. त्यांच्या तोंडातून ‘छे!’ असा उद्गार बाहेर पडला.

तिनेही ‘‘डॉक्टर अजिबात धोका नको’’ असा अस्फुट उच्चार केला न केला तोच डॉक्टर म्हणाले, ‘‘इथून पुढे नळी जाणं अशक्य आहे. पुढे धोका आहे.’’

ते तत्क्षणी थांबले. तिला हायसं वाटलं. ती त्याच्याजवळ गेली. ‘‘दुखलं का रे?’’ तिचा आवाज कापरा झाला होता. मघापासून घशात साठलेला तणाव त्या आवाजातून तिला मोकळा झाल्यासारखं वाटलं.

डॉक्टरांनी तिला तिथे बसायला सांगितलं. ते हात वगैरे धुऊन आले. त्यांनी त्यांच्या हातातला कागद पुढं ओढला आणि त्यावर काही आकृत्या काढायला सुरुवात केली. ते जेव्हा गॅस्ट्रोस्कोपी प्रक्रिया करत होते तेव्हा त्याच्या डोक्याशी असलेल्या कॉम्प्युटरच्या पडद्यावर त्यांना काही गोष्टी दिसल्या होत्या, ज्या तिला आणि दीपकला दिसल्या होत्या, पण कळल्या नव्हत्या.

त्यांनी दोन शक्यता वर्तवल्या. त्यांपैकी एक शक्यता अशी होती की, जी बी सिंड्रोममुळे त्याचे हातपाय, नंतर फुफ्फुसं यांची कार्यक्षमता ज्याप्रकारे मज्जातंतूंनी नष्ट केली होती, त्याच प्रकारे त्यांनी घशामधली गिळण्याची कार्यक्षमता नष्ट केली असावी. त्यांच्यामते हीच शक्यता खरी असावी.

दुसरी शक्यता त्यांनी व्यक्त केली, ती म्हणजे अन्ननलिका आणि श्वासनलिका जिथे चिकटल्या असतील तिथे कुठेतरी एखादं छिद्र पडलं असावं. त्यामुळे अन्ननलिकेमधलं अन्न श्वासनलिकेत जात असावं. ही दुसरी शक्यता आधी डॉ. डेव्हिडनी वर्तवली होती.

डॉ. डेव्हिडना वाटत होतं की, डॉ. सोरटूरांकडे किंवा त्यानंतर गळ्याला छिद्र पाडताना केव्हातरी हे छिद्र पडलं असणार. त्यामुळेच तोंडात पाणी वगैरे पातळ पदार्थ दिले की, ते सरळ गळ्याच्या छिद्रातून बाहेर येत असणार.

डॉ. गोसावींना ही दुसरी शक्यता मान्य नव्हती; पण त्याच वेळी गळ्याच्या छिद्रातून अन्नपदार्थ बाहेर येण्याचं पटण्याजोगं दुसरं कारणही त्यांना देता येत नव्हतं.

दीपक ते सगळं ऐकत होता. म्हणाला, ''मानलं बुवा या डॉक्टरांना! घशाचे स्नायू जी बी सिंड्रोमची लागण झाल्यामुळे निकामी झाले असतील, ही त्यांनी वर्तवलेली शक्यता यापूर्वी कोणीच लक्षात घेतलेली नव्हती. त्यांचा अभ्यासच दांडगा आहे.''

त्यानंतर डॉ. बिद्रींनी इतरही काही गोष्टी सांगितल्या. आतापर्यंत समोर आलेल्या अनेक वस्तुस्थितींपेक्षा एका वेगळ्या वस्तुस्थितीची कल्पना त्यांनी दिली. त्यांच्या म्हणण्यानुसार जी बी सिंड्रोमच्या रुग्णाने त्याचे गाल, पापण्या, कपाळाचे स्नायू, कान, चेहऱ्याच्या हालचाली करण्यास लागणारे वेगवेगळे स्नायू एकदा तपासून घ्यावेत. जी बी सिंड्रोमची लागण तिथपर्यंतसुद्धा होऊ शकते.

त्याने ते ऐकून लगेच त्याच्या चेहऱ्याच्या सर्व हालचाली करून पाहिल्या. सर्व ठीकठाक होतं. त्याला पुन्हा सीसीयूमध्ये आणलं. पुन्हा तोच सारा प्रवास.

परतल्यावर नवीन युद्ध सुरू झालं. डॉ. रुकडीकर घाईघाईनं आले. त्यांना तिने सगळं वृत्त बारीक-सारीक गोष्टींसकट सांगितलं.

गळ्याच्या छिद्रातून अन्नपदार्थ बाहेर येण्यासंदर्भात डॉ. बिद्रींनी सांगितलेल्या दोन शक्यतांपैकी दुसरी शक्यता पडताळून पाहण्यासाठी डॉ. रुकडीकरांनी आणि डॉ.

डेव्हिडनी फारच आग्रह धरला. त्यासाठी आता आणखी एक टेस्ट! ती तपासणी म्हणजे बेरिअम टेस्ट करून घेण्याचा डॉ. डेव्हिड आणि डॉ. रुकडीकर या दोघांचा आग्रह.

डॉ. रुकडीकर तर फारच अस्वस्थ होते, त्याचा हा सगळा प्रकार बघून. मात्र चेहऱ्यावर तसं न दाखवता ते तिला धीर देत होते. ते तिला सारखं सांगत होते की, संपूर्ण बरं होणं ही या आजाराची जमेची बाजू आहे.

बेरिअम टेस्ट! या टेस्टमध्ये पेशंटला एक्स रे रूममधे आणावं लागतं. एक्सरे मशिन सेट करून तोंडावाटे पाव किंवा अर्धा कप बेरिअम हा पातळ द्रव प्यायला द्यायचा आणि तो अन्ननलिकेतून सरकताना लगेच एक्स रे काढायचा. बेरिअम या पातळ द्रवातून मशिनचे किरण आरपार जात नाहीत. त्यामुळे तो द्राव कुठंकुठं पसरला आहे ते समजतं. श्वासनलिकेला छिद्र असलं तर त्यामुळे तो श्वासनलिकेत गेलेला दिसतो.

नवी परीक्षा, नवे प्रश्न. प्रश्न तिलाच होते. त्याला नव्हते. त्याचं म्हणणं होतं की, एकदा आपण आजारी पडलो आणि डॉक्टरांनी आपला ताबा घेतला की, मग आपल्या इच्छेचा वा अनिच्छेचा प्रश्न उरतोच कुठे? येईल त्याला सामोरं जायचं, या त्याच्या दृष्टिकोनामुळे त्या सगळ्या प्रक्रियेमध्ये ती जितकी बेचैन होती तितका तो नव्हता.

डॉक्टर म्हणाले, ''द्या आता त्यांना पाणीबिणी.''

तिने त्याला हळूहळू थोडंसं पाणी दिलं प्यायला. त्यातलं थोडंथोडं गळ्याच्या छिद्रातून बाहेर येतच होतं.

बारा एप्रिल, गुरुवार. आज बेरिअम टेस्ट, पुन्हा उपाशी. सकाळी अकरा-बारा-एक म्हणताम्हणता रेडिओलॉजिस्ट डॉ. निकित मेहता संध्याकाळी साडेचार वाजता आले. पाच वाजता त्या टेस्टची सगळी तयारी झाली.

पुन्हा सगळं तेच. स्ट्रेचर! कॉरिडॉर! चौक! पॅसेज! फक्त या वेळी विभाग वेगळा आणि दिवसाची वेळ वेगळी. तिचंही पुन्हा तेच. गॉझ, सीरिंजची टोपणं, साधं पाणी, सोबतीला वेगळ्या काळज्या आणि चिंता.

'बेरिअम म्हणजे काय असतं? ते कसं देतात प्यायला? ते प्यायल्यानंतर उलटी झाली तर? गळ्याच्या छिद्रातून ते बेरिअम बाहेर आलं तर?' काहीही असंबद्ध शंका. म्हणजे इतकं की, त्याला बराच वेळ एक्सरे काढण्याच्या मशिनच्या खाली ठेवलं होतं नि तिच्या डोक्यात येत राहिलं की, ते मशिन चालवणारे लोक तिथून इकडे तिकडे गेल्यावर तो मशिनचा त्याच्या डोक्यावर असलेला भाग त्याच्या डोक्यात पडणार तर नाही ना? तिने दीपकला त्याच्या अगदी जवळ उभं राहायला सांगितलं. त्यातल्यात्यात दीपक या प्रकारच्या टेस्टमध्ये अनुभवी होता. त्यांच्या बाबांची हीच टेस्ट दोन-तीनदा झाली होती.

तिचा जीव मात्र हलका झाला होता. शेवटी एकदाची ती टेस्ट पार पडली. तिला बेरिअम म्हणजे काय ते पाहायला मिळालं. साधा बिनरंगाचा जरा दाटसर द्राव. चव कडुझार. तोही व्यवस्थितपणे संयमाने ते प्यायला.

वेगवेगळ्या स्थितीत तीन-चार फोटो काढले. डॉ. निकित मेहता त्यांच्या खोलीत बसले होते. ते फार कमी बोलणारे म्हणून प्रसिद्ध होते. रुग्णाच्या नातेवाइकांशी तर ते बोलतच नसत. तरीही ती धीर करून त्यांच्या खोलीत गेली.

त्यांचे मदतनीस म्हणाले की, हा रिपोर्ट दुसऱ्या दिवशी डॉक्टरांना मिळेल. मग तिला नको का दुसऱ्या दिवसापर्यंत कळ निघायला? पण पुढचा-मागचा काहीही विचार न करता ती त्यांच्या खोलीत घुसली. त्यांचा चेहरा कोरा होता.

तिने त्यांना फोटोंबद्दल विचारलं. आश्चर्य म्हणजे ते तिच्याशी सविस्तर बोलले. त्यांच्या म्हणण्यानुसार कुठंही कसलंही छिद्र नव्हतं. हुश्श!! तिच्यापेक्षा दीपकच खूश झाला. त्याने बाबांची ही टेस्ट पाहिली होती. त्यांच्या अन्ननलिकेतून ते बेरिअम त्यांच्या फुप्फुसांमधे पसरलेलं त्याने पाहिलं होतं.

हे सगळं चालू असताना तीन वाजल्यापासून दर अर्ध्या-अर्ध्या तासाने कणादचा सारखा फोन येत होता. त्याला काळजी लागून राहिली होती. साडेसहा वाजता पुन्हा कणादचा फोन आला तेव्हा अथपासून इतिपर्यंत सगळा वृत्तांत तिने कथन केला. तिच्या आवाजात दबलेल्या आनंदाच्या लकेरी होत्या.

कणादने परत कधी येऊ असं विचारलं. कणादच्या वरिष्ठ अधिकाऱ्याने त्याला हवी तेवढी रजा घ्यायला सुचवलं होतं. वाटलं तर नेव्हीच्या हॉस्पिटलमध्ये आणण्याबद्दलही सूचना केल्या होत्या. तिलाही आता घरी जायचा दिवस अगदी जवळ आल्यासारखं वाटत होतं. ती त्याला म्हणाली की, दीपक पुण्याला गेल्यानंतर शनिवारी किंवा रविवारी कणाद आला तर बरं होईल. त्या वेळी घरी जायचं असलं तर कणाद असलेला बरा.

संध्याकाळी डॉ. डेव्हिड आले. ते म्हणाले, "टेस्ट झालीये, पण अजून रिपोर्ट्स आलेले नाहीत. आल्यानंतर बघू काय होतंय ते."

ती म्हणाली, "मी भेटले होते डॉक्टरांना. त्यांनी सांगितलं कुठंही छिद्र नाहीये. म्हणजे डॉक्टर, डॉ. बिद्री म्हणतात तसंच असेल का?"

"बघू नंतर. आत्ताच काही बोलणं योग्य ठरणार नाही." ते निघून गेले.

त्यांच्या वागण्याचं तिला त्या वेळी फार आश्चर्य वाटलं.

डॉ. रुकडीकर मनापासून आनंदले. ते म्हणाले, "घशाचा फक्त प्रश्न असेल तर तो लवकरच बरा होईल. उद्या गळ्याचं छिद्र बंदच करून टाकू आणि त्याला जेवण देऊ. एकदा का जेवण व्यवस्थित सुरू झालं की, इतर प्रॉब्लेम्स कमी होतील."

रात्री तिला वाटलं की, त्याला काहीतरी खायला देऊन बघावं. पण ती थांबली, डॉक्टरांनी काही सांगण्याची वाट बघत.

रात्री तिच्या मनात येऊन गेलं, 'यापूर्वी डॉ. सोरटूरांच्याकडे आणि मिशनमध्येसुद्धा घशातून नळी घालताना दोन वेळा त्याला जो रक्तस्राव झाला त्याचं कारणही बहुधा घशाचे निकामी झालेले स्नायू हेच असू शकेल की काय? निकामी म्हणजे ते स्नायू पूर्णपणे निद्रितावस्थेतच असले तर घशातून आत सोडलेल्या नळीला आत ढकलण्यासाठी काहीही मदत करायला असमर्थ ठरणार. शिवाय रक्त थांबवयालाही निरुपयोगी ठरले असणार.'

विचारून ती खात्री तरी कोणाकडून करून घेणार होती? कारण कोणी डॉक्टर्स तिचं काही ऐकून घेण्याच्या मन:स्थितीत नव्हते. तसंच त्या घटकेला कोणालाही त्याचं वाटावं तितकं महत्त्वही वाटत नव्हतं.

शुक्रवारी सकाळी डॉ. मिलिंद गोसावी आले. त्यांना बेरिअम टेस्टचा रिपोर्ट दाखवला. त्यांनी त्याची ती नळी काढून टाकायचा निर्णय घेतला. तिला वाटलं की, तिथे छिद्र बंद करायला टाके घालावे लागतील, पण डॉक्टरांनी तसं केलं नाही. ती नळी काढून टाकून गळ्याचं छिद्र नुसतं ड्रेसिंग करून बंद करून टाकलं. त्यांनी त्याला सोसेल इतकं भरपूर खायला सांगितलं.

डॉ. डेव्हिड आले, त्यांच्या चेहऱ्यावर मात्र सुटकेऐवजी थोडा ताण दिसत होता. ते म्हणाले, ''घशाचं हे ठीक आहे, आता कॅथेटरचं बघू. आज डॉ. मिरजकर येतील. त्यांना विचारू काय करायचं ते. शिवाय आज डॉ. ससेंकडून त्यांच्या नर्व्हज्‌ची तपासणी करून घेऊ.''

डॉक्टर गेल्यानंतर ती त्याला म्हणाली, ''चल, शंकर नेने आला ते ठीकच झालं. आश्चर्य आहे तो जे काही सांगतो त्याचं. तू आता हे स्वत:च्याच शरीराशी स्वत:नंच बोलणं थांबवू नकोस. शंकरने तुला जे काही सांगितलं, त्यात थोडं तरी तथ्य असणार.''

त्याला त्याच्या हठयोगी मामाची आठवण झाली. तो असंच काही बोलायचा. मामावर त्याचा गाढ विश्वास होता, पण आता तो हयात नव्हता.

शंकर नेनेबद्दल त्याला फार आदर वाटत होता. आदल्या रविवारी शंकर जे काही बोलला होता ते त्याला तूर्त तरी, निदान गॅस्ट्रोस्कोपी आणि बेरिअम टेस्टचे रिपोर्ट्स पाहून झाल्यानंतर पटल्यासारखं दिसलं.

डॉ. ससेंच्या विभागात त्याला नेऊन त्याच्या नर्व्हज्‌ची तपासणी झाली. दिसताना ती तपासणी फारच भयानक दिसत होती. तिला त्यातलं काहीही कळत नव्हतं. त्यामुळे ती उगीचच डॉक्टरांच्या मदतनीसांना काहीबाही प्रश्न विचारत होती. त्यांना तिने विचारलेल्या प्रश्नांची नेटकी उत्तरं देता येत नव्हती. मग ती तिच्या मनानेच त्या मशिनवर उमटणाऱ्या आकृत्यांचा अर्थ लावत होती.

त्या आकृत्यांमधल्या काही रेघा सरळ यायच्या, तर काही नागमोडी. आधी तिला वाटलं, सरळ रेषा म्हणजे ते स्नायू निकामी झालेले असणार. नंतर असं वाटायला लागलं की, सरळ रेषा म्हणजे सरळ काम करणाऱ्या रेषा. मग असा उलट-सुलट विचार करताकरता तिचा गोंधळच उडून गेला.

त्याला दुपारचं जेवण द्यायचं म्हणजे आयत्या वेळी घरी जाऊन स्वयंपाक करून आणणं अवघड होतं.

तिने प्रतिमाला फोन करून तिला हे काम जमेल का म्हणून विचारलं. तिने 'हो' म्हणताच कायकाय जेवण हवं ते सांगितलं. वरण-भात, पालेभाजी, शिजवलेल्या कडधान्यांचं पाणी द्यायला सांगितलं. डबा आला. त्याने खुशीनं, लवकर बरं व्हायचं म्हणून थोडंथोडं जेवण घेतलं.

दुपारी त्याला शहाळं दिलं. संध्याकाळी थोडासा चहा नि बिस्किटं. खाऊन दमला तो! संध्याकाळी फक्त लाल उकड्या भाताची मऊ शिजवलेली पेजच खाईन म्हणाला. ती गोव्याची होती. तिकडे पेज म्हणजे नुसतं भाताचं पाणी नसतं, तर पाणीमिश्रित मऊ शिजवलेला उकडा लाल भात असतो.

डॉ. डेव्हिडनी त्याला संध्याकाळी व्हील चेअरमधे बसवून फिरवून आणायला सांगितलं. दीपक खूश झाला. तो व्हीलचेअरची सोय करण्याच्या मागे लागला. सहा वाजता व्हील चेअर आली. त्याला न्यायचा सारा सरंजाम झाला.

कित्येक दिवसात अंगावर नीट कपडे घातलेले नव्हते, हातपाय हलवता येत नाहीत म्हणून आणि त्याला उठवणं अवघड होतं म्हणून. त्याही दिवशी कपडे घालता आले नाहीत, पण नुसत्या दोन चादरी गुंडाळल्या अंगाभोवती.

इतक्या दिवसात प्रथमच तिने त्याची पाठ पाहिली. बेडसोर्स झालेत का ते पाहिलं. एखाद-दुसरा सोडून फार काही नव्हते. तिथल्या सिस्टर्सनी योग्य ती काळजी घेतली होती. शिवाय तिथे आल्यानंतर लगेचच आठ-दहा दिवसांनी डॉक्टरांच्या सांगण्यावरून त्याच्यासाठी तिने वॉटरबेड आणून दिला होता. औषधोपचारही चालूच होते.

व्हील चेअरवर बसवण्यासाठी त्याला प्रथम कॉटवर बसता केला. तसं बसवल्यानंतर त्याला एकदम चक्कर आली. त्यामुळे फिरायला जाऊ नये, असं त्याला वाटू लागलं. तरीही निवासी डॉक्टर आणि सिस्टर्स यांच्या आग्रहाखातर तो तयार झाला. मात्र त्याचा चेहरा फारसा चांगला दिसत नव्हता; पण त्याला बाहेर जायला मिळणार या विचाराच्या नादात तिने त्याच्याकडे दुर्लक्ष केलं.

हळूहळू खुर्ची बाहेर आणली. पॅसेजच्या दुसऱ्या टोकाला नेली. तिथून पलीकडचा, मिरजेतला गावात जाणारा रस्ता दिसत होता. बराच वेळ तो तिथे बसून राहिला. दिवसाचा प्रकाश अंगभर भरपूर लपेटून घेतला.

मग म्हणाला, ''झोप येतेय. जाऊ या.'' सीसीयूमधे आल्यानंतर त्याला फार दमल्यासारखं वाटलं. तो पटकन झोपून गेला.

तिने कणादला फोन करून सगळं सांगितलं – त्याला फिरवून आणलं वगैरे.

दीपकने भराभरा पुण्याला त्याच्या घरी बाबांना, वहिनीला आणि मुलांना फोन केला, भावजी बरे झालेत म्हणून – आज फिरून आले, जप जोरात करा इ. इ.

ती मात्र कोणताही आनंद व्यक्त करायच्या मन:स्थितीत नव्हती.

घरी आल्यावर प्रतिमाकडे जरा बोलत बसली, मोकळं वाटावं म्हणून; पण काळीज गच्च भरलेलं तसंच राहिलं. मोकळं वाटेनाच.

दुसऱ्या दिवशी कणाद येणार होता त्या नादात तिला झोप लागून गेली.

***

तेरा एप्रिल, शनिवार. ती गाढ स्वप्नातून जागं झाल्यासारखी उठली. ताजंतवानं वाटेना. दीपक आज निघणार होता, जमल्यास लवकरच्या गाडीनं. कणाद येणार असल्याने ती निवांत होती.

दीपकला घरी लवकर येता येण्याच्या दृष्टीने आपण हॉस्पिटलमधे लवकर पोहोचावं म्हणून स्वत:चं पटपट आटपत होती. सव्वासहा वाजले होते. इतक्यात फोन वाजला.

तिला वाटलं कणादच लवकर पोहोचला असेल. तिने रिसीव्हर उचलला तर फोनवर दीपकच. त्याच्या आवाजातली सूक्ष्म भीती तिने नेमकी हेरली. हातापायातलं बळ रोखून धरलं. ''अगं, तू जरा इथे लवकर येतेस का?''

''का रे? काय झालं?''

''काळजी करू नकोस. इथे काल रात्री एक प्रॉब्लेम झालाय. डॉक्टर आहेत; पण तू येतेस का बघ.''

त्याच्या फोनमधून तिला काही उलगडा झाला नाही. तिने पुढचं ऐकलंच नाही.

''थांब, माझं आवरलंयच. लगेच येतेय मी'' ती आवरून पाचच मिनिटांत पळाली.

श्रीला सांगितलं त्याचा नाश्ता घेऊन यायला. म्हणेम्हणेस्तो पोहोचलीच हॉस्पिटलमध्ये. पहाटे चारपासून त्याला युरिनमधून जास्त प्रमाणात रक्तस्राव सुरू झाला होता. डॉ. जय इरिगेशनच्या प्रक्रियेत गुंतला होता. जरा थांबायचं, पण पुन्हा सुरू. लांबच लांब अशा बारीक दोऱ्यासारख्या रक्ताच्या गाठी इरिगेशनमधून बाहेर यायच्या.

तिने डॉ. डेव्हिडना फोन करून बोलवून घ्यायला सांगितलं. नुसती फोनाफोनी

चालली होती. त्याचा चेहरा निस्तेज दिसायला लागला होता.

भराभर रक्तस्राव थांबवणारी 'पॉज' नावाची औषधं मागवून घेतली. व्हिटॅमिन के मागवलं, रक्त मागवलं, प्लाझ्मा मागवला. तिचं डोकं, डोळे, कान सगळं बधिर होऊन गेलं होतं.

ती अवसान राखून ठेवायचा प्रयत्न करीत होती. या वेळी अवसान गाळून चालणार नव्हतं.

प्रमुख सिस्टरला तिने डॉ. मिरजकरांबद्दल विचारलं – ते येणार आहेत की नाही इत्यादी.

सिस्टर म्हणाली ''ते येतील थोड्या वेळाने. डॉ. डेव्हिड नाहीत, नि डॉ. मिरजकर तर नाहीच नाही.''

कणाद मुंबईहून घरी आला आणि साडेआठ-नऊच्या सुमाराला आवरून हॉस्पिटलमध्ये आला. त्या वेळपर्यंत रक्तस्राव थांबला होता. लालसर पाणी मात्र थोडंथोडं येत होतं. अचानकपणे ते सगळं झालेलं पाहून कणादही नर्व्हस झाला. 'कालपर्यंत तर सगळं चांगलं चाललं होतं.' कणादला खूप काही सांगायची तिची इच्छा होती, पण सवड मिळेना.

त्याला जरा ठीक झाल्यासारखं वाटायला लागलं तसं सिस्टर म्हणाली, ''चला, व्हील चेअरवरून फिरून येऊ.''

तिला उमगे ना काय चाललंय ते. त्याला जे काय झालं होतं ते गंभीर होतं की नाही? तिला कळेना. दहा वाजेपर्यंत रक्त आणि प्लाझ्मा देऊन झाला होता. रक्तस्राव थांबला होता. त्यालाही जरा बरं वाटत होतं. दीपकला जाण्याची घाई होती. टा ऽऽ टा करून दीपक निघाला.

आदल्या दिवशीच्या व्हील चेअरच्या यशस्वी प्रयोगानंतर तिला वाटलं की, दुसऱ्या दिवशीही तो बाहेर येईल तेव्हा त्याला बरं वाटणारच. तिने त्याच्या आईला सांगून ठेवलं होतं की, आज तो बाहेर आला की, ती त्याला फोन लावून देता येईल आणि आईला त्याच्याशी बोलता येईल.

दवाखान्यात आल्यापासून त्या दोघांचा एकमेकांशी काहीही संपर्क नव्हता. त्याला बोलता येत नव्हतं. आईला हॉस्पिटलमध्ये आणायचं तर तितकं सोपं नव्हतं. त्या दिवशी तिला वाटलं, त्या दोघांना बोलता येईल. व्हील चेअरवरून बाहेर जायला त्याचीही काही हरकत नव्हती असं वाटलं. मात्र बाहेर आल्यावर त्याला उत्साह वाटेना. गळाटून गेल्यासारखा, थकल्यासारखा तो आईशी बोलला. त्याचं कशात मन लागत नव्हतं. वेदनांनी व्याकूळ झाल्यासारखा दिसत होता त्याचा चेहरा.

आत्तापर्यंत त्याच्या आजारात वेदनांचे फारसे अनुभव नव्हते; पण आता व्हायला लागलं त्याचं स्वरूपच निराळं होतं – वेदनांचं काहूर होतं. त्याचा निश्चल

चेहरा कातर रेषांनी भरून काळवंडायला लागला होता. बाहेर फारसं न रेंगाळता त्याला परत आत आणलं. तासाभरानं पाहावं, तर पुन्हा रक्तस्राव सुरू. डॉ. डेव्हिडना ताबडतोब बोलावून घेतलं.

'व्हील चेअरवर बसवल्यामुळे तर त्याला असा रक्तस्राव झाला नाही ना?' अशी शंका तिने आणि कणादने डॉ. डेव्हिडकडे बोलून दाखवली.

त्यांनी ती नाकारली आणि शांतपणे म्हणाले, "पाठवतो डॉ. मिरजकरांना."

एक वाजला. दीड वाजला. परिस्थिती जैसे थे. डॉ. मिरजकरांचा पत्ताच नव्हता. त्या दिवशी नेमके डॉ. रुकडीकरही आले नव्हते. दोन वाजता तिचा धीर सुटायला लागला.

कणाद औषधं, रक्त आणि प्लाझ्मा आणायला गेला होता. बराच वेळ झाला तरी तोही आला नव्हता. कधीकधी रक्त मिळायला उशीर व्हायचा. बऱ्याच वेळा रक्तदाते मिळाले नाहीत, तरी रक्त मिळायचं. कधीकधी रक्तदात्यांसाठी थांबावं लागायचं. ते अडवायचे नाहीत, पण बोलाचालीत उशीर व्हायचा.

दोन वाजायचा सुमार, त्याला भेटून ती बाहेर आली. तिला त्याच्याकडे बघवेना. तिथे थांबायचा धीरही होईना. डॉ. जय सतत इरिगेशन करून रक्ताच्या गाठी काढण्यात गुंतला होता. त्याला थोडंथोडं यश मिळायचं, तितक्यात पुन्हा काहीतरी बिनसायचं.

ती त्या साऱ्या पॅसेजमधून अक्षरश: वेड्यासारखी, दिशाहीन झाल्यासारखी फिरत होती. सगळ्या डॉक्टर्सच्या खोल्या रिकाम्या होत्या. तिला तिचा आधार सुटल्यासारखं झालं, कालपर्यंत हातातोंडाशी आलेलं कोणीतरी हिसकावून घेत होतं तसं.

न राहवून तिने डॉ. रुकडीकरांना फोन लावला. इथे आत्ता आणीबाणी असूनही अजून डॉ. मिरजकर पोहोचलेले नाहीत असं तिने सांगितलं. डॉ. रुकडीकरांनी डॉ. मिरजकरांच्या घरी माणूस पाठवला. मग तिने डॉ. चौधरींकडे फोन केला. त्याही म्हणाल्या, त्यांच्याशी काहीतरी संपर्क करायचा प्रयत्न करते म्हणून.

या सगळ्याचा परिणाम म्हणजे तीन वाजता डॉ. मिरजकरांचे दोन मदतनीस आले. ते त्याच्या कॉटच्या कठड्यापाशीच उभे राहिले. म्हणाले, "छे! हे आमचं काम नाहीये. आधी रक्तस्राव थांबवा."

त्याला हातही न लावता ते निघून गेले. चार वाजता एकदाचे डॉ. मिरजकर महाशय आले. ती त्यांना प्रथमच पाहत होती. त्याला हातही न लावता नुसतं दुरून पाहून भराभर त्यांनी काही औषधं लिहून दिली.

कणाद गेला औषधं आणायला. एक मोठा बॉक्स भरून प्रत्येकी एक लिटरच्या सलाइन वॉटरच्या असाव्यात तशा बाटल्या आणल्या. वेगळ्या प्रकारचा कॅथेटर – एका टोकाला पाणी आत नेणारी दोन छोटी नळ्यांची तोंडं, तर युरिन बाहेर

काढायला एक मोठी नळी पिशवीला जोडलेली. कॅथेटरला ते सलाइन वॉटर जोडलं. ते पाणी सतत मूत्राशयात जात होतं आणि मूत्राशयातून दुसऱ्या नळीतून बाहेर येत होतं. त्याबरोबर रक्ताची एखादी गुठळी बाहेर यायची. सगळं चित्र फारच भयानक होतं.

दरम्यान त्याला स्पॅझमस म्हणजे हुडहुडीचे झटके यायला लागले. तोंडानं तो आता विव्हळायला लागला. इतक्या दिवसातली त्याची सहनशक्ती एकदम संपल्यासारखी झाली.

संध्याकाळी डॉ. डेव्हिड आले असताना तिने त्यांना विचारलं की, यावर डॉक्टरी उपाय नाहीय का, किमान त्याच्या वेदना थांबवायला.

ते नुसते हसले. त्या दिवशी सगळं सुरळीत चाललंय म्हणून लवकरच घरी जाऊन विश्रांती घ्यायचं तिने ठरवलं होतं; तर न खातापिता ती जी सकाळी साडेसहाला तिथे आली होती ते घरी परत जायला तिला रात्रीचे नऊ वाजून गेले.

त्याला इतका त्रास होत होता की, त्याच्या जेवण्या-खाण्याची भ्रांतच त्याला उरली नव्हती. हुडहुडीचे सारखे झटके येत असल्यामुळे काहीही खावंसं वाटत नव्हतं. सोबत आणलेलं त्याच्यासाठीचं जेवण तसंच्या तसं राहिलं होतं.

रात्री तिला चक्कर आल्यासारखं वाटायला लागलं. भयंकर थकवा आला, कधीच यातून उठता येणार नाही असं वाटणारा.

रात्री घरी आली ती तडक प्रतिमाच्या घरी गेली. तिच्याशी बोलताबोलता मात्र तिचा एकदम बांध फुटला. तिला धीर द्यायला प्रतिमाकडे तरी कुठे होते शब्द!

रात्री झोपण्यापूर्वी ती खूप अस्वस्थ होती. तातडीने काहीतरी करायला हवं असं वाटत होतं, पण काय ते सुचत नव्हतं. मनात आल्याबरोबर तिने मुक्ताला फोन लावला. तिथून डॉ. रजनीकांतना फोन लावला. त्यांना या केसमधे थोडं लक्ष घालायला सांगितलं. हॉस्पिटलचे डायरेक्टर डॉ. दीपक कांबळे यांना डॉ. रजनीकांतनी वैयक्तिक लक्ष घालण्यासाठी विनंती केली.

डॉ. दीपक कांबळे डॉ. रजनीकांतना बुजुर्ग डॉक्टर म्हणून मानणाऱ्यातले होते. डॉ. रजनीकांतनी त्यात लक्ष घालण्याचं तिला वचन दिलं.

कणादला तिने रात्री उशिरा फोन करायला सांगितलं होतं – त्याला कसं वाटतंय ते सांगायला. रात्री अकरा वाजता त्याचा फोन आला. इरिगेशन चालू होतं. रक्तस्राव जरा आटोक्यात आला होता.

सकाळी कणादला उठल्या-उठल्या लवकर घरी फोन करायला सांगून ती झोपली. सबंध झोपेमध्ये तिला सगळीकडे रक्तच रक्त दिसत होतं. त्यात एक भयानक गोष्ट तिला दिसत होती – ती म्हणजे त्याचं मूत्राशय उघडून ती ते झाडून पुसून स्वच्छ करीत होती.

स्वप्नामुळे जाग आल्यानंतर तिला झोपच लागली नाही. गेले कित्येक दिवस रात्री तिला एकदम दचकून जाग यायची. जाग आल्यावर तिला तिचे हातपाय हलवता येत नसत. जडशीळ झाल्यासारखे व्हायचे.

कायम तिला वाटायचं की, तिचे पाय लाकडाचे झालेत किंवा कधीकधी तिला वाटायचं की, तिच्या पायात भुस्सा भरलाय. हे असं इतक्या वेळा वाटायचं की, मग भीतीनं पुढं झोपच यायची नाही.

पहाटे साडेपाच वाजता कणादचा फोन आला. सुधारणा फारच कमी प्रमाणात होती. आवरून ती निघालीच. गळ्याचा प्रश्न सुटला होता, तर हा दुसराच बागुलबुवा समोर आला होता. खाण्याचा खेळखंडोबा. प्रतिमालाच सांगितलं तिने मऊ खिचडी करून पाठवायला. त्याचं काही लक्षच नव्हतं खाण्यात.

त्या दिवशी म्हणजे रविवारी सकाळी डॉ. डेव्हिड येऊन गेले. दुपारी सोनोग्राफी करून घेऊ या म्हणाले. त्या दिवशी रविवार होता म्हणून तिला प्रश्न पडला; पण डॉ. डेव्हिडनी सांगितलं की, तातडीनं डॉ. निकित मेहतांना बोलावलंय.

दुपारी बारा-एकच्या सुमाराला डॉ. निकित मेहता सोनोग्राफी करण्याचं पोर्टेबल मशीन घेऊन आले. तिने त्यांना रिपोर्ट विचारला. ते म्हणाले, ''मूत्राशयात रक्ताच्या गाठी जमल्या आहेत. त्या कदाचित ऑर्गनाइझ (एकत्र गोळा) होत आहेत. डॉक्टर त्या कशा काढणार कुणास ठाऊक?''

संध्याकाळी सगळे डॉक्टर्स पाठोपाठ येऊन गेले. हॉस्पिटलचे डायरेक्टर डॉ. दीपक कांबळेसुद्धा येऊन गेले. मात्र नेमकं कोणीच काही सांगेनात. डॉ. कुलकर्णी तर या पेशंटचा नि आपला काही संबंधच नाही असा चेहरा करून गेले.

इरिगेशनचा प्रकार इतका भयानक होता की, सारखं त्याचं अंथरूण ओलंचिंब व्हायचं. मूत्राशयात जाणारं पाणी बाहेरच सांडायचं. इतक्या लवकर-लवकर अंथरूण बदलता येत नव्हतं. तो तसाच ओल्या अंथरुणात हुडहुडीच्या झटक्यांनी हैराण!

संध्याकाळी तिने त्यांना भरपूर वापरून टाकून देण्याची कापडी मेणकापडं आणून दिली. म्हणाली, ''वाट्टेल तितकी वापरा, पण त्याला तसाच ओल्यात ठेवू नका.''

मग डॉ. जयनं काहीतरी वेगळी व्यवस्था केली. त्यामुळे तो प्रकार तात्पुरता थांबला. ती बाहेरच थांबून राहिली. आत जाववेनाच.

त्याच दिवशी तिचे गोव्याचे सगळे मावसभाऊ-बहिणी त्याला भेटायला आले होते. एक दिवसांपूर्वी त्यांचा फोन आला होता तेव्हा ती त्यांना 'यायला हरकत नाही' असं म्हणाली होती, म्हणून ते आज इथे आले होते, तर वेगळंच दृश्य!

तिच्या जन्मगावी घरच्या देवांना मामाच्या हस्ते त्यांनी त्याच्यासाठी पूजा

घातली होती. त्याचा प्रसाद नीलिमाने (तिच्या मावस बहीणीने) तिला दिला. तेवढ्यासाठीच ती आली होती.

ती सर्व जण परत जायला निघाल्यावर तो त्यांना निरोप देताना म्हणाला, ''मी आता बरा झालोय. लवकरच येणार गोव्याला, बायमावशीला भेटायला.''

असह्य वेदना होत असतानाही हसत तो त्यांच्याशी बोलला होता.

सोमवारी सोळा एप्रिलला कणादचा सकाळीच अत्यंत त्रस्त आणि रागावलेल्या आवाजात फोन आला.

तिने कणादला असं कधीच पाहिलं नव्हतं.

तो म्हणाला, ''आई, आज आपण बाबाला काहीही करून इथून हलवायचं. कोणाचीही पर्वा करायची नाही. तू लवकरात लवकर डॉ. सोरटूरांशी फोनवर संपर्क साध. बास झालं हे मिशन.''

''हो, पण तिथली परवानगी नको का घ्यायला?''

''छे! छे! परवानगी देवोत किंवा न देवोत. आज आपण त्याला इथून हलवायचंच.''

''त्यांनी त्याचे रिपोर्ट्‌स नकोत का द्यायला?''

''मी आत्ता जाऊन त्यांच्या झेरॉक्स काढून आणीन आणि त्यांना रिपोर्ट्‌स असे अडवता येणार नाहीत.''

''चालेल. ते त्याला अडवू शकणार नाहीत. मुख्य म्हणजे बिलाचे पैसे ॲडव्हान्स भरलेले आहेत.''

अठ्ठावीस मार्चला त्यांच्या फ्लॅटचा व्यवहार पूर्ण झाला होता आणि चार एप्रिलला त्याचे पैसेही मिळाले होते.

त्याच वेळी आधीची बिलं भागवून तिने एक लाख रुपये हॉस्पिटलमधे आगाऊच भरून ठेवले होते.

तिने कणादला शांत केलं. म्हणाली, ''अगदीच डॉ. सोरटूर नाही, पण दुसरा काही पर्याय आहे का ते बघू.''

तिच्या डोक्यात लख्खकन एक नाव चमकलं - डॉ. मकरंद खोचीकर. युरॉलॉजिस्ट. नावाजलेले, निष्णात तज्ज्ञ. सकाळचे जेमतेम साडेसहा वाजले होते. त्यांच्याशी कसा संपर्क साधावा ते तिला कळेना.

इतक्यात तिला एकदम आठवलं की, डॉ. मकरंद खोचीकर आणि अविनाश सप्रे जवळचे मित्र आहेत. तिने लगेच अविनाशला हाक मारली. त्याला तिथली परिस्थिती समजावून सांगितली. त्यांचंही याबाबतीत मत घ्यावं असं तिला आवर्जून वाटत होतं.

अविनाशने त्याची फोनची डिरेक्टरी मागून घेतली. फार लवकर नको म्हणून सात वाजेपर्यंत त्यांनी कशीतरी कळ काढली आणि डॉक्टरांना फोन लावला.

डॉक्टरांच्या आवाजातच इतकी ममता भरली होती की, त्यांना असा अवेळी त्रास देतोय, अशी अपराधीपणाची भावना तिच्या मनात आली नाही. त्याचे सगळे रिपोर्ट्स एकदा आणि त्यालाही पाहून जाता का, अशी तिने त्यांना विनंती केली.

ते म्हणाले, "रिपोर्ट्स पाहण्याची काही गरज नाही. तुम्ही सांगताय त्यावरून असं दिसतंय की, त्यांची ताबडतोब एण्डोस्कोपी करणं आवश्यक आहे. उशीर करता कामा नये."

"त्यांना तुमच्याकडे हलवायचं असेल तर कायकाय करावं लागेल?"

"फक्त फोन. वाटल्यास सिद्धिविनायक हॉस्पिटलमध्ये चालेल. फोन केल्यावर ठरवूयात."

तिने फोनवरचं हे संभाषण कणादला सांगितलं. लगेच आवरून ती निघाली. हॉस्पिटलमध्ये पोहोचली. त्याला भेटायला आत गेली. अंथरूण ओलं नव्हतं. रात्री कणादने त्यांना सांगितल्यामुळे बदललं असावं. स्पॅझमस मात्र येतच होतं.

डॉ. जय त्याच्यासाठी फार परिश्रम घेत होते. हळूहळू का होईना एखादी रक्ताची गाठ काढण्यात त्यांना यश येत होतं. गाठ बाहेर आली की, थोडीशी वाट मिळून लघवी बाहेर येत होती. त्याला क्षणभर जरा बरं वाटत होतं. पोट जरा फुगीर दिसायला लागलं होतं. तिला मात्र ती सगळी परिस्थिती हाताबाहेर जातेयसं वाटायला लागलं होतं.

त्या दिवशी अचानक, अगदी लवकर, साडेआठच्या सुमाराला डॉ. मिरजकर त्यांच्या मदतनीसांसह हजर झाले. त्यांना त्वरेने आलेलं पाहून तिला आश्चर्यच वाटलं.

त्यांच्यावर काय जादू झाली होती कोण जाणे?

प्रसन्न हसत ते आले. आत गेले. बहुधा त्यांनी प्रथमच त्याला जवळून तपासलं असावं.

बाहेर आले आणि म्हणाले, "ठीक आहे सगळं. आपण आता त्यांचा कॅथेटर काढून टाकू."

तिला आश्चर्याचा धक्काच बसला. तरी अवसान राखत तिने विचारलं, "काल डॉ. निकित मेहता आले होते. ते म्हणत होते की, त्यांना मूत्राशयात रक्ताच्या गाठी झाल्या आहेत आणि त्या एकत्र गोळा होताहेत. त्याचं काय?"

"त्याच्यावर आपण एक औषध चालू केलं आहे. त्या गाठींचं पीठ होऊन जाईल."

ती इतकी वेडी कशी झाली कोण जाणे की, तिने त्यांच्यावर विश्वास ठेवला.

तिच्या नजरेसमोर त्या गाठींचं पीठ होतंय असं चित्र तरळलं. तरी शंकेने संभ्रमावस्थेत तिने विचारलं, "डॉक्टर, सगळी परिस्थिती तुमच्या आवाक्यात आहे ना? की आपण दुसऱ्या एखाद्या डॉक्टरांचं मत घ्यायचं?"

"छे! छे! बिलकूल काळजी करू नका. परिस्थिती पूर्णपणे आमच्या आवाक्यात आहे."

"डॉक्टर, तशी तुम्ही मला हमी देता का?"

"हो ऽ हो ऽ बेलाशक. अजिबात काळजी करू नका." ती आणि कणाद अवाकच झाले. तिने एवढं सोसूनही तिच्यातलं भाबडेपण अजून संपलं नव्हतं. त्याचा कॅथेटर काढलाय आणि तो आनंदी दिसतोय, असं स्वप्न ती पाहायला लागली. कणादचं मात्र पूर्ण समाधान झालेलं दिसत नव्हतं; पण तो जरा शांत झाला होता. तरीही सोरटूरांकडे जावं असं दोघांनाही वाटलं.

साडेनऊच्या सुमाराला ती डॉ. सोरटूरना भेटायला गेली. ते तिला बाहेरच, त्यांच्या दवाखान्याच्या कंपाउण्डमधे भेटले. दोन दिवसात कायकाय झालं ते तिने त्यांना सविस्तरपणे सांगितलं. तिने डॉ. सोरटूरना येऊन एकदा त्याला पाहून जाण्याविषयी विनंती केली. याव्यतिरिक्त डॉ. मकरंद खोचीकरांचंही मत घेणार आहोत, असंही तिने त्यांना सांगितलं.

ते म्हणाले, "डॉ. खोचीकर निष्णात आहेत. माझंही नाव सांगा त्यांना. ते माझे विद्यार्थी आहेत."

ती डॉ. सोरटूरना भेटून परत आली. तिला वाटलं, एव्हाना त्याचा कॅथेटर काढला असेल. तर कसचं काय? कॅथेटर काढला तर परिस्थिती आणखीच गंभीर झाली होती. त्याला लघवी होणंच पार बंद झालं होतं. स्पॅझमस फार वाढले होते, त्याला ते सहन होईनात. पोटाच्या खालच्या भागाला चांगलाच फुगीरपणा आलेला होता. पुन्हा सगळ्या डॉक्टर्सची पळापळ झाली. कॅथेटर पुन्हा बसवला.

सतत इरिगेशन सुरू केलं. डॉ. जयनं त्याचं काम सुरू केलं. दोन-चार रक्ताच्या गाठी बाहेर पडल्या. त्यानंतर त्याला जरासं बरं वाटलं. या वेळच्या रक्ताच्या गाठी थोड्या मोठ्या होत्या. त्यानंतर दुपारी डॉ. डेव्हिडना भेटण्याच्या प्रयत्नात कणाद होता. 'हे जे काही चाललंय ते काही बरोबर चाललेलं नाहीय. तुम्ही करताय का उपाय, की आम्ही पाहू आमच्या पद्धतीनं काय करायचं ते' असं विचारायला. पण या ना त्या कारणाने त्यांची चुकामूक झाली आणि डॉ. डेव्हिड त्याला भेटले नाहीत.

संध्याकाळी ती त्यांच्या ओ पी डीच्या बाहेरच ठिय्या देऊन बसली. डॉक्टरांना आत चिठ्ठी पाठवली. त्यावर लिहिलं होतं 'अर्जंट'. डॉक्टरांनी त्वरित आत बोलावलं.

कणाद म्हणाला, "मी पाहतोय आल्यापासून, तुमचा युरॉलॉजी विभाग अत्यंत निष्काळजीपणाने काम करतोय. त्यावर तुम्ही काय करायचं ठरवलंय?"

डॉक्टर त्यांच्या हातातल्या पेनशी चाळा करत बसले होते. बोलण्यासाठी ते

शब्द शोधत असावेत, कारण त्यांची स्वत:ची जरी काही चूक नव्हती तरी त्याच्यावर ज्यांनी उपचार केले होते, त्यांच्या उपचारांची दिशा चुकली होती आणि ती चूक त्यांना स्वीकारणं भाग होतं.

तरीही थेट त्यांना दोषी ठरवणं योग्य ठरलं नसतं म्हणून ती त्यांना म्हणाली, ''ज्या उपचारांसाठी आम्हाला इथे यावं लागलं ते आता बरं झालेलं आहे. त्यात तुमची भूमिका तुम्ही योग्य पद्धतीनं बजावली आहे, पण आत्ता जे काही चाललंय त्यावर तुमचा काही कंट्रोल राहिलेला नाही. तुमच्या युरॉलॉजी विभागाच्या कार्यक्षमतेवरचा आमचा विश्वास आता पार उडालेला आहे. आम्हाला आता तुम्ही दुसऱ्या डॉक्टरांचा सल्ला घ्यायची परवानगी द्या.''

डॉ. डेव्हिड काहीबाही बोलत राहिले. त्यांना समोरची वस्तुस्थिती नाकारता येईना आणि हॉस्पिटलची प्रतिमा खराब होण्याचा प्रश्न असल्यामुळे खरं असूनसुद्धा स्वीकारता येईना.

''कोणाला बोलवणार तुम्ही?'' असं त्यांनी शेवटी विचारलं.

''डॉ. मकरंद खोचीकर'' असं तिने सांगितलं. डॉ. मकरंद खोचीकरांचं नाव ऐकल्यावर ते तरी काय बोलणार?

डॉ. डेव्हिडबरोबर बोलताना तासभर गेलाच. सकाळी ती डॉ. खोचीकरांना त्यांच्याकडे जायचं किंवा नाही याबद्दल फोन करणार होती; पण सकाळपासून इतक्या अकल्पित गोष्टी घडल्या की, काही निर्णय घेताच येईना. सहा वाजता तिचं आणि कणादचं ठरलं की, डॉ. खोचीकरांना बोलवायचं आणि त्यांच्याकडे त्याला न्यायचं. मग तिने डॉ. खोचीकरांना फोन केला. ते तिच्या फोनची वाट पाहत होते, कारण त्यांना सकाळच्या तिच्या फोनवरून त्याच्या आजाराच्या गांभीर्याची कल्पना आली होती. त्यांनी रात्री साडेआठ वाजता येऊन त्याला पाहायचं कबूल केलं.

अविनाशची आणि त्यांची ओळख असल्यामुळे तिने अविनाश आणि प्रतिमा या दोघांनाही डॉ. मकरंद खोचीकर तिथे यायच्या वेळेला बोलावून घेतलं. हे सगळं झाल्यावर ती त्याच्याकडे गेली. त्याची तब्येत ढासळतच होती. त्याला येणाऱ्या स्पॅझमसची तीव्रता वाढत होती. तिने त्याला मधल्या काळात कायकाय घडामोडी झाल्या, त्या समजावून सांगितल्या. डॉ. खोचीकरांकडे उद्या जायचं आहे हेही त्याला सांगितलं. ते त्याला नक्की बरं करणार, असं तिने त्याला आश्वासनही दिलं. तो फारसं ऐकण्याच्या मन:स्थितीत नव्हता. वेदनांनी बेजार झाला होता. वेदनांमुळे त्याला काही सुचत नव्हतं.

ती त्याला व्यर्थपणे सांगत होती, ''दीर्घ श्वास घे आणि त्याबरोबर प्रत्येक कळ आत घे नि उच्छ्वासाबरोबर बाहेर सोड.'' गप्प तोंड मिटून शांतपणे हुंकार लांबवून प्रत्येक कळ तो सोसत होता.

डॉ. खोचीकरांना फोन झाल्यापासून ती फार बेचैन होती. साडेआठपासून पॅसेजच्या एका टोकाला उभी राहून ती त्याच्या दुसऱ्या टोकाकडे व्यग्र मनाने पाहत होती. पावणेनऊच्या सुमाराला तिला डॉ. खोचीकर दिसले. ती गळाठली. 'आता पुढं काय?' डॉ.खोचीकर आले. सीसीयूमधे गेले. त्याच्यापाशी पोहोचले. तीही होती पाठोपाठ. त्यांनी त्याला पाहिलं.

त्याच्या पोटाचा खालचा भाग फुगीर झाला होता, तो त्यांनी हाताने जरा दाबून पाहिला. त्यांनी त्याचे सर्व रिपोर्ट्स पाहिले.

त्याला ते म्हणाले, "हे पाहा, आता तुम्हाला बरं वाटेल अशी औषधं मी लिहून देतो. उद्या तुम्हाला एकदम बरं करूयात. हंऽ!" त्यांच्या 'हंऽ.' मध्ये इतका आश्वस्तपणा होता की, तिला एकदम हायसं वाटलं.

डॉ. खोचीकरांनी त्याला भराभर काही औषधं लिहून दिली. रात्री उशीर झाला होता. त्यामुळे कणाद ती आणायला बाहेर गेला.

डॉक्टर सीसीयूच्या मध्यभागी असलेल्या गोल टेबलपाशी आले. त्यांनी तिला सर्व परिस्थिती समजावून सांगितली.

ते म्हणाले, "ताबडतोब एण्डोस्कोपी करायला हवी उद्याच्या उद्या. इथले डॉक्टर करणार असले तरी माझी काही हरकत नाही. मी करायची असेल तर त्यांना उद्या 'उष:काल हॉस्पिटल'मधे हलवावं लागेल."

तिने डॉ. डेव्हिडना फोन लावला. डॉ. खोचीकर जे म्हणाले ते त्यांना सांगितलं.

डॉ. डेव्हिड तिला म्हणाले, "ठीक आहे. गुरुवारी करूयात हे सगळं."

तिने फोन डॉ. खोचीकरांकडे दिला.

डॉ. खोचीकरांनी डॉ. डेव्हिडना त्याच्याबद्दल कायकाय करावं लागेल ते सांगितलं— एण्डोस्कोपी पुढं ढकलता येणार नाही, गुरुवारपर्यंत तर मुळीच थांबता येणार नाही, असंही त्यांनी डॉ. डेव्हिडना सांगितलं.

फोनवरचं बोलणं झाल्यावर ती डॉक्टरांसमवेत बाहेर आली.

त्यांना म्हणाली, "डॉक्टर, आम्ही त्यांना उद्या इथून हलवणार, हे नक्की. यापुढचे उपचार तुम्हीच करायचे आहेत."

"आत्ता त्यांची एण्डोस्कोपी करण्यात फार रिस्क आहे. मी ती टाळत नाहीये, मात्र एण्डोस्कोपी नाही केली तर जास्त रिस्क आहे. मी माझी जबाबदारी टाळतो आहे, असं समजू नका. वस्तुस्थिती तुम्हाला कळावी म्हणून हे सांगतोय."

नंतर डॉ. खोचीकर अविनाशला त्याच्या परिस्थितीबद्दल सांगताना म्हणाले, "एण्डोस्कोपी लगेच करायला हवी. तशी ती करण्यात फार धोका आहे, पण नाही केली तर पेशंट आणखी दोन-तीन दिवसही नाही काढू शकणार. असा धोका दुसरा कोणीही पत्करण्याची शक्यता नाही."

'डॉ. खोचीकर भेटले नसते तर...?' तिच्या डोळ्यांसमोरून झरझर चित्रपट सरकत जावा तशी सगळी चित्रं सरकून गेली. घाबरणं वगैरेच्या ती पलीकडे गेली होती. समोर आलं त्याला सामोरं जायचं इतकंच आता तिच्या हातात उरलं होतं.

डॉ. खोचीकरांना तिने निक्षून सांगितलं, "उद्या काहीही झालं तरी आम्ही त्याला तुमच्याकडे घेऊन येतोय."

दुसऱ्या दिवशी उष:काल किंवा सिद्धिविनायक हॉस्पिटलमध्ये जायचं, इथून निघायचं, हे निश्चित ठरलं. दरम्यान कणाद आला. तिने कणादला सगळं काही सांगितलं. डॉ. डेव्हिडना फोन लावला.

फोन घेतल्या-घेतल्याच डॉक्टर बोलले, "डॉ. खोचीकरांशी बोलणं झालं. आपण उद्या सकाळी इथे एण्डोस्कोपी करून घेऊ."

"नाही-नाही डॉक्टर, डॉ. खोचीकर आमचे जवळचे मित्र आहेत आणि त्यांना आमच्याबद्दल आस्था आहे. आतापर्यंत तुम्ही आम्हाला खूप मदत केली आहे. प्रश्न आहे तो युरॉलॉजी विभागाच्या विश्वासार्हतेचा. त्या विभागावर आमचा आता विश्वास राहिलेला नाही. कृपया आम्हाला उद्या जायला परवानगी द्या. बिलाचे पैसे आगाऊ भरलेले आहेत. कागदपत्रांची पूर्तता नंतर करू. फक्त आम्हाला निघायच्या वेळी अडवू नका."

ती हे सगळं एका दमात बोलून गेली. डॉक्टरांनी त्यावर काहीही प्रतिक्रिया व्यक्त केली नाही.

मिशन हॉस्पिटलशी असलेलं नातं एकदम तोडू नये, शिवाय तिथल्या कोणत्याही अत्याधुनिक साधनांची गरज पडू शकते म्हणून औपचारिकपणे ती त्यांना म्हणाली, "डॉक्टर, आम्ही जातोय म्हणजे इथला संबंध तोडून जातोय असं समजू नका. तिथे कोणतीही आणीबाणी उद्भवली तर आम्हाला पुन्हा इथेच यावं लागेल. तिथे आम्ही फक्त एण्डोस्कोपीसाठी जातोय. म्हणजे पुन्हा व्हेंटिलेटर वगैरेची किंवा कशाचीही गरज पडू शकते."

"नाही, ते सगळं ठीक आहे. आता त्यांची कंडिशन अगदी क्रिटिकल आहे. नेलं, तर पूर्ण बरं करूनच आणा. नुसती मोडतोड करून नको." इथून गेल्यावर त्याच्यात काही फरक पडणार नाही, याची त्यांना बहुधा खात्री असावी.

"डॉ. मकरंद खोचीकर एक अत्यंत जबाबदार डॉक्टर आहेत. आमच्याबद्दल त्यांना आस्था आहे. बरं न करता ते त्यांना अर्धवट सोडणारच नाहीत."

डॉ. खोचीकर भेटल्यानंतर तिला सुरक्षिततेची भावना जाणवत होती. फोन ठेवून ती त्याच्याजवळ आली. त्याला तिने सगळं समजावून सांगितलं.

सिद्धिविनायक हॉस्पिटल हे कॅन्सर हॉस्पिटल असल्याने तो शब्द कोणालाही घाबरवणारा होता.

त्याने एकच विनंती केली, "तुम्ही इलाज कुठलेही करा. फक्त मला कॅन्सर झाला असेल आणि मी मरणार असेन, तर मला स्पष्टपणे सांगा."

तिच्या डोळ्यांत पाणी तरळलं. 'असं का कधी कोणाला सांगता आलं आहे?'

ती त्याला म्हणाली, "छे! कॅन्सरबिन्सर काही नाही. डॉ. खोचीकर उष:काल किंवा सिद्धिविनायक हॉस्पिटलमध्ये असतात. सिद्धिविनायकमध्ये जास्त अत्याधुनिक सुविधा उपलब्ध आहेत म्हणून सिद्धिविनायक."

त्याचं समाधान झालेलं दिसलं. तिला त्याच्या आजाराच्या काळात परमेश्वर ज्या अनेक रूपात भेटला त्यातलं एक रूप म्हणजे डॉ. मकरंद खोचीकर.

***

परिहार

सतरा एप्रिल, मंगळवार. सिद्धिविनायक हॉस्पिटल. ऑपरेशन थिएटरच्या समोर ती बसलेली. दुपार टळून संध्याकाळचे पाच वाजले होते. घड्याळात सारखं पाहून त्यातले काटे पार दिसेनासे झाले. चार वाजता त्याला ऑपरेशन थिएटरमधे न्यायचं ठरलं होतं, पण त्याची बिघडलेली परिस्थिती पाहून डॉ. खोचीकर लवकरच आले आणि तीन वाजताच त्याला ऑपरेशन थिएटरमधे नेलं.

तासाभरात त्याला बाहेर आणतील असं प्रथमदर्शनी वाटलं होतं. पाच वाजून गेले. शरीरातला सगळा जीव गोळा होऊन तिच्या डोळ्यांत एकवटून राहिला होता. ऑपरेशन थिएटरच्या दरवाजाच्या दुधाळ काचांमधून दिसणाऱ्या अस्पष्ट आकृत्यांच्या हालचालींमधून ती त्याला आणि डॉ. मकरंद खोचीकरांना शोधत होती.

डॉ. रुकडीकर सारा वेळ तिच्याबरोबर बसले होते. त्याला आत नेऊन दोन तास लोटले होते.

"तासाभरात संपेल ही एण्डोस्कोपीची प्रक्रिया" असं डॉ. खोचीकर म्हणाले होते.

...आणि क्षणात तो दरवाजा उघडला. हिरव्या रंगाचा ऑपरेशन थिएटरचा गणवेश घातलेले डॉ. खोचीकर बाहेर आले. ती पळतच त्यांच्यापर्यंत जाऊन पोहोचली; तिच्या पाठोपाठ कणाद.

"सगळं व्यवस्थित पार पडलेलं आहे. त्यांचं छोटसं ऑपरेशन करावं लागलं. एण्डोस्कोपीनं जमण्यासारखं नव्हतं. आता ते पूर्ण शुद्धीवर आहेत. हातपाय व्यवस्थित हलवताहेत. येतीलच आता बाहेर."

त्यांच्या चेहऱ्यावर तणावमुक्त आणि आश्वस्त हसू होतं. ते पुन्हा आत निघून गेले. तिने डॉ. रुकडीकरांच्या चेहऱ्याकडे पाहिलं. ते चिंतातुर, पण गप्प होते. आपले कान सोडून इतर शरीराचं काय करावं तेच तिला कळेना! थरथर कापत ती

ऑपरेशन थिएटरच्या समोर असलेल्या कठड्याला गच्च धरून कशीबशी उभी राहिली. हे थिएटर दुसऱ्या मजल्यावर होतं. थिएटरच्या समोर एक छोटासा चौक होता. त्याला कठडा होता. तिथून खालच्या मजल्यावरच्या माणसांची ये-जा, तिथे ठेवलेल्या कुंड्या आणि त्यासभोवती बसलेली चिंताग्रस्त माणसं इत्यादी दृश्यं दिसायची. आत्ता मात्र त्यातलं काहीही तिला दिसत नव्हतं.

काही वेळाने पुन्हा तो दरवाजा उघडला गेला. त्यातून वॉर्डबॉईजनी एक कॉट बाहेर आणली; पाठोपाठ डॉ. खोचीकर. कॉटवर शांतचित्ताने पहुडलेला तो अत्यंत क्षीणपणे हसत होता. त्याला गळ्यापासून पायापर्यंत ब्लँकेटने लपेटून टाकला होता.

तिने त्याच्या कपाळावरून हळुवार हात फिरवला. "बरा आहेस ना तू?" प्रयत्नपूर्वक तिने आवाज मोकळा केला.

"अगं, तिथे काय चाललंय ते मला सगळं समजत होतं. त्यांनी बऱ्याच गाठींचा एक मोठा गोळा बाहेर काढलाय. त्यानंतर भरपूर युरिन पास झाल्यावर फार दिवसांनी मला रिलीफ मिळाल्यासारखं झालं. एकदम बरं वाटलं. खूप दुखत होतं आधी. माहितेय?" जीभ बाहेर काढून 'बापरे' अशा अर्थाचा चेहरा करून त्याचं क्षीणतम आवाजात उत्तर.

त्याच आवाजात तो तिला म्हणाला, "डॉक्टरांना विचार की, मला कोणत्याच प्रकारे कॅन्सर किंवा तत्सम वगैरे काही मॅलिग्नन्सी नाहीये ना?"

तिथल्या तिथेच डॉक्टरांनी ती शक्यता फेटाळून लावली.

ते फक्त इतकंच म्हणाले, "त्यांची सहनशक्ती अगदी वाखाणण्यासारखी आहे. फार सहन केलं त्यांनी."

डॉ. रुकडीकर त्याच्याशेजारी गेले. त्यांच्या प्रश्नार्थक चेहऱ्यात काळजी होती "बरा आहेस का तू?"

तो क्षीण, पण प्रसन्न हसला. कणाद मात्र जेव्हा त्याच्याकडे गेला तेव्हा त्याचा चेहरा जरासा उजळलेला दिसला. कणादचा उत्तर अपेक्षित नसलेला एकच प्रश्न होता. "काय रे बाबा, बरं वाटतंय ना?"

नंतर त्या वॉर्डबॉईजनी त्याला तिथेच, शेजारी असलेल्या आय सी यूमध्ये नेलं. त्यांच्या पाठोपाठ कणादही आत जाऊन आला.

डॉ. खोचीकरांनी मग सविस्तर काय झालं ते सांगितलं – "आधी आम्ही एण्डोस्कोपीची तयारी केली होती. एण्डोस्कोपीसाठी दुर्बीण आत गेली, पण आयत्या वेळेला असं लक्षात आलं की, नुसत्या एण्डोस्कोपीनं भागणारं नाहीये. सक्शननं आतल्या रक्ताच्या गाठी निघण्यासारख्या नव्हत्या.

पोटाच्या खाली मूत्राशयाला थोडासा छेद द्यावा लागणार होता. ताबडतोब तसा

निर्णय घेऊन आम्ही तो अमलात आणला. साधारण पाच-सहा टाके घालावे लागले. तुमची परवानगी घ्यायला वेळच नव्हता. प्रश्न होता तो ॲनॅस्थेशिया देण्याचा.

आमचे हे डॉ. संदीप दिवाण निष्णात भूलतज्ज्ञ आहेत. आज तर त्यांनी कमालच केली.

'ही हॅज् डन् द वंडरफुल जॉब!'

त्यांच्या बहुमोल मदतीने बऱ्याच गोष्टी शक्य झाल्या. तुमच्या पेशंटकडेसुद्धा फार सहनशक्ती आहे. खूप सोसलं त्यांनी. आम्ही त्यांना मणक्यामधून इंजेक्शनद्वारा दिला जाणारा ॲनॅस्थेशिया दिला. जनरल म्हणजे पूर्ण ॲनॅस्थेशिया देणं योग्य आणि शक्य नव्हतं. त्यांना तो सहन झाला नसता.

इंजेक्शन संपलं आणि आणखी इंजेक्शन देता येणं शक्य नव्हतं. तेव्हा त्यांना आम्ही म्हटलं की, आता जरा जास्त दुखणार. थोडं सहन करा. केलं बुवा त्यांनी सहन. खूप सहकार्य दिलं त्यांनी.

सध्या त्यांना युरिन बाहेर काढण्यासाठी दोन कॅथेटर्स लावलेले आहेत. एक नेहमीच्या युरिनट्रॅकला आणि दुसरा मूत्राशयातून थेट बाहेर काढलेला. समजा एक ब्लॉक झाला, तरी युरिन अडणार नाही. दुसऱ्या नळीतून बाहेर येईल. पाहू कसं काय होतंय ते!''

डॉक्टर भारावून सांगत राहिले. तिचे प्राण अजूनही कानातच होते.

डॉक्टर एकदम म्हणाले, ''बघायचंय का तुम्हाला त्यांच्या मूत्राशयातून काय काय काढलं ते?''

त्यांनी तिला आणि डॉ. रुकडीकरांना ऑपरेशन थिएटरच्या आत नेऊन जे दाखवलं, ते अतर्क्यच होतं! अपारदर्शक अशा लालसर काळ्या रंगाची घट्टसर थलथलीत जेली टेबलस्पूनइतक्या आकाराच्या चमच्यानं काढून भरावी, त्या प्रकारे एका मोठ्या ताटलीवजा भांड्यात त्याच्या मूत्राशयातून काढलेल्या, साचून गोळा झालेल्या रक्ताच्या गाठी (ब्लडक्लॉट्स) भरून ठेवलेल्या होत्या. डॉक्टर म्हणाले की, त्या किमान दोन किलो तरी असतील.

ती त्यांच्याकडे भयभीतपणे बघतच राहिली. डॉ. रुकडीकर त्यांना काही तांत्रिक बाबींबद्दल विचारत होते. डॉ. खोचीकरांनी कायकाय झालं ते त्यांच्या वैद्यकीय भाषेत समजावून सांगितलं.

डॉक्टर म्हणाले, ''आता सगळं व्यवस्थित केलेलं आहे. औषधोपचार चालू आहेत. बीपीच्या गोळ्या बघू केव्हा द्यायच्या ते.''

त्याच वेळेला ऑपरेशन थिएटरमधून डॉ. विकास गोसावी बाहेर आले. ते प्रचंड अचंबित झालेले दिसले. डॉ. विकास त्या दोघांनाही पूर्वीपासून ओळखत होते. एक तर जुनी ओळख — डॉ. विकासची पत्नी डॉ. अलका गोसावी ही सध्या एक

डॉक्टर असून तिच्या सासूबाईंची पूर्वीची विद्यार्थिनी होती. शिवाय ते त्यांच्या पूर्वीच्या घराशेजारी राहतात.

डॉ. विकास गोसावी म्हणाले, ''अरे, हे काय झालं? आम्हाला हे काहीच ठाऊक नाही. मी यांना आत पाहून चकितच झालो. मला खरंच वाटेना. आज मात्र खरोखरच देवाची कृपा. थोडक्यात बचावले ते. आता मात्र काळजी करू नका. आता ते अगदी सुरक्षित ठिकाणी आहेत.''

डॉ. खोचीकर आणि डॉ. विकास निघून गेल्यावर ती घाईनं आयसीयूमध्ये गेली. आधी तिला तिथल्या सिस्टरने अडवलं. तिने विनंती केल्यावर आत जाऊ दिलं.

त्याच्यावर आता झोपेचा अंमल चढायला लागला होता. तरी त्यातच त्याने तिला पुन्हा विचारलं की, त्याला काही कॅन्सरबिन्सर नाहीय ना? त्याला 'नाही' असं सांगून जरा थोपटल्यासारखं करून ती तिथून बाहेर आली. सिस्टरने तिला आता पुन्हा आत न येण्याबद्दल बजावलं. 'बरं' म्हणून ती बाहेर आली.

इथे बाहेर बसण्यासाठी सिमेंटच्या बाकांची बैठक व्यवस्था केलेली होती. अत्यंत थकलेली अशी ती तिथे बसून राहिली. खरंतर इथे त्याला आणल्या-आणल्या ठेवण्यासाठी एक खोली घेतली होती, पण ती त्या आय सी यूपासून जरा लांब होती. त्यामुळे तिला तिथे जावंसं वाटेना. चित्रमालिका

ती जिथे बसली होती तिथून तिला त्या आय सी यूचा दरवाजा दिसत होता. त्याकडे ती शांतपणे पाहत बसली.

डोळे भरून येत होते. तो एका दिव्यातून बाहेर पडला होता. सकाळी त्याला मिशन हॉस्पिटलमधून इथे आणण्यापासून ते त्याला इथे ॲडमिट करण्यापर्यंतची वणवण आणि ऑपरेशन झालं तिथपर्यंतची *सारी चित्रं तिच्या डोळ्यांसमोरून झरझर सरकत गेली...*

मिशनमधून त्याला सिद्धिविनायकमध्ये हलवायचं आहे, ही गोष्ट डॉ. सोरटूर यांना सांगणं आवश्यक होतं. सकाळपासून हातात मोबाइल घेऊन ती तत्पर होती. नऊ वाजले. डॉ. सोरटूर किंवा डॉ. खोचीकर दोघांचेही फोन लागेनात तशी ती अस्वस्थ झाली. सव्वानऊ वाजता तिचा मोबाइल वाजला. डॉ. खोचीकरांना तिचा मिसकॉल गेला होता. त्या वेळी ते मीटिंगमध्ये व्यस्त असल्याने त्यांनी तिचा फोन उचलला नव्हता.

मीटिंग संपताच डॉ. खोचीकरांनी तिला फोन लावला होता. त्यांनाही त्याची काळजी होतीच. डॉ. खोचीकर फोनवर आहेत हे लक्षात येताच तिच्या हृदयाच्या ठोक्यात वाढ झाली. प्राण कानात एकवटले.

डॉ. खोचीकरांनी त्यांच्या धीरगंभीर आवाजात त्याला उषःकाल हॉस्पिटलऐवजी सिद्धिविनायक हॉस्पिटलमध्ये हलवण्याबद्दल तिला सांगितलं.

तसंच ऑपरेशनची (एण्डोस्कोपी हे लहानसं ऑपरेशनच समजलं जातं) वेळ त्यांनी सकाळी दहाऐवजी दुपारी चार ही ठरवली. सिद्धिविनायक हॉस्पिटलमध्ये कदाचित जास्त अत्याधुनिक सुविधा असाव्यात म्हणून त्याला तिथे हलवायचं ठरलं असेल, असं तिला वाटलं.

कणादला थोडं बरंही वाटलं, कारण सिद्धिविनायक हॉस्पिटल कॅन्सर हॉस्पिटल म्हणून ओळखलं जात असलं तरी त्यांच्या घराच्याजवळ होतं. ये-जा करायला सोयीचं होतं.

तिने आत जाऊन त्याला तसं नीट समजावून सांगितलं. त्याचा एकमेव प्रतिसाद, "बाप रे! म्हणजे हे दुखणं आणखी चार-पाच तास सहन करायचं? कठीण आहे."

त्याचा चेहरा वेडावाकडा झाला. त्याला थोपटून समजावून सांगून तिने त्याच्या मनाची तयारी करून घेतली.

"इतकं सोसलंस! आता आणखी जरास्सा वेळ जास्त."

त्याला तो 'जरास्सा जास्त' वेळ तोंडी म्हणायलासुद्धा अतिशय अवघड वाटत होतं. त्याला हवी होती एक वेदनाविरहित अवस्था! त्याने डोळे मिटून शांतपणे वेदनांच्या लाटा अंगावर घेण्याचं काम सुरू केलं, तोंड मिटून लांब हुंकार काढीत!

सिद्धिविनायक म्हणजे पुन्हा त्याला कॅन्सरची काळजी वाटायला लागली. मध्येच एकदा डोळे उघडून त्याने पुन्हा एकदा त्याला कॅन्सर झाला असला, तर तसं स्पष्ट सांगायला सांगितलं, पण तिने ती शक्यता पार धुडकावून लावली, तरी तिच्या पायात का कोण जाणे, एक प्रकारची सूक्ष्म थरथर सुरू झाली, अस्वस्थता आली, बेचैनी आली.

आपल्या शरीरातला रक्तप्रवाह जोरात वाहतोय की थांबलाय हेच जणू तिला कळेनासं झालं. त्याच्या वेदना पाहवेनात! तिथे थांबवेना! कणादला तिथे थांबायला सांगून ती बाहेर आली.

कणाद कागदपत्रांच्या पूर्ततेच्या मागे लागला. आधी निवासी डॉक्टर म्हणाले होते की, उपचार पूर्ण होण्यापूर्वीच रुग्णाला तिथून हलवणार असल्यामुळे 'आम्ही आमच्या जबाबदारीवर आमच्या रुग्णाला हलवत आहोत. नंतर रुग्णाला काही इजा झाल्यास हॉस्पिटल जबाबदार राहणार नाही.' असं त्याने लिहून द्यायला हवं. तिने आणि कणादने त्याची तयारी ठेवली होती, कारण इथे जर काही झालं असतं तर हॉस्पिटल थोडीच घेणार होतं त्याची जबाबदारी?

आदल्या दिवशी डॉ. खोचीकर तिला म्हणाले होते की, एण्डोस्कोपी करण्यात किंवा न करण्यात दोन्हीतही तितकाच धोका संभवतो. त्याचा अर्थबोध तिला त्यांचं

नि अविनाशचं जे बोलणं झालं आणि अविनाशनं तिला ते सांगितलं त्यानंतर झाला.

डॉक्टर अविनाशला म्हणाले होते, "ही केस अत्यंत क्रिटिकल झालेली आहे. एण्डोस्कोपी ताबडतोब करणं आवश्यक आहे. त्यांची नाजूक अवस्था पाहता एण्डोस्कोपी करताना कोणत्याही प्रकारचा ॲनेस्थेशिया देण्यात सर्व प्रकारचा धोका संभवतो आणि हा धोका नको म्हणून एण्डोस्कोपी टाळली तर ते आणखी दोन दिवस तरी जगतील की नाही याची खात्री नाही. जे काही करायचं आहे, त्याला फारसा अवधी आपल्याकडे उपलब्ध नाही. लगेच करायला हवी ही एण्डोस्कोपी."

हे सांगताना अविनाश आणि ऐकताना प्रतिमा दोघंही भांबावले होतेच आणि तिच्या मनाची अवस्था फारच बिकट झालेली होती.

जी जबाबदारी मिशन हॉस्पिटलने टाळली होती त्या जबाबदारीबद्दल लिहून देणं काय किंवा न लिहून देणं काय! काय फरक पडत होता त्यांना? आयत्या वेळेला हॉस्पिटलच्या व्यवस्थापनाने त्यांच्याकडून काहीही लिहून न घेता त्यांना डिस्चार्ज दिला.

सगळे जमले होते – प्रतिमा, अविनाश, उमेश, माधुरी. साडेअकराला ॲम्ब्युलन्स आली. तिथे येताना त्याच्या अंगावर थोडेतरी कपडे होते. तिथे त्याला आणलं तेव्हा इतकी आणीबाणी होती की, त्या वेळी ते फाडून काढावे लागले होते. अंगात कपडे घालणं शक्य नव्हतं. त्यामुळे गेले चाळीस दिवस तो तिथे कपड्याविनाच होता. अंगाखाली एक आणि अंगावर एक अशा दोन चादरी.

'शरीर धड असलं की, त्यावर कपडे चढवायचा किती सोस आणि त्याची लाज राखण्याचाही किती तो अट्टाहास! शरीरावर प्रेमच करत असतो आपण.'

तिने त्या दिवशी त्याच्यासाठी घरून दोन चादरी आणल्या होत्या, इकडून तिकडे नेण्यासाठी.

तो मात्र शांत – अविचलितच जणू काही! मनात वेदनांचं काहूर आणि चेहऱ्यावर अविचल शांती. वाखाणण्यासारखं म्हणजे डॉ. जयचं काम. अगदी निघेपर्यंत त्याने कॅथेटरमधनं कणाकणानं रक्ताच्या गाठी काढायचं काम करून त्याची अक्षरश: सेवा केली होती.

ॲम्ब्युलन्स सिद्धिविनायक हॉस्पिटलच्या दारात आली. त्याच्या आणि सप्रेंच्या ओळखीचे प्राध्यापक डॉ. तोरो तिथे ॲडमिनिस्ट्रेटर म्हणून काम पाहत होते. तिथे प्रतिमाच्या ओळखी असल्यानं ती आधीच जाऊन थांबली होती.

अर्थात, तिला जाणवलेली एक विशेष गोष्ट म्हणजे मिशन काय किंवा सिद्धिविनायक काय, दोन्ही ठिकाणी ओळख असो - नसो, पेशंटच्या बाबतीत कोणी भेदभाव केलेला तिला अजिबात कुठे आढळला नाही.

त्याला ऑपरेशन थिएटरमधे न्यायला अजून अवकाश होता. तोपर्यंत त्याला एखाद्या खोलीत ठेवणं जरुरीचं होतं. साधी प्रायव्हेट खोली उपलब्ध नसल्याने

तात्पुरतं त्याला एअरकंडिशन्ड खोलीत ठेवलं. स्वतंत्र खोलीत येण्याचं त्याचं आणि तिचं स्वप्न.

ती त्याला त्या खोलीच्या दरवाजातून बाहेर बघायला सांगत होती. हे बघ, ते बघ, हे झाड नि ते तमुक! तो मात्र त्याच्या दुखण्यात चूर! त्याचं कशातच लक्ष लागेना. कुठलं झाड नि कसलं काय! त्याचंच झालं होतं दु:खाचं झाड!

डॉक्टर येईपर्यंत त्यांनी त्यांच्या मदतनीस डॉ. पल्लवी खटावकरांना काही सूचना देऊन ठेवल्या होत्या. साडेबारा वाजल्यापासून दोन वाजेपर्यंत त्या त्याला त्याच्या दुखण्यापासून थोडा रिलीफ मिळावा म्हणून खूप प्रयत्न करीत होत्या; पण त्यांना म्हणावं तसं यश मिळत नव्हतं.

दोन वाजता त्याला एकदम दरदरून घाम फुटला. इतका की अंगाखालची चादर पूर्ण भिजली. त्याच्यासाठी लिहून दिलेलं एक औषध आणायला कणाद गेला होता. तितक्यात डॉ. खटावकरनी दुसरं औषध लिहून दिलं. हे दुसरं औषध आणायला ती पळत गेली. परत आली, तर त्याला घाईनं स्ट्रेचरवरून त्या खोलीतून आय सी यूमध्ये हलवत होते. ती तशीच पळत त्यांच्यामागे गेली.

ती खोली आणि आय सी यू यांमध्ये दोन चौकांचं म्हणजे बरंच अंतर होतं. तिला दम लागला; पण ती तिथे पोहोचेपर्यंत त्याला आत घेऊन आय सी यूचा दरवाजा बंद झाला होता. तिला एकदम भोकाड पसरून रडावसं वाटलं, ओरडावसं वाटलं; पण घशातून आवाजच फुटेना.

एकदम काय झालं कुणास ठाऊक? गिळून टाकता येणार नाहीत असे खूपसे आवंढे अन् हुंदके दाटून आले. ती तशीच तिथे आय सी यूच्या दरवाजात उभी राहिली.

कणाद आला तेव्हा त्यालासुद्धा हा काय प्रकार आहे ते समजेना. त्याच्याही डोक्यात विचारांचं काहूर माजलं. अडीच वाजता डॉ. खटावकरांनी आयसीयूचं दार उघडलं. ती तिथेच उभी होती. ती घाबरलीय याची डॉक्टरांना कल्पना आली.

त्यांनी प्रथम तिला शांत केलं, ''घाबरू नका'' असं सांगितलं. आयसीयूमध्ये लगेच आणलं, कारण वेदनांनी ते फार दमले होते. त्यांना फार घाम आला होता. इथे मॉनिटर आणि जरूर पडला तर ऑक्सिजन आहे, म्हणून त्यांना इथे आणलंय.

तिला त्यांनी आत जाऊ दिलं. ती आणि तिच्या पाठोपाठ डॉक्टरबाई. तिला त्याच्या नाकात दोन नळ्या घातलेल्या दिसल्या. ती काही बोलायच्या आतच तिला काय म्हणायचंय ते त्याच्या लक्षात आलं नि तो तिला म्हणाला, ''त्या अगदी वरच्या वर आहेत. घाबरू नकोस. मी त्यांना सगळी कल्पना दिलीये. मी ठीक आहे.''

तिने त्याला नीट न्याहाळून घेतलं. नळ्या म्हटलं की ती दोघं घाबरूनच जायची, कुठंतरी दुखावलं जायचं निमित्त होऊन रक्ताची संततधार लागेल म्हणून!

तिला डॉक्टरबाईंनी बाहेर जायला सांगितलं, तशी ती बाहेर आली. तिच्यानंतर कणाद एकदा आत जाऊन आला. तोही म्हणाला, "बाबा बरा आहे" म्हणून.

बाहेर आल्यानंतर न राहवून तिने डॉ. खोचीकरांना फोन लावला, त्याची काय अवस्था झाली ते सांगायला. डॉक्टरांना त्याची सगळी पूर्वकल्पना डॉ. खटावकरांनी दिलेली होती.

डॉ. खोचीकर म्हणाले की, ते स्वत: लवकरच येताहेत. घड्याळात तीन वाजायला पाच मिनिटं असताना त्याला आय सी यूमधून बाहेर आणलं, ऑपरेशन थिएटरमधे नेण्यासाठी. पाठोपाठ डॉ. खोचीकर आलेच. तिने त्याच्याकडे डोळाभर पाहून घेतलं.

त्याला थोपटलं. म्हणाली, "शांतपणानं तोंड दे. धीर गमावू नकोस."

तो म्हणाला, "तुला वाटतेय तशी मला मुळीच कसली भीती वाटत नाहीये. तू अजिबात काळजी करू नकोस आणि टेन्शन तर मुळीच घेऊ नकोस. मला काहीही होणार नाही."

तिने तेवढेच चार शब्द कानात साठवून ठेवले. त्याला ऑपरेशन थिएटरमधे नेलं. घड्याळात बरोबर तीन वाजले होते. चार वाजेपर्यंतही तो कळ काढेल अशी त्याची अवस्था उरली नव्हती. ऑपरेशन थिएटरचा दरवाजा बंद झाला. त्या ऑपरेशन थिएटरच्या समोरच्या कठड्याला गच्च धरून खाली पाहत असताना अनावर झालेले तिचे अश्रू घळघळून सांडत राहिले. कणाद तिच्या जवळ आला.

त्याने प्रथमच आईला रडताना पाहिलं. म्हणाला, "अगं, वेडी आहेस की काय? रडतेस काय? चल बरं, बाबा आता ठीक होण्याच्या अगदी जवळ येऊन पोहोचलाय!"

तिने मागं वळून पाहिलं. दुपारी तीन वाजताच्या भक्क उन्हातून आलेले डॉ. रुकडीकर जिना चढून वर येत होते. डॉ. रुकडीकर एक हार्टपेशंट होते. तरीही त्याच्यासाठी त्यांची ही वणवण. ती त्यांच्याकडे पाहून मंद हसली. कणाद ऑपरेशन थिएटरच्या बाहेर असलेल्या एका खुर्चीवर बसून होता, तर ती आणि डॉ. रुकडीकर ऑपरेशन थिएटरच्या समोर, जरा लांब असलेल्या चौकाला टेकून असलेल्या सिमेंटच्या बाकावर बसून होते, त्या ऑपरेशन थिएटरच्या दरवाज्याकडे डोळे लावून.

पाच वाजून दहा-पंधरा मिनिटं झाल्यानंतर तो दरवाजा उघडला होता, त्याच्या वेदनांचा परिहार करण्यासाठीच जणू! चित्रमालिका संपली तशी ती दचकून तंद्रीतून जागी झाली. ऑपरेशन झालेलं होतं. त्याच्या वेदना संपलेल्या होत्या; पण तिला सुस्कारा टाकण्याइतकं स्वस्थ वाटत नव्हतं. तिची नजर आय सी यूच्या दरवाजाकडे गेली. तो बंदच होता.

खोल गर्तेत बुडून गेल्यासारखी ती बसून राहिली होती त्या बाकांवर, पुढं काय घडणार याचा विचार करीत. नजर पुन्हा शून्यात लागलेली. तिचं लक्ष कुठंच नव्हतं. शेजारी काही रुग्णांचे बरेच नातेवाईक तिच्या आसपास बसले होते.

त्यांच्यामधल्या एक बाई तिला विचारत होत्या, ''कोण आहे इथे तुमचं? त्यांना कोणता कॅन्सर झालाय?''

त्या बाईच्या विचारण्यात काहीच चूक नव्हती. ते होतंच कॅन्सर हॉस्पिटल! तिने नुसती मान हलवली. कारण डोळ्यांतलं पाणी संपत नव्हतं. त्या बाईच्या चेहऱ्यावरचं प्रश्नचिन्ह तसंच राहिलं.

साडेसहा वाजून गेले होते. कणाद तिच्यासमोर होता नि तिला विचारत होता, ''मी आता जरा इथे थांबतो. तू घरी जाऊन ये.''

तिने त्याला नकार दिला. म्हणाली, ''मी आता इथून कुठंही हलायची नाही. मला आत्ताच जरासं शांत-शांत वाटायला लागलंय! तू आज जरा घरी जाऊन विश्रांती घे. आज मी इथंच झोपेन. इथे खोली आहे. शिवाय प्रतिमाला बोलावलंय सोबतीला!''

***

संध्याकाळी सात वाजायच्या सुमाराला अविनाश, प्रतिमा, उमेश आणि माधुरी सगळे येऊन गेले. त्याच्या आजारपणात प्रथमच त्या दिवशी त्यांच्याकडे स्वतंत्र खोली होती. तिने कणादला झोपायला घरी जायला सांगितलं. प्रतिमाला तिच्यासोबत रात्री येतेस का, म्हणून विचारलं. प्रतिमा तयार झाली.

कणाद घरी गेला. त्याच्या आजारपणात मागच्या वेळी कणाद आला तसा सारा महिनाभर दवाखान्यातच झोपायला होता. आताही या वेळी आल्यानंतर तोच होता दवाखान्यात झोपायला. त्या दिवशी तिला वाटलं, निदान एखादा दिवस तरी त्याने आरामात घरी जाऊन झोपावं.

रात्री उशिरा, सुमारे दहा वाजता पुन्हा डॉ. खोचीकर येऊन त्याला पाहून गेले. प्रतिमाबरोबर रात्री उशिरापर्यंत ती बरंच काही मनातलं बोलत बसली होती. तिचं मन थाऱ्यावर नव्हतं, तरी जे काही होतं ते बोलूनबोलून शांत झाल्यासारखं वाटत होतं. तो बरा होतोय किंवा झालाय असं म्हणायला तिचं मन धजावत नव्हतं. खूप बोलून त्या दोघी रात्री बऱ्याच उशिरा झोपल्या.

मध्यरात्री ती तीन-चार वेळा उठून आयसीयूच्या दरवाजापर्यंत जाऊन आली. दरवाजा घट्ट बंद केलेला होता. सकाळी साडेसहापर्यंत तिने कशीतरी कळ काढली नि परत आयसीयूकडे गेली. धाडसानं दरवाजा लोटून तिने आत जायचा प्रयत्न केला. तिच्यावर रागावून तिथल्या सिस्टरने तिला जोरात बाहेर काढलं.

ती केविलवाणेपणाने 'अहो, त्यांचे हातपाय सारखे इकडून तिकडे हलवावे लागतात. त्यांना थोडा व्यायाम द्यावा लागतो. त्यांना त्यांचे हातपाय स्वत:हून हलवता येत नाहीत.' असं त्यांना सांगावं असं तिला वारंवार वाटत होतं, पण तिला त्यांनी तिथून हाकलूनच दिलं. त्यामुळे तिच्या तोंडातून काही आवाजच फुटला नाही.

तिचं मन इतकं हळवं झालेलं की, तिथून परतताना तिला रडू कोसळलं. ती खोलीत परत आली. प्रतिमा आणि ती दोघी जणी खाली चहाच्या टपरीवर जाऊन भरपूर चहा प्यायल्या. प्रतिमा घरी परतली. जराशी तरतरीत होऊन ती पुन्हा आय सी यूच्या दरवाजात जाऊन आशाळभूतपणे उभी राहिली.

आठ वाजायच्या सुमाराला आतून सिस्टरने तिला बाहेर उभी राहिलेलं पाहिलं. म्हणाली, ''या. आता आलात तरी चालेल'' ती खूश झाली, आत आली. त्याला मनोमन भेटली. त्याला खरंच फार बरं वाटत होतं. फक्त पोटात जिथे टाके घातले होते तिथे दुखत होतं. बाकी इरिगेशनची संततधार चालूच होती. आदल्या दिवशी त्याला रक्त आणि प्लाझ्मा दिला होता.

इथली कॉट्स ठेवायची व्यवस्था निराळी होती. दरवाजातून आत गेलं की, समोर एक, त्यानंतर तिथून डावीकडे ओळीने भिंतीकडेला पाच-सहा कॉट्स. प्रत्येक कॉटला साधारण दोन्ही बाजूंना एकेक माणूस उभा राहील इतकी जागा. डोक्याकडे खिडकी– काचांनी बंद, पण आत पाहिजे तेव्हा सूर्यप्रकाश देणारी– त्यावरून पडदे.

दोन्ही बाजूला निम्म्या उंचीवर लाकडाचं, तर त्यावर काचांचं पार्टिशन. त्यावरूनही पडदे ओढलेले. त्याच्या पायाकडची बाजू संपूर्ण उघडी. तिथे आवश्यक असेल तेव्हा पडदे ओढायची सोय. त्याच्या कॉटचा नंबर होता पाच.

तिथे दोन-तीन वेगवेगळे आय सी यूचे हॉल्स होते. त्या प्रत्येक आय सी यूची रचना करण्यामागचा हेतूही वेगळा आहे. तिथे बहुतांशी कॅन्सरग्रस्त रुग्ण होते. त्याच्याही आसपास असलेले बरेच जण कॅन्सरची लागण झालेला शरीराचा भाग काढून टाकण्यासाठी ऑपरेशन झालेल्यांपैकी होते. ऑपरेशन झाल्यानंतर दोन-तीन दिवसांनी त्यांचा इतर संसर्ग होण्याचा संभव टळला की, त्यांना बाहेर, जनरल वॉर्डात किंवा स्वतंत्र खोलीत हलवलं जायचं. मिशनमधल्या सीसीयूमध्ये सहसा मरणाच्या दारात असलेले आणि आणीबाणीत आवश्यक असलेले उपचार घेणारे रुग्ण होते. बहुधा ते वाचत नसत. वाचलेच, तर आनंदाने हसत घरी जात. इथले रुग्ण आपल्याला कधीही बरा न होणारा आजार झालेला असून लवकरच आपण मरणार आहोत या भावनेने भयचिंताग्रस्त दिसत होते. त्या साऱ्यांमध्ये तो.

पोटाला छेद देऊन ऑपरेशन झाल्यामुळे त्याला व्यायाम देण्यावर बंधनं आली होती. पोटाला किंवा कॅथेटरला धक्का देऊन चालणार नव्हतं. त्या दिवशी बुधवार. या हॉस्पिटलसाठी डॉ. खोचीकरांनी नेमून घेतलेला दिवस. ते सकाळीच दहा-

साडेदहा वाजता आले. त्यांच्याशी वेळ ठरवून ती आणि कणाद त्यांना भेटायला गेले, कायकाय झालं ते सविस्तरपणे समजावून घ्यायला.

डॉक्टरांनी त्यांना त्याच्या दुखण्याचा प्रश्न नेमका कसा उद्‌भवला असावा, त्याबद्दल सविस्तरपणे सांगितलं. डॉ. खोचीकरांच्या गेल्या बावीस वर्षांच्या अनुभवातली या प्रकारची ही पहिलीच केस होती! डॉ. मकरंद खोचीकर बरीच वर्षे इंग्लंडमध्येच वास्तव्याला होते. इंग्लंडमध्ये बरीच वर्षे प्रॅक्टिस केल्यानंतर सात-आठ वर्षांपूर्वी ते आपल्या देशाची सेवा करण्याच्या उद्दिष्टाने भारतात आले. देश-विदेशातला त्यांचा या क्षेत्रातला अनुभव होता.

त्यांच्या म्हणण्याप्रमाणे मिशनमध्ये जेव्हा त्याला कॅथेटरमधून रक्ताच्या गाठी बाहेर पडू लागल्या तेव्हाच त्याला जास्त व्यासाचा कॅथेटर वापरायला हवा होता. तिथे वापरलेला कॅथेटर सोळा मि.मि. व्यासाचा होता, तर आता डॉक्टरांनी तो बावीस मि.मि. व्यासाचा वापरला होता. तो हलू नये म्हणून त्याला ट्रॅक्शन देऊन तो पायाला बांधून ठेवला होता.

एखाद्याला कॅथेटरचा त्रास होत असेल, तर तो पुन:पुन्हा न बदलता एकदाच सिलिकॉनचा वापरतात. मुख्य म्हणजे त्याला युरिनमधून ब्लडस्टेन्स पास होताहेत, असं लक्षात आल्यानंतर त्याकडे त्यापूर्वीच डॉक्टरांनी जास्त गंभीरपणाने पाहायला हवं होतं. व्हेंटिलेटर काढल्याकाढल्या त्याची एण्डोस्कोपी करून त्या गाठी काढून टाकायचा प्रयत्न करायला हवा होता. डॉ. खोचीकरांनी सांगताना त्या डॉक्टरांनी अमुक करायला हवं होतं किंवा तमुक करायला हवं होतं अशा स्वरूपात सांगितलं नाही; पण त्यांनी ज्या पद्धतीनं तिला ते सांगितलं त्यावरून तिला जे कळलं, ते असं.

थोडक्यात तिथल्या युरॉलॉजी विभागाने सुरुवातीपासूनच त्याच्या कॅथेटरच्या दुखण्याकडे गांभीर्याने पाहायला हवं होतं. ते दुखणं गंभीर आहे, असं त्यांना जेव्हा जाणवलं तेव्हा फार उशीर झालेला होता. केस त्यांच्या हाताबाहेर गेली होती.

त्या वेळीही जिवाच्या आकांताने ती त्यांना विचारत होती की, 'डॉक्टर तुमच्या आवाक्यात आहे ना ही परिस्थिती?' तर त्यावर बिनदिक्कतपणे ते 'हो' म्हणाले होते.

डॉ. खोचीकर पुढं म्हणाले, "अजून एखाद - दुसरा दिवस असाच गेला असता, तर त्यानंतर निस्तरणं फारच अवघड झालं असतं. त्यांच्या दोन्ही किडनी निकामी झाल्या असत्या." तिच्या अंगावर सरसरून काटा आला. तिथले किडनी निकामी झालेले रुग्ण तिच्या नजरेसमोर तरळून गेले.

दोन दिवसांनी डॉक्टरांनी त्याला भरपूर खायला-प्यायला सांगितलं. खाता-पिताना ठसका लागू नये म्हणून कॉटचा पाठीचा भाग उंच उचलून घेऊन त्याला तिथे टेकवून बसवायचं, असं डॉक्टरांनी त्याला सांगितलं होतं. त्याच्या गळ्याचं

छिद्र रोज कणाकणानं भरून येत होतं. गळ्याला रोज ड्रेसिंग केलं जायचं, त्याला टाका घालावा लागला नाही.

तिने कधीपासूनच त्याला काय खायला द्यायचं याचं वेळापत्रक करून ठेवलं होतं. तिला एक उद्दिष्ट मिळालं. घरातून तिने डॉ. कमला सोहोनींचं आहारगाथा हे पुस्तक शोधून काढलं. पूर्वी कित्येकदा तिने ते वाचलेलं होतं. आता दवाखान्यात बसल्याबसल्या पुन:पुन्हा तिने ते वाचून काढलं. स्वत:पुरतंच नाही, तर तिने ते आसपासच्याही काही बायकांना वाचायला देऊन त्याप्रमाणे त्यांच्या रुग्णांना आहार द्यायला सांगितला.

सकाळी सात ते रात्री दहा वाजेपर्यंत एकेक किंवा दोन तासांनी दर वेळी पौष्टिक, वेगळं आणि चौरस आहारात बसेल असं काय द्यायचं, याचं तिने नियोजन केलं.

'प्रथमग्रासे मक्षिकापात:' आधीचे चाळीस आणि आत्ताचे चार-पाच असे पंचेचाळीस दिवस पोटात अन्नाऐवजी फक्त औषधंच गेल्यामुळे त्याला आता फूड-डायजेशन सिंड्रोम झाला होता. काहीच अन्न पोटात ठरेना. त्यावर औषधोपचार झाले, तपासण्या झाल्या.

दरम्यान तीन-चार दिवस बरे गेले म्हणे-म्हणेस्तो शुक्रवार उजाडला. शुक्रवारी त्याच्या कॅथेटरचं ट्रॅक्शन काढलं. त्याला जरा आराम मिळाला.

सोमवारी तेवीस एप्रिलला त्याचा वाढदिवस! त्याला छप्पन्न वर्षं पूर्ण होऊन तो सत्तावन्नाव्या वर्षात पदार्पण करणार होता. तिने डॉक्टरांना विचारलं की, त्याला या दिवशी खोलीत नेता येईल का म्हणून. डॉक्टरांनी खात्रीनं हो म्हणून सांगितलं नाही, पण 'पाहूया, प्रयत्न करूया' असं ते म्हणाले.

त्याला त्याच्या आईला भेटवायचं होतं, कारण आज-उद्या करता करता रोजच असं काही घडायचं की, तिला आणणं जमलंच नव्हतं. आता ते हॉस्पिटल तसं जरा जवळ होतं आणि वावरायलाही सोयीचं होतं.

प्रतिमा आणि अविनाश रोज येत होते; पण अजूनही त्याला भेटलेले नव्हते. माधुरी त्याला भेटलेली नव्हती. हे सगळे जण फक्त हॉस्पिटलमध्ये यायचे, पण त्याला भेटायला आत जायचे नाहीत. एकतर तो मिशनमध्ये सीसीयू किंवा इथे आय सी यूमध्ये होता. जी बी सिंड्रोमच्या लागणीमध्ये रोगप्रतिकारक शक्ती अगदी कमी झालेली असते. चटकन कोणत्याही आजाराची, विशेषत: न्युमोनियाची लागण होण्याची शक्यता असते. ते टाळण्यासाठी आतमध्ये कोणालाच प्रवेश नसायचा. ती तर त्याबाबत विशेष काळजी घ्यायची. या सगळ्यांची त्याला भेटायची इच्छा होती. मिशन हॉस्पिटलमधून येताना सगळ्यांशी थोडा वेळ भेट झाली होती, पण ती कसली भेट! त्याला त्या दिवशी वेदनांशिवाय दुसरं काहीच कळत नव्हतं.

संध्याकाळ शत्रू होऊनच उजाडली. ती बराच वेळ आयसीयूच्या बाहेर बसली

होती. सिस्टर्सची पळापळ तिला दिसली. कणाद त्याला पाहायला आत गेला, तर परत कॅथेटरमधून भरपूर ताजं रक्त यायला सुरुवात झाली होती. हळूहळू रक्ताचं रूपांतर रक्ताच्या गाठीत व्हायला लागलं होतं. दोन कॅथेटर्स असूनही पूर्ण युरिन पास होईना. आधी ते प्रमाण कमी होतं. रात्री नऊ वाजेपर्यंत ते इतकं वाढलं की, आणीबाणी उत्पन्न झाली.

डॉ. खोचीकर रात्री नऊ वाजता धावतपळत हजर झाले. तासभर ते सगळं थांबवायचा त्यांनी आटोकाट प्रयत्न केला. शेवटी पुन्हा एण्डोस्कोपी करायचं ठरलं, ताबडतोब. पळापळ, टेन्शन, सगळी जीवघेणी प्रक्रिया! डॉक्टरांनी त्यांच्या ॲनॅस्थेसिस्टना बोलावलं, तर तेही लगेचच आले. त्याला पुन्हा ऑपरेशन थिएटरमधे नेलं. ते सगळं संपेपर्यंत रात्रीचे साडेअकरा वाजून गेले. रक्त, प्लाझ्मा इ. इ. पुढे ओघाने आलंच.

चेहऱ्यावरचा थकवा इतरांना जाणवू न देता डॉ. खोचीकर तिला आणि कणादला म्हणाले, ''एकदा एण्डोस्कोपी झाल्यानंतर लगेच इतक्या लवकर पुन्हा ती करायला लागणं, हेही इतक्या वर्षात मी प्रथमच अनुभवतोय. करणं आवश्यक होतं. नाहीतर पुन्हा त्या गाठी एकत्र गोळा झाल्या असत्या; पण पुन्हा मात्र असं उद्‌भवू नये म्हणून मी देवाकडे प्रार्थना करतो.''

ती त्यांचे फक्त औपचारिक आभार मानण्यापलीकडे काय करू शकत होती?

रात्री तिथे झोपायला कणाद थांबला. ती घरी आली. आता मात्र हा सगळा ताण तिला सहनच होईनासा झाला होता. हे सगळं कधीतरी थांबणार होतं की नाही कोण जाणे? तिला एकदम असे भास व्हायला लागले की, ती तिथे सिद्धिविनायक हॉस्पिटलमध्ये आयसीयूच्या बाहेरच्या बाजूला असलेल्या मोठ्या बाल्कनीत युगानुयुगं उभीच आहे. तो या ना त्या कारणाने तिथंच ॲडमिट आहे. 'कुणीतरी मला यातून सोडवेल का हो?' असा आक्रोश ती करीत राहायची. कोणाला तिचा तो आक्रोश ऐकू येत होता की नाही कोण जाणे?

तिला ते दिवस रहाटगाडग्यासारखे वाटायला लागले. दिलासा होता तो फक्त डॉ. खोचीकरांचा. ते त्याच्या केसचा निगुतीनं अभ्यास करत होते. डॉ. खोचीकरांनी त्याला असा मध्येच एकदम रक्तस्राव होण्याची कारणं शोधायला सुरुवात केली. या काळात त्याच्या रक्ताच्या तपासण्या तर इतक्या झाल्या की, विचारता सोय नाही.

रक्तस्राव सुरू झाला की, तो नैसर्गिक पद्धतीनं आपोआप का थांबत नाही, याची कारणं कोणालाच सापडेनात. ती सापडत नाहीत, तोवर त्यावर नेमकी उपाययोजना करता येईना.

मिशनमध्ये जेव्हा त्याला शेवटीशेवटी रक्तस्राव झाला, तेव्हा ज्या तपासण्या झाल्या होत्या, तेव्हा तिथले डॉक्टर म्हणाले होते की, रक्तामधला एक कोणता तरी घटक नेहमीपेक्षा जास्त वाढला होता; त्यामुळे त्यावर नेमकी उपाययोजना करता

येत नव्हती. रक्तस्राव सुरू झाला की, तिथे प्रत्येक वेळी कारणांच्या मुळाशी न जाता त्याला 'पॉज्' आणि 'के' ही दोन इंजेक्शन्स दिली जायची. ते सगळं योग्य होतं की अयोग्य, काहीच कळत नव्हतं.

वैद्यकशास्त्रातली तिची समज यथातथाच होती, पण डॉ. खोचीकरांशी बोलताबोलता हळूहळू काही गोष्टी तिच्या लक्षात येऊ लागल्या होत्या. शास्त्रोक्त भाषेत नसल्या तरी तिला स्वतःला समजून घेण्याइतपत नक्कीच!

रक्तस्रावाच्या वेळी रक्तामधले काही म्हणजे 'पी टी' आणि 'ए पी टी टी' हे दोन घटक महत्त्वाची भूमिका बजावतात. त्याच्या केसमध्ये रक्तातले हे दोन घटक वाढल्यामुळे रक्तस्राव थांबत नव्हता की, रक्तस्राव जास्त झाल्यामुळे हे दोन घटक वाढत होते, याबद्दल मिशनमधल्या डॉक्टरांनी नीट विचार केलेला नव्हता.

हे दोन घटक वाढल्याने जास्त रक्तस्राव होतो, असं मिशनमधल्या डॉक्टरांचं म्हणणं होतं. त्यामुळे हे दोन घटक का वाढतात, याचा पाठपुरावा ते करीत राहिले; तर जास्त रक्तस्राव झाल्याने म्हणून ते दोन घटक वाढताहेत, असं इथल्या डॉक्टरांचं म्हणणं. त्यामुळे तो का होतोय आणि त्याचा जी बी सिंड्रोम या आजाराशी काही संबंध आहे का, हे शोधून काढणं महत्त्वाचं आहे, असं डॉ. खोचीकरांना वाटत होतं.

त्याला होणाऱ्या रक्तस्रावाची कारणं न शोधता औषधांचा मारा करून मिशनमधल्या डॉक्टरांनी जो तात्पुरता उपाय केला होता, तो त्याला नडला होता. मात्र हे सगळं तिच्या लक्षात यायला बराच उशीर झाला होता.

शुक्रवारी वीस एप्रिलला झालेल्या त्या प्रकारामुळे त्याच्या जेवण्या-खाण्यात पुन्हा बाधा येत गेली. त्याला पुरता व्यायाम देता येईना. शनिवार तसाच गेला. रविवारी त्याने थोडंसं जेवण घेतलं. म्हणजे सकाळी घट्टसर कांजी, दहा वाजता भाताची पेज, मुश्किलीनं दुपारी थोडासा वरण-भात, रात्री मऊ खिचडी.

पोट फारसं बिघडलं नाही. जेवलेलं पोटात ठरलं. बेडपॅन खूप वेळा घ्यावं लागत होतं; पण इलाज नव्हता. त्याला सारखंसारखं बेडपॅन मागायला खूप संकोच वाटत होता; पण तो जोपर्यंत आय सी यूमध्ये होता तोपर्यंत त्याला काही पर्याय नव्हता. त्यासाठी गॉझ, कॉटन इत्यादी आणलेलं साहित्य मात्र तिने जपून ठेवलं होतं, कधीतरी उपयोगात येईल म्हणून!

***

तेवीस एप्रिल, सोमवार – त्याचा वाढदिवस! सकाळी लवकरच ती त्याला भेटायला गेली. आधी कणाद नंतर श्री, सगळे त्याला शुभेच्छा देऊन आले. तो

फारसा आनंदी दिसत नव्हता. वाढदिवस साजरा करता येत नाही म्हणून नव्हे, तर किती दिवस हे सगळं चाललंय, त्याचा त्याला कंटाळा आला होता म्हणून.

खोलीत जाण्याची शक्यता कमी झाली होती, तरी तिला मनात थोडीशी धुगधुगी वाटत होती की, संध्याकाळपर्यंत एखादे वेळी तासाभरापुरतं तरी त्याला खोलीत नेता येईल. पण मनास वाटेल तसं ते घडण्याचे दिवस नव्हते.

अकरा वाजता ती त्याला सूप द्यायला आयसीयूमध्ये चालली होती. समोरून प्रो. विजय कारेकर येताना दिसले. तिचा क्षणभर डोळ्यांवर विश्वासच बसेना. कारेकर त्याचे खूप जवळचे मित्र. त्याला भेटावं अशी कारेकरांची फार इच्छा होती. त्याला भेटायला ते मुद्दामहून पुण्याहून नुकतेच आले होते; स्टँडवर उतरून थेट दवाखान्यातच.

त्यांची गंमतच झाली. कारेकरांनी त्याला कधीच बिना-दाढीचा पाहिला नव्हता. ते त्या दिवशी दवाखान्यात आले. रिसेप्शनमध्ये चौकशी केली. त्यांना सांगितलं गेलं की, तो आय सी यूमध्ये आहे.

दहा ते अकरा ही रुग्णांना भेटायची वेळ होती. त्यामुळे कारेकरांना आत सोडलं. त्यामुळे खोलीत यायची त्यांना गरज पडली नाही. खोलीत न येताच कारेकर आत गेले. एकदा समोरून डावीकडे त्या टोकाला नि नंतर त्या टोकाकडून पुन्हा दरवाजाच्या बाजूला सगळीकडे ते फिरले पण त्यांना तो कॉटवर दिसलाच नाही. त्याने मात्र कारेकरांना ओळखलं आणि हाक मारली.

कारेकरांना आश्चर्यच वाटलं! म्हणजे वाटलं, 'हा कोण हाक मारतोय आपल्याला?' आधी वाटलं, कोणीतरी त्यांची गंमत करतोय, पण नंतर त्यांनी त्याला ओळखलं. कारेकरांना परमानंद झाला होता.

त्याला वाढदिवसाच्या शुभेच्छा द्यायला ते आले होते. कितीतरी दिवस ते त्याला भेटायला येण्यासंबंधी विचारात होते आणि तिने त्यांना थोपवलं होतं. मुद्दाम नाही, पण कोणत्या वेळी भेटायला या म्हणावं, हा तिच्यापुढचा प्रश्न होता. रोज प्रकृतीत चढउतार! ते आलेले तिला आधी ठाऊकच नव्हतं. कारण त्या वेळी कणाद औषधं आणायला गेला होता.

ती नुकतीच घरनं येऊन खोलीत डबा वगैरे ठेवून त्याच्यासाठी सूप घेऊन निघाली होती. खोली ते आयसीयू हे अंतर बरंच होतं. आय सी यूकडे जाणारा आणि खोलीकडे येणारा असे दोन वेगवेगळे जिने असल्यामुळे तिची आणि कारेकरांची चुकामूक झाली होती. त्याला भेटून कारेकर पुण्याला परत गेले.

संध्याकाळ मात्र एखाद्या हॉस्पिटलमध्ये उगवावी तशीच उगवली. अविनाशचाही त्याच दिवशी वाढदिवस होता. संध्याकाळी ती दोघं त्याच्या आईला घेऊन आली. त्याही अत्यंत धीराच्या. त्यांनी त्याच्यासाठी एक पत्र लिहिलं होतं. त्याचा आशय असा होता, 'आता तू बरा होणं हे सर्वस्वी तुझ्या हातात आहे. सर्वस्वी तुझ्या

हातात आहे, हे मी सांगतेय, ते नुसतं औपचारिकपणे नव्हे. खरोखरच माझा तसा अनुभव आहे. आपण बरे झालो आहोत, हे तू तुझ्या मनाला सारखं बजाव. मनाच्या आतल्या आवाजात जे ऐकवशील ते तुझं शरीर ऐकेल.' एक सुंदर आशीर्वाद!

माधुरी आली, पण त्याला भेटली नाही. दिवस-रात्रीचं घड्याळ आपल्या गतीनं चालतच असतं. तसंच ते तेवीस तारखेतून अलगद चोवीस तारखेत शिरलं.

चोवीस एप्रिल, मंगळवार. गेले दोन-तीन दिवस ती सकाळचा नाश्ता घेऊन श्रीला पाठवत होती. कणाद आणि श्री मिळून त्याला खायला देत होते. तिच्याकडून खायचं म्हणजे तो फार कुरकुर करीत असे. दुपारचं जेवण बनवून ती दवाखान्यात साडेदहा-अकराच्या सुमाराला जात असे.

मंगळवारी तिने त्याच्यासाठी कडधान्यांच्या शिजवलेल्या मोडांचं पाणी आणलं होतं. जेवण होतंच; पण साडेदहाच्या सुमाराला त्याला प्यायला देण्यासाठी ती आत गेली, पण त्याचा मूड पार बदललेला होता.

त्याच्या पोटावरील ऑपरेशनच्या जागेवरचे टाके दुखत होते. तिने त्याची समजूत घातली; पण नंतर तिच्या लक्षात आलं की, तो कॉटच्या कठड्याला धरून, जोर देऊन खाली वाकून बघायचा प्रयत्न करतोय. एका बाजूला हे लक्षण चांगलं होतं – म्हणजे त्याला इतकी हालचाल करता येत होती म्हणून. मात्र दुसऱ्या बाजूला विचार करता काळजी वाटत होती, ती त्याला काहीतरी भास होत होते त्याची. त्याला वारंवार भास व्हायला लागला होता की, कॅथेटरमधनं खूप रक्त वाहतंय.

तिने पाहिलं तर कॅथेटर आणि युरिनची भरलेली पिशवी दोन्ही अगदी स्वच्छ होते. तिने त्याला तसं सांगितलं तर तो तिला एकदम रागावला. 'मी काय खोटं बोलतोय का?' असं म्हणायला लागला.

त्याला तो दवाखाना एकदम नकोसा झाला. घरी जायची तीव्र इच्छा झाली. तिने तिथे सारखं थांबून राहावं असा त्याचा आग्रह होता.

तिला तिथल्या सिस्टर्ससारखं आत जाऊ देत नव्हते; दिवसभरातून फारतर पाच-सहा वेळेला. त्यांना ती त्याची परिस्थिती समजावून सांगायचा प्रयत्न करायची, पण तितकं समजून कोण घेणार?

डॉ. रुकडीकर आल्यानंतर तिने त्यांना ही सगळी परिस्थिती सांगितली. त्याला पुन्हा आय सी यू सिंड्रोम झाला होता. डॉ. रुकडीकरांनी त्याला लगेचच ॲण्टी-डिप्रेसंट आणि ट्रँक्विलायजिंग (झोपेची तंद्री लागल्यासारख्या) परिणाम देणाऱ्या गोळ्या लिहून दिल्या. कणादने त्या लगेच आणून दिल्या.

संध्याकाळपर्यंत त्याची मन:स्थिती काबूत आली. दुसऱ्या दिवसापासून पुन्हा थोडाथोडा आहार वाढला. तो थोडंसं जेवला, तरी तिचंच पोट भरत असे.

तो तिला तिथंच थांबवून त्याच्याबरोबर जेवायला सांगत असे. त्याला खात्री होती की, तिचं जेवण सध्या नीटसं होतच नसणार; पण ती तिथे कसं जेवणार? काहीबाही कारणं सांगून ती त्यातून स्वत:ला निभावून नेत असे.

एकदा प्रतिमाने त्याच्यासाठी आवळ्याचा छान मुरलेला मुरांबा आणि डिंक, मेथ्या तसंच खजूर अशा तीन गोष्टी एकत्र करून शक्तिवर्धक खुराक बनवून दिला.

त्याचं शरीरातलं पोटॅशियम खूप कमी व्हायचं. तिने जेव्हा कमला सोहोनींचं पुस्तक पुन्हा नव्याने वाचून काढलं, तेव्हा तिला काही गोष्टी नव्यानं कळल्या.

पोटॅशियमचं महत्त्व वर्णन करताना त्यांनी असं म्हटलं होतं की, ताडगुळात भरपूर प्रमाणात पोटॅशियम असतं. पोटॅशियममुळे एकतर शरीरातलं सोडियमचं प्रमाण योग्य प्रमाणात राहायला मदत होते. शिवाय अन्नपदार्थांमधली इतर काही आवश्यक पोषकमूल्यं शोषून घ्यायलाही पोटॅशियम मदत करतं. सोडियमचं प्रमाण योग्य राहिल्यामुळे ब्लडप्रेशरचाही योग्य तोल राखायला मदत होते.

त्याला तर या सगळ्या गोष्टींची आवश्यकता होती. तिने पूर्वीच एकदा गोव्याहून, तिच्या आजोळहून ताडगूळ मागवला होता. त्यालाही त्याची आठवण झाली. त्यानेच तिला ताडगूळ देण्याविषयी सांगितलं. तिने त्याला तो नित्यनेमाने देणं चालू केलं. किंबहुना तो चिरून आणून, एका बाटलीत भरून त्याच्याजवळच ठेवून दिला. मध्येमध्ये एखादा गुळाचा खडा चोखायला त्याला आवडत असे.

त्याला आता स्वतंत्र खोलीत यायचं होतं. सतरा तारखेला त्याचं ऑपरेशन झाल्यावर डॉ. खोचीकरांच्या म्हणण्यानुसार दोन-तीन दिवसांनी त्याला स्वतंत्र खोलीत हलवायचं होतं, तर मध्येच तो सारा घोळ झाला होता. आता पुन्हा खोलीत जाण्याची वेळ लवकर येणार अशी लक्षणं दिसू लागली होती. असं झालं की तिला घाबरल्यासारखं व्हायचं. एखादा दिवस बरा गेला की, दुसरा वेडाविद्राच उगवायचा.

एक दिवस तिने डॉ. खोचीकरांची स्वतंत्र वेळ मागून घेतली. तिच्या मनात खूप शंका होत्या. त्यांचं निरसन करून घ्यायचं होतं. प्रथम तिने स्वत:ची खात्री करून घेण्यासाठी म्हणून त्याला खरोखरंच कॅन्सर नाहीये ना किंवा इतर काही मॅलिग्नन्सी असण्याची कितपत शक्यता आहे, याविषयी त्यांना विचारलं. त्यांनी ती शक्यता पूर्णपणे फेटाळून लावली. त्यांची एकच खंत होती, ती म्हणजे कोणीही फिजिशियन त्याला अतिरिक्त रक्तस्राव होण्यामागची समाधानकारक कारणमीमांसा सांगू शकत नव्हता. त्यामुळे त्यावर नेमका उपायही करता येणं शक्य नव्हतं.

डॉ. खोचीकरांशी बोलल्यानंतर तिला जरा शांत वाटायचं. एकतर त्यांच्या बोलण्यात आश्वस्तपणा असायचा. दुसरं असं की, ते झालेल्या प्रसंगांचा पूर्ण अभ्यास न करता कधीच बोलत नसत.

त्यांच्या सांगण्यात तिला तीन अत्यंत महत्त्वाच्या गोष्टी आढळल्या – एक म्हणजे रुग्णाच्या आजाराचा अत्यंत बारकाव्याने केलेला गाढा अभ्यास, दुसरं म्हणजे संपूर्ण केसची बुद्धिवादाच्या साहाय्याने केलेली चिकित्सा आणि सर्वांत महत्त्वाचं म्हणजे त्या सगळ्याच्या साहाय्याने तयार केलेलं, स्वत:ला पटणारं अभ्यासपूर्ण न्याय्य मत. तेच त्याला त्या आजारातून बाहेर काढणार, याची तिला मनोमन खात्री पटली होती.

सव्वीस एप्रिलचा गुरुवार उजाडला. आदल्या शुक्रवारी त्याची जी एण्डोस्कोपी केली होती, त्यानंतर त्याच्या कॅथेटरचं ट्रॅक्शन अजूनही तसंच ठेवलेलं होतं. डॉक्टरांनी ते गुरुवारी, सव्वीस तारखेला दुपारी काढलं. त्याला बेडपॅन घेताना वगैरे जास्त जोर न करण्याची सूचना केली. जास्त काळजी घ्यायला सांगितलं. त्याला लावलेल्या दोन्ही कॅथेटर्सची नीट काळजी घ्यायला सांगितली.

सिस्टरने त्याच्यासाठी शर्ट आणि गुढघ्यापर्यंत लांब अशी एक विजार आणून द्यायला सांगितली. इतक्या दिवसांनी अंगावर कपडे चढवायचे म्हणून तिचा आणि कणादचा चेहरा उजळला. कणाद त्याला कपडे आणण्यासाठी पटकन बाजारात गेला.

शुक्रवार नीट पार पडला. खोलीत जाण्याची थोडीथोडी आशा निर्माण झाली होती. शनिवारी सकाळी डॉक्टर स्वत: लवकर आले होते. त्याचा मूडही चांगला होता. डॉक्टरांनी त्याला व्हील चेअरवर बसून एक फेरफटका मारून येण्याबद्दल विचारलं. त्याने होकार दिला.

ती आणि कणाद खूश झाले. व्हील चेअर आली. त्याला उचलून त्यावर बसवलं. डॉक्टर स्वत: त्याच्याबरोबर बाहेर बाल्कनीपर्यंत आले. थोडा वेळ तिथे थांबले. साधारण वीस-पंचवीस मिनिटं बाहेर फिरायला सांगून डॉक्टर परतले. त्याला जरा वेळ खोलीत आणलं, हॉस्पिटलची रचना कशी आहे ते दाखवलं. तेवढ्यानं तो दमला. इतका वेळ बसणंही न जमण्याइतका अशक्तपणा त्याला आला होता. त्याने परतायचं ठरवलं.

परत आल्यावर त्याला शांत झोप लागली. त्याचं जेवण थोडंसंच, पण व्यवस्थित झालं. गुळाचा खडा तोंडात ठेवून तो झोपी गेला. इकडे तिलाही भर दुपारी स्वस्थचित्त, शांत झोप लागली. सोमवारी त्याला शक्य झालं तर खोलीत आणायचं ठरलं.

सगळं व्यवस्थित चाललं होतं. फक्त तिचं नशीब झोपेचं सोंग घेऊन बसलं होतं किंवा तिची जीवघेणी परीक्षा घेण्यात मश्गूल झालं होतं, त्याला कोण काय करणार?

रविवार आला तो तिचं सगळं उरलंसुरलं अवसान नष्ट करायच्याच उद्देशाने! ती सकाळी आली. त्याचा नाश्ता झाला. नऊ वाजायच्या सुमाराला ती जेव्हा काही

कारणाने आत गेली तेव्हा आधी तिला त्याच्या कॅथेटरमधनं रक्ताची गुठळी येत असल्याचा भास झाल्यासारखं झालं.

ती त्याच्या जवळ गेली. तिने सिस्टरला दाखवलं. रक्ताच्या गुठळ्या आल्या होत्या. इरिगेशन चालूच होतं. सीरिंजच्या साहाय्याने सिस्टरने त्या गुठळ्या बाहेर काढायचा प्रयत्न केला, पण बारा वाजायच्या सुमाराला आणीबाणीच निर्माण झाली.

रविवार असूनही डॉ. खोचीकर आले. ॲनॅस्थेसिस्ट डॉ. संदीप दिवाण आले; पण तिने या वेळी हायच खाल्ली. कणादच्या चेहऱ्याकडे तर तिला पाहवेना. पुन्हा तेच – एण्डोस्कोपी. आपण हरलोय अशी तिने स्वत:ची समजूत करून घेतली. एण्डोस्कोपी झाल्यावर 'उद्या सांगतो काय ते' असं म्हणून फारसं काही न बोलता डॉक्टर निघून गेले. तिच्या पायाखालची जमीन सरकतेयसं झालं तिला. मटकन खाली बसायचंही अवसान तिला उरलं नाही.

***

तीस एप्रिल, सोमवार. कालपासून कित्येक तास ती त्या आयसीयूच्या बाहेर असलेल्या सिमेंटच्या बाकावर बसून राहिली होती. तिच्या सगळ्या हालचालीच ठप्प होऊन गेल्या होत्या. औषधं, अमुक-तमुक सगळं कणादच पाहत होता. तिला समोर सगळा अंधारच पसरल्यासारखं वाटायला लागलं होतं. मती कुंठली होती.

सकाळी श्रीबरोबर तिने त्याच्यासाठी नाश्ता पाठवला. नाही म्हटलं, तरी ती एक गोष्ट आशादायक होतीच. त्याचा आहार थोड्याफार प्रमाणात सुधारला होता, पण असं म्हणायचा तिला काही धीर व्हायचा नाही. वाटायचं की, बरं आहे असं म्हटलं की, बिघडतंच!

सहा वाजता सूप, डाळिंबाचा ज्यूस, उकडून कुस्करून आणलेलं बीट आणि थोडं बीटाचं पाणी, नाचणीची पातळ कांजी आणि जेवणाचा डबा असं सगळं घेऊन ती आली होती. पंधरा-वीस माणसं जेवायला असल्यासारखा ती तिच्या एका माणसासाठी मन लावून स्वयंपाक करायची. प्रत्येक गोष्ट डब्यात भरताना त्याला ती कशी आवडेल याचाच फक्त विचार करायची आणि तो किती खाणार, तर मुश्किलीनं त्यातले तीन-चार घास! तरीही तिने तिची जिद्द सोडली नव्हती. रोज नव्या उत्साहानं सगळं करायचीच.

मग ती एण्डोस्कोपी होवो वा न होवो. तिला वाटायचं, कधीतरी झालाच तर या पोटावाटे शरीरात गेलेल्या अन्नाचाच त्याला उपयोग होणार. कारण संकटाशी झगडायचं, तर बळ हवंच ना!

डॉ. कमला सोहोनींचं पुस्तक एव्हाना तिचं वाचून पाठ झालं होतं. त्यातले काहीकाही भाग ती त्याला वाचून दाखवायची. डॉक्टर म्हणत की, त्याला त्याच्या आवडीचं काहीतरी वाचायला द्या. वाचन हा खरं तर त्याचा प्राण! आतापर्यंतच्या आयुष्यात तिने त्याच्या वाचनाचा किती अभिमान बाळगला होता, हे तिचं तिलाच माहीत! आजूबाजूचे लोक हसत असत तिला. पण त्याच गोष्टीचा त्याला आता फार त्रास वाटायला लागला होता.

तिला वाटत होतं की, मिशनपेक्षा आताची त्याची स्थिती जरा बरी होती. त्यामुळे त्याला किमान पेपर तरी वाचायला आवडेल. कॉटची पाठ वर उचलायची, समोर टेबल ठेवायचं. त्याला हवं ते पुस्तक आणून द्यायचं. त्याच्या डोळ्यांवर चष्मा चढवायचा. त्याला अजूनही स्वत:चा चष्मा स्वत:च्या हाताने डोळ्यांवर ठेवता येत नव्हता.

इतका सगळा जामानिमा झाल्यावर त्याने ते 'नको' म्हणायचं. दोन ओळी वाचणं मुश्कील वाटायचं त्याला. गाणं ऐकायचं तर त्याहून मुश्कील. वाचनाच्या बरोबरीनं त्याने जीव ओवाळला होता तो गाणं ऐकण्यावर; पण आता त्याला गाणं ऐकायलाही फार त्रास वाटायला लागला. त्याला काहीच नकोसं वाटत होतं.

आणलेल्या डब्यातलंन् बाटल्यांमधलं काही ना काही दर अर्ध्या तासानं ती आत घेऊन जायची. खायला आणलंय म्हटलं की, तिथली सिस्टर तिला आत सोडायची. शिवाय आतापर्यंत तिथे दोन-तीन दिवसांपेक्षा जास्त दिवस पेशंट्सना ठेवायची वेळ कोणावर आलेली नव्हती. अपवादात्मक हा एकटाच.

इथंही आय सी यूमध्ये येऊन त्याला आता तब्बल पंधरा दिवस झाले होते. आला होता दोन दिवसांसाठी. बाहेर खोलीत नेणं अशक्य होतं, कारण ऑपरेशननंतर दोन वेळा युरिनमधनं रक्तस्राव झाल्याच्या घटना घडल्याने त्यावर सतत, चोवीस तास लक्ष ठेवणं भागच होतं. त्यासाठी आय सी यू आणि तिथली सतत निरीक्षण करणारी व्यवस्था त्याला आवश्यक होती. तिला सारखंसारखं आत जाण्याचं निमित्त मिळाल्यामुळे त्याचाही मूड चांगला राहायचा.

एक मात्र चांगली गोष्ट होती. ती म्हणजे त्याला आता वेदनांपासून बऱ्यापैकी मुक्ती होती. पोटाचे टाके थोडेफार दुखायचे तितकंच. त्याच्या हातापायांच्या हालचालीही थोड्याफार वाढलेल्या होत्या.

हे सगळं मनात आलं की, तिला वाटायचं – 'मग आपण निराश का आहोत?' तिने तिच्या मनाची समजूत घातली.

प्रत्येक गोष्टीची एक वेळ असते नि ती वेळ आली की होणारी गोष्ट होणारच! टळणार नाही. चांगला असो की वाईट, समोर आलेल्या प्रसंगाला सामोरं जायचंच आहे. ते तर टळणारं नाहीये, तर मग रडत कशाला? अगदी हसत नव्हे, पण निदान शांतपणाने का नाही? देव आहे की नाही कोण जाणे? पण असलाच तर

देवालासुद्धा सुख आणि दुःख भोगायला कोणा मानवाचंच शरीर हवं. आज त्याने आपल्याला निवडलंय. त्याला खात्री असणार की, काही माणसं शांतपणे सोसणारी आणि उत्तम सेवा करणारी आहेत. कोणताही सोसायचा प्रसंग आला तरी सोसायचाच आहे ना, तर मग तो चांगलाच आहे असं मानायचं. नाहीतरी आहे ते सोसण्यापलीकडे दुसरा उपाय काय?

विचार करताना तिच्या डोळ्यांत पाणी तरळायचं. झर्रकन ती तिथून उठून खोलीत जायची. इकडंतिकडं बघून डोळ्यांतलं पाणी जिरवून टाकायची. तिच्या मनाला एक टोचणी असायचीच की, काही असलं तरी अगदी पापभीरू, निरिच्छ वृत्तीच्या, अजातशत्रू, कधी कोणाचं वाईट चिंतलेलं नसणाऱ्या. गणती करता येणार नाही इतक्या जणांना मदत केलेल्या, दुसऱ्याला त्रास देण्यापेक्षा स्वतःला त्रास करून घेणाऱ्या आणि स्वतःच्या एकटेपणात रमणाऱ्या त्याच्यावरती तरी ही वेळ नक्कीच यायला नको होती.

शेजारच्या खोलीत एक रत्नागिरीचे जोशी नावाचे पेशंट होते. त्यांना मूत्राशयाचा कॅन्सर झाला होता. त्यांना बरं करण्यात डॉ. खोचीकरांचा मोठा वाटा होता. त्यामुळे जोशी आजोबा व त्यांचा मुलगा दोघांची डॉ. खोचीकरांवर श्रद्धा होती.

जोशींचा मुलगा खूप बडबड्या होता. तिला ऐकायला बरं वाटो न वाटो, तो तिला कोणतीही परिस्थिती आली असता अध्यात्माच्या आधारे समचित्त कसं राहायचं, याची फोड करून सांगायचा. त्याचं एक बरं होतं; तो तिला म्हणायचा, "आमचे बाबा अगदी संतवृत्तीचे. त्यांना असं व्हायला नको होतं. आपण आपल्या कर्माची फळं भोगत असतो, पण माझ्या बाबांनी तर आयुष्यभर निव्वळ सत्कर्मच केली आहेत. मग त्यांना हे असं कसं झालं? तर पूर्वसंचित. त्याचा भोग काय सुटलाय कोणाला? आमचे महाराज आहेत, त्यांनी सांगितलंय. पटण्यासारखंच आहे हे सगळं. त्यांचं म्हणणं आहे की, पूर्वसंचित आत्ता भोगा पण तरीही सत्कर्म सोडू नका. ते तुम्हाला पुढच्या जन्मी सुख देईल."

तिच्या मनात यायचं की, कसला पुढचान् कसला मागचा जन्म? या जन्मातलं आपल्याला काही माहीत नाहीन् या माहीत नसलेल्या जन्मांचा कुठं आधार शोधत बसायचं? हे असले विचार तिला काय ठाऊक नव्हते असं नाही, पण ते ऐकायला गोड! तेही वेळ येत नाही तोवरच!!

तिचं मन आक्रंदून उठायचं. पंचवीस वर्षांपूर्वी तिच्या आईचंही असंच झालं होतं. स्वतःच्या जीवनात हालअपेष्टा सोसून आसपासच्या प्रत्येकाच्या दुःखनिवारणाला ती धावली होती.

सारा जन्म गरिबीत काढून त्याची झळ आपल्या कुटुंबाला न पोहोचू देता स्वतः पचवत राहिली होती. तिला मरण आलं ते जेमतेम पन्नाशीत! तेही कॅन्सरनं

तिचं शरीर अडीच वर्षं कुरतडत ठेवल्यानंतर. तिला आताचा जन्म असेल की नसेल कोण जाणे?

ती आणि तिची भावंडं यांना मात्र आई नाहीच. कसलं पाप, कसलं पुण्यन् कसलं पूर्वसंचित आणि तसंच काहीही असलं, तरी त्याच्यावर ही वेळ नकोच होती यायला!

डॉक्टर येऊन गेले. डॉक्टरांनी तिला त्यांच्या ओपीडीमध्ये येऊन भेटायला सांगितलं. डॉक्टरांच्या बोलण्यात आतापर्यंत तरी आश्वस्तपणा होता. पण तिचंच मन कातर झालेलं. कायकाय सांगणार होते डॉक्टर कोण जाणे? दुपारी ती आणि कणाद दोघंही डॉक्टरांना भेटायला गेले.

डॉक्टरांनी शांतपणे त्याच्या अतिरिक्त रक्तस्त्रावाची त्यांना शक्य असलेल्या सर्व प्रकारे कारणमीमांसा केली होती. त्यामध्ये काही गोष्टी त्याच्या जी बी सिंड्रोमच्या लागणीशी निगडित असण्याची शक्यता त्यांनी वर्तवली. रक्तातल्या काही पेशी निर्माण होतानाच त्यांच्यामध्ये दोष निर्माण होतो किंवा काय अशी त्यांना शंका होती. म्हणजे त्यांचं असं म्हणणं होतं की, त्याला जी बी सिंड्रोमची लागण झाल्यापासून एव्हाना सुमारे पन्नासेक दिवस होऊन गेले होते.

इतके दिवस त्याच्या शरीराने प्राप्त परिस्थितीत अनेक शरीरांतर्गत संकटांशी मुकाबला केलेला होता. अशा वेळी जी बी सिंड्रोमचा आजार झालेल्या विरळातल्या विरळा रुग्णांमध्ये क्वचित प्रसंगी जी बी सिंड्रोमचा परिणाम म्हणून शरीरातील एखादी व्यवस्था तिच्याकडे जे काम सोपवलेलं आहे त्या कामाचा एकदम अव्हेरच करण्याची शक्यता असते.

त्याच्या मूत्राशयामध्ये होणाऱ्या अतिरिक्त रक्तस्त्रावाच्या बाबतीत कदाचित तसं झालं असण्याची शक्यता त्यांनी वर्तवली. कदाचित त्या वेळेपर्यंत त्याची अशा काही आघातांना प्रतिकार करण्याची शक्तीही कमी झाली असावी; पण काही झालं तरी त्यासाठी त्याच्या काही तपासण्या करून घेणं आवश्यक होतं.

या प्रकारच्या तपासण्या करण्यासाठी निष्णात हेमॅटोलॉजिस्टचा (रक्तरोग व रक्तनिदान तज्ज्ञ) सल्ला घेणं योग्य ठरेल, असं त्यांना वाटत होतं. त्या तपासण्या करणारी यंत्रणा सांगली, कोल्हापुरात उपलब्ध असण्याची शक्यता नव्हती. डॉक्टरांना अपेक्षित असलेली चिकित्सा करणारे आणि त्यांना माहीत असलेले तज्ज्ञ डॉक्टर्स मुंबईत उपलब्ध होते.

डॉक्टर म्हणाले, ''आपण मुंबईच्या डॉ. एम. बी. अग्रवाल यांना कन्सल्ट करावं, असं मला वाटतं. माझ्या माहितीप्रमाणे ते भारतातले एक अग्रणी तज्ज्ञ आहेत. आधी तुमच्यापैकी कोणीतरी त्यांना तिथे जाऊन भेटा. मी त्यांच्यासाठी एक पत्र तयार करून देतो. त्यांचं काय मत आहे ते पाहू. त्यांनी जर आणखी काही तपासण्या सुचवल्या, तर त्या कशा आणि कुठे

करून घ्यायच्या ते ठरवू. पेशंट अजून जी बी सिंड्रोममधून पूर्ण बरा झालेला नाही. त्यामुळे त्याला इथून हलवणं सहजासहजी शक्य होणार नाही, हेही मी त्यांना पत्रात लिहून कळवतो. अगदी जरूरच वाटलं, तर मग त्यांना मुंबईला हलवायचं किंवा काय ते पाहू.''

डॉक्टरनी सगळी वस्तुस्थिती त्यांच्यासमोर ठेवली. ते पुढं खरं तर असंही म्हणाले, ''वास्तविक, एण्डोस्कोपी केल्यानंतर माझी जबाबदारी संपली. मी तुम्हाला डिस्चार्ज देऊ शकतो. कोणीही तसंच करेल. कारण अतिरिक्त रक्तस्राव का होतो, हे शोधून काढून त्यावर उपाय करणं हा माझा प्रांत नव्हे, पण मी हातात घेतलेल्या पेशंटशी माझा कन्सर्न आहे. एक डॉक्टर म्हणून त्याला पूर्ण बरं करण्यासाठी मी माझं सगळं कौशल्य पणाला लावायला हवं आणि ही माझी जबाबदारी आहे, असं मी मानतो. माझ्या व्यवसायाची मी ती एक बांधीलकी मानतो. ही केस हातात घेतानासुद्धा मी प्रामुख्याने हाच विचार केला होता. स्वत:च्या प्रतिष्ठेपेक्षा माझ्या व्यवसायाच्या बांधीलकीचाच विचार त्या वेळी मी केला होता. आता इथून घरी गेल्यानंतर तुम्हाला काही अडचण येऊ नये, म्हणूनच माझी ही धडपड आहे. तुमचा पेशंट माझ्याकडून पूर्ण बरा होऊन जावा, अशी माझी मनापासून इच्छा आहे. शिवाय एक नवीन गोळी लिहून देतोय. तिचा चांगला परिणाम होईल असं मला वाटतंय. पाहू या काय होतंय ते.''

डॉ. खोचीकर बोलत होते. तिला अगदी विश्वदर्शनच झाल्यासारखं वाटलं. अशा प्रकारच्या आजारांच्या खडतर प्रवासात मनाचा समतोल ढळण्याचे कितीतरी प्रसंग त्यातून जाणाऱ्या व्यक्तींवर कोसळतात. त्यातून तरणं अवघड असतं. परमेश्वर अशा वेळी आपल्याला जागोजागी मार्गदर्शन करण्याचा प्रयत्न करत असतो. फक्त त्याची भाषा त्या-त्या वेळी आपल्याला कळायला हवी.

डॉक्टरांचं म्हणणं ऐकल्यावर आदल्या दिवशीपासून भरकटलेलं तिचं मन थाऱ्यावर आलं. दोघांनीही डॉक्टर काय सांगतील तसं करायचं ठरवलं. त्यातच शहाणपणा होता. त्याला नेमकं काय झालंय ते शोधून काढायची ती एक संधीच होती. नेमकं काय झालं ते कळलं की मग त्यावर उपाय करणं सोपं जाणार होतं. आता पुढं काय करायचं नि कसं करायचं याचे विचार सुरू झाले.

कणादने पत्र घेऊन मुंबईला जायचं ठरवलं. फोन नंबर घेऊन कणाद बाहेर आला. कणादने मुंबईला डॉ. अग्रवालांकडे फोन लावला. दुसऱ्या दिवशी म्हणजे एक मे रोजी येऊ का, म्हणून विचारलं. एक मे रोजी दवाखान्यातल्या कर्मचाऱ्यांना सुटी असल्यामुळे दवाखाना बंद होता. त्यामुळे 'दोन मे रोजी या' असं डॉ. अग्रवाल यांनी कणादला सांगितलं.

डॉ. खोचीकरांना हा सगळा वृत्तांत सांगून कणाद त्याचं तिकीट काढायला गेला आणि येताना डॉक्टरांनी लिहून दिलेल्या नवीन गोळ्याही आणल्या.

या गोळ्यांनी तरी त्याला बरं वाटावं या विचाराने तिचं आशाळभूत मन भरून गेलं.

ती त्याचं जेवण घेऊन आत गेली. तिच्या डोक्यात काहूर माजलं होतं. दरम्यान डॉक्टरांशी कायकाय बोलणं झालं ते सगळं त्याला सांगणं आवश्यक होतं. कॉटच्या पाठीकडचा भाग वर उचलून घेऊन तिने त्याच्यासाठी ताट तयार केलं. त्याला तसं उंच केलेल्या कॉटला टेकून बसणं अवघड वाटायचं. स्वत:च्या हातांनी अजूनही जेवता येत नव्हतं. हात उचलता येत होता, पण बोटं अजिबात काम करत नव्हती.

हाताच्या बोटांना व्यायाम मिळावा म्हणून लहान मुलांच्या खेळण्यातल्या मऊ मातीचा गोळा त्याला आणून दिला होता. तो प्रयत्न करायचा, पण जमत नाही म्हणून कंटाळा करून सोडून द्यायचा. फुफ्फुसांनाही व्यायाम मिळावा, म्हणून तोंडानं हवा भरायचा एक मोठा फुगा त्याला आणून दिला होता. नाइलाजानं तो हे व्यायामाचे प्रकार करीत असे. जेवता येत नाही म्हणून तो जेवायचाच कंटाळा करायचा. मग ती त्याची समजूत काढायची की, असं केलंस तर तुझ्या शरीराला सगळं आयतं करून घ्यायची सवयच लागून राहील.

तो मिश्कीलपणे हसायचा. जणू काही त्याला हे काही कळत नव्हतं, या अर्थाचं. त्याची एक थिअरी होती— तुम्ही जोवर शरीराने आणि मनाने धडधाकट आहात तोवर जग तुमचं काहीही ऐकून घ्यायला तयार होतं, पण जर का तुम्ही एकदा आजारी झालात तर मात्र जो भेटेल तो तुमची छी:थू करतो. कोणीही यावंन् तुम्हाला काहीही सांगावं. त्याच्याशी चर्चा करणं शक्य होत नाही. नुसतं ऐकावं लागतं.

त्याचं जेवण झाल्यावर तिने त्याला औषधं दिली. नवीन चालू केलेलं औषधही त्या वेळी तिने दिलं. नंतर डॉ. खोचीकरांनी तिला जे काही सांगितलं ते तिने त्याला सांगितलं. तो चिंताग्रस्त दिसला, पण तसं तिला दिसू नये म्हणून डोळे मिटून पडून राहिला.

त्याचं पोट हळूहळू सुधारायला लागलं होतं. किमान दिलेलं जेवण तरी शरीरात मुरत होतं. डॉक्टरांनी काही नवीन औषधं चालू केली असली, तरी बरीच जुनी औषधं हळूहळू कमी केली होती. आवश्यक तितकं रक्त आणि प्लाझ्मा; सलाइन पूर्ण बंद.

त्याच दिवसापासून त्याला जरासा पेपर वाचण्यात रस वाटायला लागला. जराशी झोप काढल्यावर त्याने पेपर वाचायला मागितला. तिने तो झटकन आणून दिला. त्याने जेमतेम दोन-तीन कॉलम्स वाचले आणि कंटाळून बाजूला ठेवला. म्हणाला, ''एखादं पुस्तक इथे आणून ठेव. बघतो, जमलं तर वाचेन.'' तिला ती सगळी चांगली चिन्हं वाटायला लागली. समोर एक अक्राळविक्राळ प्रश्नचिन्ह होतं, ते अतिरिक्त रक्तस्राव झाला तर त्याचं काय, हे.

मंगळवारी, एक मे रोजी कणाद रात्रीच्या गाडीने मुंबईला गेला. जाताना बरोबर त्याची आवश्यक ती सगळी कागदपत्रं म्हणजे डॉ. खोचीकरांचं पत्र, गेल्या दोन दिवसांतले त्याचे सर्व तपासण्यांचे रिपोर्ट्स, केस हिस्ट्री इत्यादी. रात्री ती एकटीच होती तिथे झोपायला. सगळा हॉस्पिटलचा परिसर कॅन्सरच्या पेशंट्सनी भरून गेलेला. ते पेशंट्स आणि जवळच्या माणसाचा मृत्यू खांद्यावर घेऊन वावरणाऱ्या त्यांच्यासोबतच्या नातेवाइकांचे भेदरलेले चेहरे! त्यांची कणव करणंसुद्धा चूकच ठरेल अशा पद्धतीनं त्यांच्यासमोरचं वाढून ठेवलेलं ताट त्यांनी नाइलाजाने का होईना स्वीकारलं होतं.

तिला मात्र आपलं स्वत:चंच दु:ख फार मोठं वाटत होतं. डॉक्टरांनी इतकं सगळं समजावून सांगितलं असलं तरी या साऱ्यातून नेमकं काय बाहेर पडणार आहे, त्याची चिंता तिला लागून राहिली होती. त्याला रक्ताचा काही विकार झाला असला, तर पुढं कायकाय करावं लागणार, याचा विचार नकळत तिच्या मनात यायला लागला. मुंबईला जायला लागलं तर कसं आणि कुठं जायचं? तिची आणि त्याचीसुद्धा भावंडं तिथे होती. पण मुंबई म्हणजे महासागर! तिथलं अंतर, इथून तिथे जाण्यासाठी लागणारी साधनं... या सगळ्यात विचारात ती गुरफटत गेली.

अठ्ठ्याण्णव साली तिच्या सासूबाईंचं खुब्याचं संपूर्ण हाड बदलायचं ऑपरेशन मुंबईला बॉम्बे हॉस्पिटलमध्ये झालं होतं, तेव्हा ती एकटी त्यांच्याबरोबर एकोणीस दिवस हॉस्पिटलमध्ये राहिली होती. ते दिवस तिला आठवले. तिची बहीण होती दादरला, पण जाणं-येणं तिला फारच अवघड वाटायचं. मन चिंती ते वैरी न चिंती! वेळ काही कोणावर सांगून येत नाही, मनात आलेच आहेत विचार तर त्यांना थोपवा कशाला? भरकटतील तिथे भरकटू द्यावेत.

मुख्य अडचण होती ती पैसे उभे करण्याची. आतापर्यंत जमलेले पैसे जास्त दिवस पुरणारे नव्हते. पैसे उभारणीच्या विचारात ती दंग होऊन गेली. कधीतरी त्याला बरं वाटणारच, अशी अंधुकशी आशा मनात ठेवून शेवटपर्यंत झगडायची, हिम्मत न हारण्याची तिने मनाची तयारी केली. मालतीबाई किर्लोस्कर तिला पठाण म्हणायच्या. त्यांच्या या उक्तीला जागायचं ठरवलं तिने. हे सगळं युद्ध मनात चाललेलं असताना खोलवर मात्र तिला एक सूक्ष्म प्रकाश दिसायचा. त्याचा शोध घेत असतानाच तिला गाढ झोप लागली.

सकाळी कणाद मुंबईला पोहोचल्याचा तिला फोन आला. तिला एकदम आधार गवसल्यासारखं वाटलं. कणाद तिचा एक भक्कम आधार होताच मुंबईत. ती शांत झाली. डॉ. अग्रवालनी दुपारी तीनची वेळ दिली होती. तोपर्यंत वाट पाहण्याशिवाय पर्याय नव्हता.

श्री त्याचा नाश्ता घेऊन आली. त्याला श्रीच्या ताब्यात देऊन निश्चिंतपणे ती

त्याचं जेवण बनवायला म्हणून घरी गेली. घडलेलं सगळं तिच्या सासूबाईंना समजावून सांगायचं होतं. त्या तिच्यापेक्षा जास्त धीराच्या होत्या. त्यांनी सगळं नीट समजावून घेतलं. तिला वाटायचं, बायको-मुलं म्हणून त्यांच्यासाठी जरी नाही, तरी त्या पंच्याऐंशी वर्षांच्या म्हाताऱ्या जिवाची एकुलती एक ठेव तरी देवाने हिरावून घेऊ नये.

त्याचा नाश्ता-जेवण वगैरे नीट झालं. दुपारी तीन वाजल्यापासून ती कणादच्या फोनची वाट पाहत होती. डॉ. अग्रवाल यांचा दवाखाना दादरला होता. तिची धाकटी बहीणही दादरलाच राहत होती. कणाद तिच्याकडूनच डॉ. अग्रवालांकडे गेला. कणाद जेव्हा दुपारी तीन वाजता त्यांच्याकडे गेला तेव्हा कणादच्या लक्षात आलं की, त्यांच्याकडे बरीच गर्दी होती.

तिचं लक्ष लागून राहिलं होतं ते डॉ. अग्रवाल त्याला तपासायला मुंबईला बोलावून घेणार की काय याच्याकडे. मुंबईला जावं लागलं, तर कोणती ॲम्ब्युलन्स घ्यायची? कोणाला बरोबर घ्यायचं? बँकेत नेमके किती पैसे शिल्लक आहेत? लागले तर तूर्त कोणाकोणाकडे मागायचे? कर्जं कुठून आणि कशी काढता येतील, या सगळ्या गोष्टींचा ती सतत विचार करत होती.

पाच वाजता कणादचा फोन आला– "अजून डॉक्टरांची भेट व्हायला तासभर लागेल." त्यानंतर डॉक्टर काय सांगतील ते तिला लगेच कळायला हवं होतं, कारण आणखी काही तपासण्या कराव्या लागल्या, तर त्या इथे करून घेता येतील की नाही ते ठरवायला किंवा त्याला जर तिकडे न्यायचं ठरलं, तर ॲम्ब्युलन्स ठरवायला पुरेसा वेळ मिळायला हवा होता.

तिने उमेशला फोन करून ठेवला की, त्याची कधीही आणि कोणत्याही प्रकारची मदत तिला लागू शकेल — अगदी त्याला घेऊन मुंबईला जायला सोबत करण्यापर्यंत. कणादला तिने सांगून ठेवलं की, त्याला डॉक्टर जे काही सांगतील ते त्याने तिला फॅक्स करून कळवावं, डॉ. खोचीकरांना तो कागद दाखवावा लागणार म्हणून.

दवाखान्याची व्यवस्था पाहणाऱ्या विभागाला ती विचारून आली की, तिथे काही बाहेरून आलेले फॅक्स घेण्याची व्यवस्था आहे काय? त्यांनी सांगितलं की, सहा वाजेपर्यंत फॅक्स आला तर तो मिळेल. त्यानंतर नाही.

ती पटकन जवळच्या फॅक्स रिसीव्हिंगच्या केंद्रावर जाऊन आली आणि त्यांचा तिने नंबर बरोबर आणला, वेळ पडली तर कणादला देण्यासाठी.

सहा वाजता ती दवाखान्याच्या फॅक्स मशिनजवळ जाऊन थांबली. कणादचा सहा वाजता फोन आला– "फॅक्स पाठवतोय." तिने कणादला फॅक्स नंबर दिला. फॅक्स गोळा करणाऱ्या व्यक्तीला तिने विनंती केली. फॅक्स मिळाला,

तिथल्या तिथेच. त्यावर कोणकोणत्या तपासण्या कराव्या लागणार त्यासंबंधी तपशील दिला होता. त्यासाठी मुंबईपर्यंत जाण्याची गरज नव्हती. त्या तपासण्या कोल्हापुरात होऊ शकतील अशा होत्या. डॉ. अग्रवालांनी त्यांना माहीत असलेल्या कोल्हापुरातल्या डॉ. अजित कुलकर्णींच्या त्रिमूर्ती पॅथॉलॉजी लॅबोरेटरीचं नावही कणादला सांगितलं होतं. त्याच वेळी डॉ. अग्रवाल डॉ. खोचीकरांशी फोनवरही बोलले.

प्रश्न होता, त्याला कोल्हापुरात तरी कसं हलवायचं, याचा कोल्हापुरात त्याचे काही मित्र होते. त्यांना विचारून तिने त्रिमूर्ती लॅबोरेटरीचा पत्ता मिळवला. डॉ. अजित कुलकर्णींशी ती फोनवरून बोलली. ही तपासणी करण्यासाठी ताज्या रक्ताचा नमुना आवश्यक होता. तिने पर्यायी योजनांबद्दल चौकशी करून ठेवलेली होती. तिने त्याचा आदल्या दिवशीच विचारही केलेला होता.

घेतलेला रक्ताचा नमुना जसाच्या तसा दोन-तीन तासांच्या आत कोल्हापुरात कसा पोहोचवता येईल याबद्दल तिच्या मनात एक विचार आला. तिने उमेशला सांगून एअर कण्डिशण्ड गाडीतून रक्ताचा नमुना घेतलेल्या बाटल्या तासाभराच्या आत कोणीतरी कोल्हापुरात कशा नेऊ शकेल, याची चौकशी केली. तो स्वत:च जायला तयार झाला. ती स्वत: जाऊ शकली असती, पण त्याला टाकून दोन-तीन तास बाहेर राहायचं यापेक्षा दुसरं कोण मिळतंय का ते ती पाहत होती. प्रतिमाने जायची तयारी दाखवली. प्रतिमाच्या बहिणीची ए सी मोटरकार होती.

दुसऱ्या दिवशी, गुरुवारी, तीन मे ला तिने या पर्यायाविषयी डॉक्टरांचं मत घेतलं. डॉ. खोचीकरांनी ते मान्य केलं. डॉक्टरांनी त्यांच्या स्टाफला तशा सूचना दिल्या. रक्ताच्या घेतलेल्या नमुन्यांची पूर्वतपासणी होऊन त्या बाटल्या कोल्हापूरला जायला सज्ज झाल्या. उमेश ए सी मोटरकार घेऊन आला होता. त्या तपासण्यांचे रिपोर्ट्स संध्याकाळपर्यंत मिळाले असते तर बरं झालं असतं असं तिला वाटलं; पण मुळातच रक्ताचे नमुने घेण्याची प्रक्रिया मोठी होती. त्यासाठी रक्त-निदानतज्ज्ञांचा सल्ला घेतला होता. त्यांच्या मदतीनं रक्ताचे नमुने गोळा केले होते. त्यामुळे या प्रक्रियेला सकाळ खर्च पडली.

त्या नमुन्यांच्या बाटल्या न हलवता हातात घेऊन बसायचं काम उमेशने केलं. गाडी सुटली. तिला कुठं चैन पडत होतं! तिचा सारखा उमेशला फोन. अडीच वाजता उमेश कोल्हापुरातल्या लॅबोरेटरीत पोहोचला. तिथे त्याने ते नमुने तपासायला दिले. मुळात असं ठरलं होतं की, उमेशने तिथंच संध्याकाळपर्यंत थांबायचं आणि रिपोर्ट्स तयार झाले की, ते घेऊनच परतायचं. पण तिथे लॅबोरेटरीत उमेशला सांगितलं गेलं की, रिपोर्ट्स तयार व्हायला किमान चोवीस तास लागतील. उमेश परतला.

रिपोर्ट्ससाठी दुसऱ्या दिवशीपर्यंत वाट पाहावी लागणार होती. हे वाट पाहणं

तिला आताशा नकोसं झालं होतं. त्या काळात तिचं हृदय इतकं थाडथाड उडायचं की, कितीतरी वेळा तिला वाटायचं — ते आता बंद पडणार! पण बिचारं ते काही बंद पडलं नाही. तिला असंही वाटायचं की, त्याचा होणारा मोठ्ठा आवाज तरी सगळ्यांना ऐकू जात असेल; पण तसंही नव्हतं. ते बापडं जागच्या जाग्यावर तिथल्या तिथंच आवाज करायचं!

तो मात्र या काळात शांत होता. त्याने त्या रिपोर्ट्सबद्दल एका शब्दानेही विचारलं नाही. त्याला काळजी वाटतच होती, पण त्याबद्दल भरभरून बोलणं हा त्याचा स्वभाव नव्हता. तो आपला शांतपणे आढ्याकडे पाहत बसलेला असायचा. नाही म्हणायला या दोनच दिवसात त्याची वाचनात बरीच प्रगती झाली होती. कॉलमभरावरून पुस्तकाच्या दोन-तीन पानांवर ते येऊन पोहोचलं होतं. त्यासाठी त्याला त्याच्या वाढदिवशी मानसीनं — प्रतिमाच्या मुलीनं त्याच्या आवडीचं 'झींहलू' हे कार्टुन्सचे चुटके असलेलं पुस्तक बक्षीस दिलं होतं. तो थोडा वेळ का होईना ते पुस्तक वाचत बसायचा.

वाट पाहताना तिला एकच चाळा लागलेला. सारखं जाऊन त्याचा कॅथेटर आणि ती युरिनची पिशवी पाहून यायचं. त्यात काही रक्ताच्या गुठळ्या नाहीत ना, ते तपासून पाहायचं. भलतेसलते विचार मनात येऊन तिला अस्वस्थ वाटत होतं. तिला जणूकाही वेड लागलंय, असं वाटण्याइतके विचित्र विचार तिच्या मनात यायचे.

खोलीत बसलं की, त्याच्याकडे जावंसं वाटायचं. तिकडे गेलं की, जरा वेळाने तिथल्या सिस्टर्स तिला बाहेर जायला सांगायच्या. परत आलं की, बाल्कनीत उभं राहून समोरची झाडं बघत राहायचं. रात्र सरेना. त्या हॉस्पिटलमध्ये टीव्हीही नव्हता वेळ घालवायला. विचारच विचार! 'त्याला रक्ताचा कॅन्सर तर नाही झालेला? झाला तर कायकाय करावं लागणार? ते सारं करताना त्याला कसं समजावून सांगणार?' सहन न होणारे विचार!

चार मे, शुक्रवार. दहा वाजता ती दवाखान्यात आली. त्याला भेटून आली. डाळिंबाचा ज्यूस त्याला प्यायला दिला. त्याला आता असं काहीतरी प्यायला आवडायचं. ज्यूस देऊन ती खोलीत परत आली. श्रीला घरी जायला सांगितलं.

अकरा वाजता फोन वाजला. त्याचे चुलत भाऊ आणि भावजया — रवी आणि विद्युत भागवत, प्रवीण आणि अंजू भागवत तसंच आत्तेभाऊ नरेंद्र आणि विद्या डेंगळे सगळे मिळून त्याला भेटायला आले होते. तिला खूप बरं वाटलं. तो आणि त्याचे हे भाऊ यांची लहानपणापासून खूप गट्टी होती. इतके दिवस तिने त्यांनाही येण्यापासून रोखलं होतं.

अर्थात; इतके दिवस त्याला कोणी भेटणं त्याला इन्फेक्शन न होण्याच्या

दृष्टीनं योग्य होतं. आता तो जरा बरा होता. जवळचे आप्त-नातेवाईक तरी किती दिवस थांबून राहणार त्याला भेटल्याविना! तिने त्याला आतमध्ये जाऊन सांगितलं, ते सगळे त्याला भेटायला येणार असल्याचं. त्याच्या चेहऱ्यावर एरव्ही क्वचितच दिसणाऱ्या आनंदाच्या लकेरी दिसल्या.

आय सी यूच्या नियमाप्रमाणे एकावेळी एकालाच आत जाता येत होतं. तसे ते एकेक जण आत जाऊन त्याला भेटून आले. त्यांना त्याने लवकरच बरा होऊन घरी जाण्याचं वचन दिलं. त्याने हे वचन देणं फार महत्त्वाचं होतं.

तो त्यांना म्हणाला, ''अरे, खरंतर मी पूर्ण बरा झालोय. यांनी हे रक्ताच्या तपासणीचं काय नवीन लफडं काढलंय कोण जाणे? खोलात जाऊन अशा तपासण्या करत बसलं की, काहीतरी निघणारच.'' वगैरे वगैरे.

तिला त्याचंही कौतुक वाटलं. त्याने असं बोलायलाच हवं होतं. त्या सगळ्या गोष्टींची त्याला कटकटच वाटायला हवी होती, म्हणजे निदान त्यामुळे तरी त्याला आपण लवकर बरं व्हावं असं वाटेल, अशी तिची समजूत होती. सगळे भेटून गेल्यावर त्याला बरं वाटलं; पण तो कमालीचा दमलेला दिसला. जेवण घेण्यापूर्वीच थोडीशी झोप काढतो म्हणाला.

इथं त्याला तसं नाही म्हटलं तरी बरेच लोक भेटून गेले होते. त्याला कोणी भेटायला आलेलं प्रत्येक वेळी आवडायचंच असं नाही, पण इथे तिची खोली आणि आय सी यूमध्ये बरंच अंतर असल्यामुळे काही जण परस्पर त्याला भेटायला जायचे.

भेटणाऱ्या लोकांचे विविध प्रकार होते. काही जण भेटायला येत. ते निव्वळ त्याच्याबद्दल आस्था असल्याने. ते तिला बाहेरच्या बाहेर भेटून त्याची चौकशी करून जात. काही जण खरंच त्याला भेटायला म्हणून येत. नका भेटू म्हणून सांगितलं नि त्याची कारणं सांगितली, तर त्यांची समजूत पटे नि ते त्याला प्रत्यक्ष भेटायचा आग्रह धरीत नसत; पण काहीजण विचित्रच असतात. ते त्याला भेटायला येत असत.

''संसर्ग होणं टाळायला हवं किंवा डॉक्टरांनी त्याला भेटायला मना केलंय वगैरे काही त्यांना सांगितलं, तरी त्याला भेटण्याबद्दल त्यांचा दुराग्रहच असायचा. त्यामुळे ही माणसं 'लांबूनच बघतो,' 'फक्त काचेतूनच बघतो,' 'नुसतं त्यांना कुठं ठेवलंय ते बघतो' असा आग्रहच धरायचे.'' तिला त्यांना आत जाण्यापासून थोपवण्यात फार त्रास पडायचा. ती अर्थात त्यांच्या आग्रहाला बळी पडत नसे.

त्याच्या एका मित्राने तर मजाच केली. त्याच्या त्या मित्राचं त्याच्यावर अलोट प्रेम होतं. प्रथम त्याला त्याच्या आजाराबद्दल कळलं तेव्हा तो त्याला मिशनमध्ये भेटायला आला. तिने त्याच्या मित्राला सगळी परिस्थिती समजावून सांगितली. त्या वेळी मिशनमध्ये येऊन त्याला फक्त वीसेक दिवस झाले होते.

कोणताही संसर्ग होऊन न्युमोनिया होण्याची फार शक्यता होती. जी बी सिंड्रोमच्या कितीतरी रुग्णांना तसा न्युमोनिया झालेला होता. ती त्या बाबतीत एकदम जागरूक होती आणि कोणालाही आत जाऊ देत नसे. डॉक्टरांनीही कोणालाही आत जायला मना केलं होतं.

शहाणे लोक ऐकत, पण त्याचा हा मित्र तसा शहाण्यात मोडणारा नव्हता बहुतेक. पहिल्या खेपी तिचं ऐकून तो गेला तसाच, त्याला न भेटता नाराज होऊन. मात्र नंतर एकदा ती नसताना आला होता. परस्पर कोणालाही न सांगता त्याला भेटायला आत गेला होता.

भेटला हे ठीक झालं, पण नंतर त्याच्या इतर मित्रमंडळींना म्हणाला, "भेटलो बाबा त्याला मी एकदाचा. बाई नव्हत्या तिथे पहाऱ्यालान् घेतला चान्स!" याला काय म्हणावं? हे काय प्रेम म्हणायचं की अडाणीपणा? त्याची परिस्थिती ती काय, आपला आग्रह तो काय, यातनं त्याला सिद्ध तरी काय करायचं होतं कोण जाणे?

काही असो. पण असे भेटणाऱ्यांबाबत अपवाद सोडता तिला चांगलेच अनुभव आले होते. त्याच्या अगदी जवळची, त्याच्यावर नितांत प्रेम असणारी मंडळी त्या काळात फार संयमाने वागली. फोनवरून त्याची चौकशी करताना त्यांचा कापरा आवाज तिला अस्वस्थ करायचा. त्यांच्या प्रेमाच्या ओलाव्याची त्यातून तिला जाणीव व्हायची. तिला त्यांच्याबद्दल मन:पूर्वक आदरभाव निर्माण झाला होता.

काही जण तर फार मजेशीर होते. तो आजारी पडला त्यानंतर ज्या-ज्या लोकांचे या ना त्या कारणाने फोन तिला किंवा अविनाश आणि प्रतिमाला आले त्या-त्या लोकांना त्याच्या आजारपणाबद्दल कळलं होतं.

काही जणांना ते कळलं नव्हतं. त्यांना त्याच्या आजारपणबद्दल जेव्हा उशिरानं कळलं तेव्हा धाडकन तिला त्यांचा फोन — 'हे काय, साधं कळवायचं नाही का?'. कळवलं नाही म्हणून नाराजी, म्हणजे तो आजारी झाल्यानंतर ती जणूकाही सतत रिकामी असल्यामुळे एका हातात फोन घेऊनच बसलेली होती, सगळ्यांना कर्तव्यदक्षतेने कळवायला. कळवायला हवं हे खरं; पण तिची काय परिस्थिती होती, ती तिची तिलाच माहीत!

***

दुपारी चार वाजायच्या सुमाराला डॉ. खोचीकर त्याला पाहून गेले, तेव्हा तो ठीक होता.

डॉक्टर म्हणाले, "उद्या आय सी यूचं निर्जंतुकीकरण होणार आहे. तेव्हा फक्त

एक दिवसापुरतं त्याला खोलीत हलवावं लागणार. त्याची काळजी आणि दक्षता घ्यायला तिथल्याच सिस्टर्स असतील. त्या त्याच्याकडे लक्ष देतील. सतत इरिगेशन व्यवस्था चालूच राहणार आहे. तुम्हालाही जरा नीट लक्ष द्यावं लागेल.''

तिला एकदम बरं वाटलं. एक दिवसाकरता का होईना त्याला खोलीत येता येणार होतं. तिने ते सगळं त्याला जाऊन सांगितलं. दोघांच्या मनात एकाच वेळी एकच विचार आला, तो म्हणजे एक दिवस तरी नि:संकोचपणे बेडपॅन घेता येईल. कणादला तिने फोन करून ती गोष्ट सांगितली.

संध्याकाळी साडेपाच वाजता कोल्हापूरहून त्याच्या मित्राचा — अनिल सडोलीकरचा फोन आला– ''अर्ध्या तासात रिपोर्ट तयार होईल.'' अनिल तिथे कोल्हापुरात लॅबोरेटरीत जाऊन थांबला होता.

मुंबईत कणाद त्याच वेळी त्या रिपोर्ट्सची वाट पाहत डॉ. अग्रवालांच्या दवाखान्याशेजारी फॅक्स केंद्राजवळ उभा होता. ती सिद्धिविनायक हॉस्पिटलच्या फॅक्स मशिनजवळ उभी होती.

कणादने सहा वाजता डॉ. अग्रवालांची भेटायची वेळ ठरवली होती. सहा वाजल्यानंतर ते घरी निघून जात असत. सहा ही त्यांच्या दृष्टीने अत्यंत महत्त्वाची वेळ होती, निर्णायक वेळ होती. त्या रिपोर्ट्समधे त्याचं सारंच्या सारं भवितव्य लिहिलं होतं, त्याच्याबरोबर त्या सगळ्यांचंही.

सहा वाजले – तिचा फोन वाजला. फोनवर अनिल बोलत होता. त्याच्या हातात रिपोर्ट्स होते, सगळे नॉर्मल. तिने कणादला फोन लावला. अनिलला 'ते रिपोर्ट्स आधी कणादकडे फॅक्स कर' म्हणून सांगितलं. अनिलनं ते रिपोर्ट्स आधी कणादला नि नंतर तिच्याकडे, दवाखान्याच्या फॅक्स मशिनवर पाठवले.

कणाद किंवा तिला त्याच्यावर काहीही प्रतिक्रिया व्यक्त करण्याइतकासुद्धा वेळ नव्हता आणि तशी त्यांची मन:स्थितीही नव्हती. ती तर बधिरच झाली होती. रिपोर्ट्स नॉर्मल आहेत, ही चांगली गोष्ट आहे, हे मान्य करायलाच तिला फार जड गेलं. मात्र ती भानावर आली, तेव्हा तिला एकदम रडूच कोसळलं. त्या खोलीत बसून तिने एकटीनंच खूप दिवसांचं साठलेलं रडून घेतलं.

तिचं मन आणि शरीर इतकं आखडून गेलं होतं की, काहीही केलं तरी तिला आलेलं टेन्शन गेलंय असं वाटेना. मग ती त्याला भेटायला गेली. म्हणाली, ''अरे, सगळं ठीक आहे. रिपोर्ट्समध्ये काहीही दोष आढळलेला नाही.''

बस्स! तिला तिथे फार वेळ थांबवेना. तिने तसं डॉ. खोचीकरांना फोन करून कळवलं. डॉ. रुकडीकरांनाही ताबडतोब फोन करून सांगितलं.

ती खोलीत आली. पुन:पुन्हा ते रिपोर्ट्स वाचून काढले. भराभर तिने घरी, नंतर

अविनाश-प्रतिमाला, सकाळी त्याला भेटून गेलेल्या त्याच्या भावंडांना, तिच्या भावंडांना फोन करून सांगितलं.

सगळ्यांना तसं थोडं टेन्शनच आलं होतं. कारण तो जी बी सिंड्रोममधनं बरा होत होता. कॅथेटरच्या भानगडीत जे काही झालं ते निस्तरायचा डॉ. खोचीकरांनी त्यांची सारी कौशल्यं पणाला लावून प्रयत्न केला होता, तो यशस्वीही झाला होता, पण हे अतिरिक्त रक्तस्त्रावाचं पुन्हा काहीतरी नव्यानेच उपटलं होतं.

रक्तस्त्राव का होतोय त्याचं कारण कोणाला कळेना. तिचं लक्ष आता सतत त्याला पुन्हा रक्तस्त्राव होत नाहीये ना, याच्याकडे लागून राहिलं होतं. शुक्रवारचा दिवस पार पडला. शनिवारी, पाच मे रोजी हो नाही करताकरता त्याला दुपारचे तीन वाजून गेल्यानंतर आय सी यूमधून बाहेर काढलं. आय सी यू निर्जंतुक करण्यासाठी रिकामं केलं गेलं होतं. तिथून त्याला खोलीत आणलं.

आय सी यूपासून ते खोलीपर्यंत येतानाची सगळी प्रक्रिया हुरहुर आणि उत्कंठा वाढवणारी होती. त्याला जेव्हा इथून तिथपर्यंत नेलं तेव्हा तो कसा होता? त्यानंतर कायकाय झालं होतं? आणि आता काय होणार याबद्दल अनिश्चितता होती.

त्या दिवशी डॉ. खोचीकर त्याला सकाळीच पाहून गेले होते. सोमवार, बुधवार आणि शुक्रवार हे त्यांचे त्या हॉस्पिटलमधल्या रुग्णांना तपासायचे किंवा भेटण्याचे दिवस. बाकीचे दिवस ते उष:काल हॉस्पिटलमध्ये असायचे; पण त्या दिवशी ते त्यांच्या ऑपरेशन झालेल्या किंवा सिद्धिविनायक हॉस्पिटलमध्ये ॲडमिट असलेल्या रुग्णांना पाहायला सकाळी लवकर यायचे. तसेच ते त्याला शनिवारी सकाळी लवकर पाहून गेले. तो ठीक होता. रक्तस्त्रावाचं काही लक्षण नव्हतं.

त्याच दिवशी सकाळी तिची धाकटी बहीण अमीता एक महिन्यासाठी, तिच्या घराची सर्व व्यवस्था पाहण्यासाठी म्हणून आली. ती मुंबईला बालमोहनमध्ये शिक्षिका होती. एक मेपासून तिची सुट्टी सुरू झाली होती. आपल्या मोठ्या बहिणीचं नेमकं काय चाललयं याचा तिला घोर लागलाच होता. घरात हक्काचं माणूस आल्याने ती एकदम निश्चिंत झाली.

खोलीत आल्यावर त्याला खरंच खूप बरं वाटलं. शब्दात सांगता येण्यासारखं नव्हतं ते. खोलीत त्याची कॉट अशी हलवून ठेवली की, त्याला सतत बाहेरचा देखावा पाहायला मिळावा. वेदना नाहीत, रक्तस्त्राव नाही, सलाइन नाही. ही अवस्थाच त्याला परमसुख देणारी होती.

रात्रभर ती त्याच्यावर पहारा देऊन बसली होती. सतत प्रार्थना करीत त्या अफाट शक्तींना विनवत होती. सूर्याचा मंत्र जपत होती. तिला त्याच्याशी खूप बोलायचं होतं, पण आता काहीच आठवेना.

त्याचा आजार सोडून त्याचं लक्ष दुसरीकडे वळवण्यासाठी ती उगीचच

काहीतरी फुटकळ प्रश्न विचारत होती. खोलीत आल्याआल्या तो फारच खूश झाला, नि:संकोचपणे बेडपॅन घेता येईल म्हणून.

तिने भराभर तिचं साहित्य बाहेर काढून ठेवलं. साठ दिवसांनी तो आय सी यूच्या बाहेर आला होता. सगळी सुखं काय ती बारीकसारीक गोष्टीत अडकून पडलेली. रात्री तिने कणादला फोन लावून त्याला खोलीत विशेष बरं वाटतंय ते सांगितलं.

कणाद परत यायला निघाला होता. तिने त्याला तिथंच थांबायला सांगितलं. पुन्हा कोणतीही येऊ नये, पण आणीबाणीची वेळ येणं शक्य होतं. तिचं म्हणणं होतं की, आता यापुढे अशी काही आणीबाणी आली आणि त्याला मुंबईला हलवायला लागलं तर कणाद मुंबईतच असलेला बरा.

ती हे सगळं कणादशी बोलत असताना तो ऐकत होता. म्हणाला, ''अगं, आता मला काहीही होणार नाहीये. मी लवकरच घरी जाणार. मी घरी गेल्यावर घरीच ये असं सांग त्याला.''

कणादला तिने त्याचा निरोप सांगितला. त्याच्या गळ्याचं छिद्र अजून पूर्ण बरं झालेलं नसल्यामुळे त्याचा आवाज नीट फुटत नव्हता. त्यामुळे फोनवर बोलताना त्याला त्रास वाटायचा. तिने इतकं सांगूनही दोन-तीन दिवसांसाठी कणाद आलाच. त्याला तिथे चैन पडेना.

रविवारी सकाळीच डॉ. खोचीकर त्याला पाहून गेले. खोलीत विशेष बरं वाटतंय ना, असं डॉक्टरांनी त्याला विचारलं. त्यांच्याकडे पाहून तो मन:पूर्वक हसला. त्याला खोलीत खरोखरच सगळं नवंनवं आणि छान वाटत होतं. प्रकाश नवा, हवा नवी, नवं जगन् श्वासही नवानवा— वेदनारहित, कित्येक दिवसांनी मिळालेला!

रविवारी आय सी यूचं निर्जंतुकीकरण झालं की मग त्याला पुन्हा आय सी यूमध्ये हलवायचं होतं. पण रविवारी ते काम संपलंच नाही. सोमवार उजाडला. डॉ. खोचीकर आले. त्यांनी विचारलं, ''काय मग, जायचं का खोलीत परत?'' तो हसला; पण त्याच्या हसण्यात नकार होता, हे डॉक्टरांच्याही लक्षात आलं.

तिनेसुद्धा त्यांना आग्रहवजा विनंती केली. थोडंसं काळजीच्या स्वरात डॉक्टरांनी त्याला खोलीत राहायला परवानगी दिली. आता फक्त टेन्शन राहिलं होतं ते पुन्हा रक्तस्राव होण्याचं. दिवस कसाही संपायचा. रात्र सरायची नाही. आता तो खोलीत असल्यामुळे तिला रात्री तिथंच थांबणं भाग होतं. रात्री त्याला तिची सोबत वाटायची. कणाद झोपायला घरी जायचा. सकाळी नाश्ता घेऊन यायचा.

रात्री तिला सारखी टेन्शनमुळं जाग यायची. मंद दिवा लावून ठेवलेला असायचा. डोळे उघडल्या-उघडल्या तिचं लक्ष सतत कॅथेटरकडे, इरिगेशनकडे आणि युरिन साठवलेल्या पिशवीकडे जायचं. त्यात कुठे रक्तबिंदू दिसत नाहीये ना, याकडे. पुन्हा झोप येईपर्यंत ती प्रार्थना करत राहायची.

सोमवारी, सात मे रोजी डॉ. खोचीकरांशी तिचं सविस्तर बोलणं झालं. अग्रवालांसारख्या ख्यातनाम हिमॅटोलॉजिस्टनाही त्याला अतिरिक्त रक्तस्राव का झाला, याचं अचूक कारण विशद करता आलं नव्हतं. डॉ. खोचीकर आणि डॉ. अग्रवाल यांचं फोनवर त्याबद्दल सविस्तर बोलणं झालं होतं.

डॉ. अग्रवालांच्या म्हणण्याप्रमाणे हा रक्तस्राव काही किरकोळ कारणांनीच होत असावा. डॉ. खोचीकरांनी तो अतिरिक्त रक्तस्राव म्हणजे काय ते प्रत्यक्ष अनुभवलं होतं. त्यांच्या देशविदेशातल्या बावीस वर्षांच्या या क्षेत्रातल्या अनुभवांच्या कालावधीत ते हा असा प्रकार प्रथमच अनुभवत होते. त्यामुळे रक्तरोगतज्ज्ञांनी त्याचं नेमकं विश्लेषण करावं, अशी त्यांची माफक अपेक्षा होती, पण त्यांच्या पदरी घोर निराशाच आली. त्यांच्या चेहऱ्यावर चिंता दिसत होती. कारण पुन्हा असं झालं तर काय? यावर कोणाकडेच काही उत्तर नव्हतं.

डॉ. खोचीकरांनी त्याबद्दल सखेद नाराजी व्यक्त केली. त्याला असंच नुसतं विनाउपचार सोडून देणं त्यांच्या विचारप्रणालीत बसणारं नव्हतं. त्यामुळे ते स्वत: मात्र सतत त्या गोष्टीचा पाठपुरावा करत राहिले. काही कारण सापडलं नसलं तरी डॉ. खोचीकरांनी काही विशिष्ट विचार करून दिलेलं ते नवीन औषध बहुधा लागू पडलं असावं.

एक मेपासून पुढं आठ-दहा दिवस तरी काही अपघात झाला नाही. डॉक्टरही त्याबाबत फार जागरूक होते. त्यांनी नव्याने सुरू केलेली ती एक विशिष्ट गोळी आपलं काम बहुधा योग्यपणे बजावत असावी. त्याच्या तब्येतीत जराजरा सुधारणा दिसत होती.

त्याचा खोलीत राहण्याचा कालावधी एक-एक दिवसाने वाढत राहिला. तीन-चार दिवसांनी आता त्याला आय सी यूमध्ये जाण्याची गरज पडणार नाही, हे तिच्या लक्षात आलं; पण त्याबाबत दिलासा वाटल्याची भावना व्यक्त करायचं भानच तिला उरलं नव्हतं. तिचं मन अनेक आघातांनी इतकं होरपळून गेलं होतं की, आनंद व्यक्त करायला तिच्याकडे काही संवेदनाच शिल्लक राहिली नव्हती.

त्याचा आहार आता बराच सुधारला होता. सकाळी सात-साडेसातच्या दरम्यान एक अंडं, व्हाइट ओट्सची घट्टसर कांजी, शिजवलेल्या मोडाच्या कडधान्यांचं पाणी; साडेनऊ-दहाच्या सुमाराला शहाळं, लगेच अर्ध्या तासानं शेवग्याच्या किंवा बीटाच्या पाल्याचं किंवा लाल भाजीच्या देठांचं सूप; बारा-साडेबाराच्या सुमाराला डाळिंबाचा किंवा सफरचंदाचा ज्यूस; दीडच्या सुमाराला माफक चौरस जेवण.

संध्याकाळी त्याला कॉफी आवडायची आणि त्याच्याबरोबर बिस्किटं. रात्री व्यवस्थित, पण माफक, हलकं जेवण. त्यानंतर झोपताना डॉ. खोचीकरांनी त्याला लिहून दिलेलं एक एन्श्युअर नावाचं पावडरपासून बनवलेलं शक्तिवर्धक पेय.

त्याला ते प्यायला फार आवडायचं. गाढ झोप लागायची त्याला. त्याची पचनसंस्था हळूहळू सुधारत चालली होती. बेडपॅन आणि मलविसर्जन विधी नेटकेपणाने आणि आनंदाने पार पडत असल्याने त्याचा मूड एकंदरीत चांगला असायचा.

***

खोलीत आल्यावर त्याचा मूड बदलायला लागला. मधेमधे तो विचारात दंग झालेला असायचा. तिला खूप काहीतरी सांगावं, असं त्याला वाटायचं. गेल्या दोन महिन्यांत बोलावं असं वाटण्याजोगे कितीतरी प्रसंग येऊन गेले होते, तेव्हा बोलताच येत नव्हतं. आता तो बोलणं बहुधा विसरून गेला होता.

मिशनमध्ये त्याच्या गळ्याला जे छिद्र पाडलं होतं ते त्याला दिसत नव्हतं. ते नेमकं का पाडलं ते त्याला माहीत नव्हतं. म्हणजे त्याला तिने ते सांगितलं असलं तरी ते ऐकण्याच्याच पातळीवर होतं, उमजायच्या नाही. मग त्याला वाटायला लागलं होतं की, आपल्याला आता पुन्हा कधीही बोलताच येणार नाही. ज्या दिवशी त्याच्या गळ्याचं छिद्र बंद केलं आणि त्याला प्रथम बोलता आलं तेव्हा एकदम बोलायचं कसं ते त्याला आठवेनाच. तसंच आपल्याला काही वाटतं ते दुसऱ्याला किमान तिला तरी सांगावं हेही त्याला त्याच्या मनाला नव्यानेच शिकवावं लागलं होतं.

त्याला झालेल्या आजाराशी मानसिक पातळीवर झगडा करताना मिशनमधले त्याला आलेले दोन अनुभव वेगळेच होते. त्याला खरंतर तेव्हा कोणीतरी बरोबरीचा वाटेकरी हवा होता, पण त्या वेळी सगळ्यांच्यामध्ये असूनसुद्धा तो एकटाच होता.

या खोलीत आल्यावर त्याच्या हालचाली आणखी थोड्या वाढल्या होत्या. बोटं तेवढी काम ऐकत नसत. त्यामुळे स्वत:च्या हाताने जेवायला त्याला फार त्रास वाटायचा. त्यातल्या त्यात चमच्याने जेवायला त्याला आवडायचं, भरवण्यापेक्षा ते बरं होतं. इतर हालचालींवर मात्र थोडं बंधन होतं.

प्रत्येक वेळी जेवताना कॉटचा पाठीचा भाग उंच उचलावा लागायचा, पाठीला एक उशी लावायला लागायची आणि मग समोर कॉटवर जेवायचं टेबल ठेवायचं. मग हातात चमचा घेऊन जेवायचं.

सुरुवातीला बोटात चमचा धरायला त्याला जमत नसे, पण झाली सवय हळूहळू. त्याच्या हातापायांना प्रथमपासून जितका व्यायाम दिला गेला, तितका तो त्याच्या बोटांना दिला गेला नाही, कारण त्याच्या बोटांमध्ये कोणत्या ना कोणत्या मशिनचा एखादा अवयव अडकवलेला असायचा. त्यामुळे त्याच्या बोटांना हालचाल द्यायला अवघड पडत होतं. बोटांना व्यायाम न दिल्याचा परिणाम आता दिसत होता.

आता मात्र त्याच्या बोटांना व्यायाम देण्यासाठी लहान मुलांच्या खेळण्यातल्या

मऊ मातीचा गोळा त्याला दिला होता. सुरुवातीला त्याने त्या व्यायामाचा कंटाळा केलेला असला, तरी आता रिकाम्या वेळी हातात घेऊन तो त्या मातीच्या गोळ्याला वेगवेगळे आकार देत बसलेला असायचा. त्याच्याच बरोबर एक स्पंजचा मऊ बॉलही त्याला दिला होता. हातात घेऊन बोटांनी त्याच्यावर दाब दिला की, त्याच्या बोटांना बऱ्यापैकी व्यायाम व्हायचा.

पाणी प्यायला मात्र त्याला तिची मदत घ्यावी लागत होती, कारण एका ग्लासभर पाण्याचं वजन त्याला पेलवत नव्हतं.

जेवताखाताना काहीही झालं तरी ठसका लागणं टाळावं म्हणून कॉटच्या पाठीचा भाग उंच उचलून ठेवायचा, असा डॉक्टरांचा सल्ला होता. ती तो तंतोतंत पाळत होती.

कॅथेटरचं लावलेलं ट्रॅक्शन अजून काढलेलं नव्हतं. त्यामुळे त्याला कुशीवर झोपायला येत असतानासुद्धा तसं झोपायला मनात जरा भीती वाटायची. गुरुवारी दहा तारखेला त्याचं ट्रॅक्शन कमी केलं. पुन्हा निरीक्षण.

आता काय होईल या विचारानं आणि भीतीनं तिला पूर्ण श्वासच घेता यायचा नाही; पण डॉक्टरांच्या हाताला यश आलं.

सगळं ठीक झालं. त्यानंतर दोन दिवसांनी दोन कॅथेटर्सपैकी मूत्राशयाच्या वरच्या बाजूने पोटातून बाहेर काढलेला एक कॅथेटर काढून टाकला. ते छिद्र बंद केलं.

गळ्याच्या छिद्रालाही आता ड्रेसिंगची गरज भासत नव्हती. ते बऱ्यापैकी भरून आलं होतं.

डॉ. खोचीकर त्यांना म्हणाले, ''आता उरलेला कॅथेटरही एक-दोन दिवसांत काढून टाकू. मग घरी जाता येईल.''

डॉक्टरांचं म्हणणं ती कानांनी ऐकत होती, पण विश्वास बसत नसल्याने ते मनापर्यंत झिरपेचना!

घरी जाण्याबाबत सजवलेले तिचे कितीतरी मनसुबे पूर्वी कितीतरी वेळा पार जमीनदोस्त झाले होते.

त्या दिवसांत तिला मुंगीचा दृष्टिकोन प्राप्त झाला होता, अगदी नाकासमोर दिसेल तितक्याचाच विचार करायचा. पुढं आपण विचार करो न करो, घडायला लागलं की, आपोआपच निस्तरायला विचारशक्ती मिळते.

दोन दिवसांनी कणाद परत गेला, उरलेली सुटी बाबा घरी आल्यानंतर घ्यायची म्हणून. त्या दिवसांत मुंबईहून कणादचा दोन-दोनदा फोन यायचा, बाबा काय करतोय म्हणून विचारायला. त्याच्या सगळ्या गोष्टी ती कणादला बारीकसारीक तपशिलांसह विस्तारून सांगायची.

तिची रविवारची रात्र निव्वळ हुरहुरीत गेली. दुसऱ्या दिवशी कॅथेटर काढायचा

होता. तिला पुढचे विचारही पेलेनासे झाले. त्याला नाही म्हटलं तरी अस्वस्थता आली होती. बराच वेळ तो काहीबाही बडबडत राहिला. त्याच्या मनात होतं वेगळं काहीतरी आणि तो बोलत होता निराळंच! तिला ते जाणवत होतं.

घरी गेल्यावर कुठं झोपायचं? तिन्ही कुत्रे? जानू, बानू आणि लंपन. ते त्याच्याजवळ झोपणार की आणखी कुठं झोपणार? बाथरूमपर्यंत त्याला चालत जायला किती दिवस लागणार? तिनेही त्याला हवं तसं बडबडू दिलं.

तो एकदम तिला म्हणाला, ''आत्ता माझ्या डोक्यातले विचार तुला वाचता आले असते, तर बरं झालं असतं. मिशनमध्ये असताना मला सारखा एक भास व्हायचा की, माझ्या डोक्यातलं सगळं — मी वाचलेलं किंवा लिहिलेलं किंवा मी अभ्यास केलेलं — हे सगळं एका चोपडीत लिखाणाच्या स्वरूपात भरून ठेवलंय. त्या चोपडीला एक कातड्याचं सुंदर कव्हर होतं. पायापाशी असलेल्या टेबलवर ती चोपडी असायची. तिथल्या नर्सेस येता-जाता ती चोपडी वाचायच्या, तेव्हा मी फार हैराण व्हायचो. माझ्या डोक्यातलं त्यांना सगळं कळेल म्हणून मी वैतागायचो. पण नंतर माझ्या लक्षात आलं की, माझ्या डोक्यातलं जे काही होतं ती निव्वळ माझीच कलाकृती किंवा निर्मिती होती. त्यामुळे त्यांना निव्वळ चोपडी वाचून काही कळणारच नाही. त्यांना काही कळणार नाही या विचाराने मला बरं वाटायचं. आत्ता मात्र वाटतंय की, तशी ती चोपडी असावी आणि ती तुला वाचता यावी.''

सोमवारी ती डॉ. खोचीकरांची वाट पाहत बसली होती. त्या खोलीच्या बाल्कनीतून हॉस्पिटलचं गेट दिसायचं. तिचं सारं लक्ष त्या गेटकडे होतं. कोण आलं, कोण गेलं, याचा सविस्तर वृत्तांत ती त्याला देत बसली होती. तेवढ्यात डॉ. खोचीकरांची ५७०५ नंबरची लाल गाडी गेटमधून आत आली. तिने त्याला तसं लगेच सांगितलं. त्यालासुद्धा हुरहुरल्यासारखं वाटत असणारच.

वाट पाहणं अगदी शिगेला पोहोचलं तेव्हा मध्यान्ह उलटून गेली होती आणि प्रसन्न मुखाने डॉक्टर आले. त्यांनी तो ऐतिहासिक कॅथेटर काढून टाकला. पोटाचा कॅथेटर आधीच काढून टाकला होता. पोटाच्या छिद्राला दोन टाके घालून टाकले. जणू ते त्याला म्हणत होते की, भरपूर वेळ आहे तुला आता!

डॉक्टरनी त्याला काही सूचना दिल्या — कॅथेटर काढल्यावर एखादे वेळी थोडीथोडी लघवी होऊ शकते. कदाचित नकळत कपड्यातच होण्याचीही शक्यता टाळता येणार नाही. आणखी कायकाय होऊ शकतं, याची डॉ. खोचीकरांनी त्याला पूर्ण कल्पना दिली.

डॉक्टर गेल्यानंतर तिने त्याला विजार आणि शर्ट असे संपूर्ण कपडे चढवले. अडुसष्ट दिवसांनी त्याला असा व्हेंटिलेटरविना किंवा कॅथेटरविना संपूर्ण पाहायला तिला तिच्या डोळ्यांत खूप बळ आणावं लागलं. कारण सारखंसारखं त्यात पाणी दाटून यायचं.

संध्याकाळी डॉक्टर पुन्हा येऊन स्वत: त्याची सोनोग्राफी करणार होते. त्यासाठी सोनोग्राफीचं मोबाइल मशिन खोलीत आणून ठेवलं होतं. कॅथेटर काढल्यानंतर त्याला दोन वेळा व्यवस्थित लघवी करता आली. कपडे ओले वगैरे झाले नाहीत किंवा इतरही काही त्रास झाला नाही.

मूत्राशयात काही लघवी शिल्लक राहत नाही ना, यासाठी डॉक्टरांना त्याची सोनोग्राफी करायची होती. संध्याकाळी येऊन त्यांनी ती तपासणी केली. तपासणी डॉक्टरांना समाधानकारक अशी होती. मग डॉक्टरांनी त्याला दुसऱ्या दिवशी 'घरी जायला हरकत नाही' असं सांगितलं.

त्या दिवशी नंतर तिला घरी जावसंच वाटेना. किंबहुना तिथून हलावसंच वाटेना. ती एकटक जणू त्याला नव्यानंच पाहावं, तशी पाहत राहिली. तो आढ्याकडे तोंड करून डोळे मिटून पडून राहायचा. मधेच तिच्याकडे पाहिलं तर ती त्याच्याकडे पाहत बसलेली दिसायची. तो हसायचा. त्या हसण्यात सगळंसगळं काही होतं; न बोलताही कळण्यासारखं!

त्या दिवशी ती त्याला 'जरा बसून बघ' म्हणाली. त्याला कसं बसवायचं ते तिला माहीत होतं. कारण मागे एकदा मिशनमध्ये त्याला बसवायचा प्रयत्न केला होता, तेव्हा तिने ती प्रक्रिया पाहिली होती.

तिने आधी कॉटची पाठ उंच करून त्याला जरासा बसता केला. नंतर त्याचे पाय पकडून हळूहळू सरकवत कॉटच्या बाजूकडे आणले. त्याच वेळी त्याने कॉटला धरून त्याची दिशा बदलून भिंतीकडे तोंड फिरवायचा प्रयत्न केला. मग पाय कॉटवरून खाली सोडून तो बसला.

प्रचंड चक्कर आली त्याला! तिने आधार दिला. म्हणाली, "बरेच दिवस झोपून राहिल्यामुळे असं होतंय. जरा वेळ असाच बसून राहा. चक्कर कमी होईल."... आणि तसं झालंही. मग तो पुन्हा होता तसा झोपला. चक्क कुशीवर! कॅथेटर काढल्यामुळे आता कुशीवर झोपायला कसलाच अडथळा येत नव्हता.

रात्रीच्या डब्याचं काय करायचं ते तिला सुचेना. रात्रीचा डबा पाठवण्यासाठी तिने प्रतिमाला निरोप दिला. तिच्या मनात झर्रकन एक विचार आला, त्यासरशी श्रीला तिथे थांबवून ती पटकन शेजारच्या औषधांच्या दुकानात गेली. दोन-चार दिवसांपूर्वी तिने तिथे एक छानदार वॉकर पाहिला होता.

ती दवाखान्यातून निघाली, ती थेट त्या दुकानात गेली. तिने तो वॉकर त्या दुकानदाराला दाखवायला सांगितला. घडीचा तो वॉकर तिला छान वाटला आणि तिने तो खरेदी करून आणलादेखील. त्याला विचारलं, "बघायचं उभं राहून?" तो म्हणाला, "विचार करतो."

रात्री निहार — प्रतिमाचा मुलगा त्याच्यासाठी जेवणाचा डबा घेऊन आला. निहार, श्री आणि ती तिघांनी मिळून त्याला परत कॉटवर पाय खाली सोडून बसायला मदत केली. नंतर दोघांनी त्याच्या दोन बगलेत हात घालून आधार देऊन त्याला हळूहळू उभं राहायला मदत केली. तिने त्याच्यासमोर वॉकर धरला, अन् काय आश्चर्य! तो वॉकरच्या साहाय्याने उभा राहिला होता. खरोखरच तो उभा राहिला होता. तब्बल सत्तर दिवसांनी! वेगवेगळ्या जीवघेण्या संकटांच्या मालिकेमधून बाहेर पडून आता तो आपल्या स्वत:च्या पायांवर उभा राहिला होता.

लगेचच तो दमला; पण त्याला आत्मविश्वास आल्यासारखा वाटला. श्री घरी गेली. तिने कणादला फोनवरून सगळी घटना सांगितली. उद्या घरी जाणार असल्याचंही तिने कणादला सांगितलं. 'घरी जाणार - घरी जाणार' असा जयघोष पूर्वी दोन-तीनदा तरी झाला होता आणि काही ना काही अपघात झाल्यामुळे घरी जायचं टळलं होतं. त्यामुळे आता घरी जाईपर्यंत मन स्थिरावणार नाही, अशी स्थिती होती. रात्री हुरहुरत दोघंही जागेच राहिले. कोणताही अडथळा न येता रात्र व्यवस्थित पार पडली.

रात्री मध्येच तो तिला म्हणाला, ''मी नीटपणे उभा राहीन असं मला अजिबात वाटत नव्हतं. कारण मिशनमध्ये असताना मला सतत माझे हातपाय एका मोठ्या कातीव दगडाच्या आत चिणल्यासारखे अडकून राहिलेत आणि त्या दगडाला असलेला एक मोठा साखळदंड — ज्याचं दुसरं टोक शेजारच्या खिडकीतून बाहेर कुठंतरी सोडून ठेवलंय, ते कधी सापडायचंच नाही असं वाटायचं. त्यामुळे डोळे मिटल्यामिटल्या एक प्रकारची भीती मनात दडून राहिलेली होती. मान हलवता येत नसल्याने डोळ्यांना पाय दिसत नव्हते. डोळे मिटले की वाटायचं, आता आपला गुरुत्वाकर्षणाचा मध्य चुकणार. हवेतल्या हवेत मी आडवा-तिडवा तरंगतोय असा भास व्हायचा. उभं राहायचा प्रयत्न करायचो मी, पण जमायचंच नाही. उभं राहिलं, तर आपण भेलकांडत जाणार या भीतीनं मला ग्रासून टाकलं होतं. मग मी त्या दगडातून पाय काढायचा खूप प्रयत्न करायचो आणि ते निघायचे तर नाहीतच, पण जास्तच घट्ट अडकल्यासारखे व्हायचे.'' हे ऐकून तिच्या अंगावर सरसरून काटाच आला.

मंगळवारी, पंधरा मे रोजी सकाळपासूनच जिवाची उलघाल सुरू झाली. अविनाश, श्री, निहार, उमेश, माधुरी सगळे येऊन थांबले होते, त्यांना मदत करायला. तिने भराभर खोलीतलं सगळं सामान पिशव्यांमध्ये भरलं. श्री आणि निहारने ते गाडीत नेऊन ठेवलं. घरची व्यवस्था अमीता पाहत होती.

त्याला घेऊन सहा मार्चला घर सोडताना ती अवघा एक कपडा अंगावर बाळगून दवाखान्यात गेली होती. मिशन सोडतानाही फारसं काही सामान नव्हतं, कारण तिथे स्वतंत्र खोली नव्हती. इथे मात्र कपडे, पुस्तकं आणि भांडी. माणूसपणाच्या चिन्हांनी खोली भरून गेली होती.

तिने हॉस्पिटल सोडण्याच्या सगळ्या प्रक्रियांची पूर्तता केली. त्यात तिला त्यांचे स्नेही डॉ. तोरो यांनी मदत केली. त्याच्यासाठी ॲम्ब्युलन्स आणली. त्याला ॲम्ब्युलन्समधनं नेणं आवश्यक होतं.

त्याच्या ॲम्ब्युलन्सच्या मागनं तिची गाडी घेऊन, सगळा वनवास संपवून त्याच्या मागोमाग घरी ती पोहोचली.

त्याची खोली, त्याची आई, त्याची कॉट, त्याचं पांघरूण, त्याचं घर, त्याची कुत्री, त्याची मांजरं — सगळे त्याची वाट पाहत होते. त्याची आई त्याला भेटली. आपल्या अनावर भावनांना आवर घालून ती त्याला अनिमिष नेत्रांनी पाहत होती.

प्रश्न होता, तो त्याला भेटायला जानू-बानू आणि लंपन यांना कसं आणायचं त्याचा. त्यांनी भुंकूनभुंकून भंडावून सोडलं होतं. त्यांना समजावून सांगून एकेकट्याला खोलीत नेलं नि त्यांच्या दांडगाईला रोखून धरत त्याच्याकडे आणलं.

त्याचं घरी येणं कृतार्थ झालं. भाव-भावनांच्या कोंडाळ्यातून सुटल्यानंतरच्या उरलेल्या दिवशी तो दमून, पण निवांतपणे झोपून राहिला. बसायचं किंवा उभं राहायचं त्राण त्याला उरलं नव्हतं.

घर आणि घराच्या स्वप्नात तो दंग होऊन गेला होता. त्याला त्या दिवशी घरी असूनसुद्धा जेवणखाण सुचेना. त्याच्या त्या खोलीत टीव्ही आणून ठेवला. त्याला आवडती फिल्म लावून दिली. त्याचं चित्त शांतशांत झाल्यासारखं तिला वाटत होतं. रात्रीही त्याला एकदम शांत झोप लागली.

बुधवारी सकाळीच कणाद आला. त्याला कडकडून भेटला. तिने कणादला तो घरी आल्यावर कोणीकोणी, कायकाय केलं ते साद्यंत सांगितलं. तो उभा कसा राहिला, ते त्याला पुन:पुन्हा वर्णन करून सांगितलं.

कणाद एकदम सहज म्हणाला, "बाबा, आता तुला चालतासुद्धा येईल." त्याच्या चेहऱ्यावर आशा पल्लवित झाल्याच्या स्पष्ट खुणा दिसल्या.

त्याचा नाश्ता-पाणी उरकल्यावर कणादने त्याला चालायचं का ते विचारलं. त्याने होकार दिल्यावर तिने वॉकर आणला. श्रीने आणि कणादने त्याच्या दोन्ही खांद्यांना आधार दिला. तो जिवाच्या करारानं उभा राहिला.

कणाद म्हणाला, "बाबा, अरे आता तू सहज चालू शकशील."

ती त्याला म्हणाली, "वॉकरच्या आधाराने तू आता उभा आहेसच. उभ्याउभ्या जागच्या जागी एकेक पाय थोडासा उचलून बघ. एका पायावर तुझं शरीर कितपत पेलतंय याचा तुला अंदाज येईल."

त्याला ते पटलं. प्रयत्न केला तर जमलं. त्याच्या दोन बाजूंना त्याला सावरायला त्याचे दोन आधारस्तंभ— श्री आणि कणाद सज्ज होतेच!

मोठ्या कष्टानं त्याने वॉकर उचलून पुढं सरकवला आणि एक पाऊल पुढं

टाकलं. एकेक करत, कणाद आणि श्रीच्या शब्दांवर विश्वास ठेवत त्याने खोलीचा उंबरा ओलांडला. हळूहळू तसंच एकएक पाऊल टाकत तो हॉलचाही उंबरा ओलांडून बाहेरच्या व्हरांड्यात आला. हुश्श करून तिने तिथे ठेवलेल्या खुर्चीत बसला, त्याच्या घरासमोरचा त्याचा आवडता देखावा बघत.

कणाद म्हणाला, ''जी बी सिंड्रोमच्या आजारातून बरं होतानाच्या निरनिराळ्या टप्प्यांमधला उभं राहणं आणि चालणं हा फार महत्त्वाचा टप्पा आहे.''

कणादच्या नि त्याच्या चेहऱ्यावर विशेष कृतकृत्य झाल्याचा भाव होता. त्याच वेळी ते घर, घरातला चौक, घराच्या भिंती, दारं-खिडक्या, घरासभोवतीची बाग, झाडं-झुडपं — सगळे जण अक्षरशः लक्षलक्ष डोळ्यांनी थक्क होऊन, डोळ्याची पापणीही न लवता त्याला डोळे भरून पाहत भारून गेलेली तिला जाणवत होती.

ऋणानुबंध

(जी बी सिंड्रोम आणि आमचे)

जी बी सिंड्रोम हा आजार अगदी दुर्मीळ आहे. म्हणजे लाखभरात दोन-तीन जणांना तो होतो, असं जगभरातली आकडेवारी सांगते. तरीसुद्धा आमच्या कुटुंबाचा आणि या आजाराचा अद्भुत असा ऋणानुबंध असावा. कारण आमच्याच घरात माझ्या सासूबाई मीरा भागवत आणि माझा सहचर चारुदत्त भागवत या दोघांनाही तो होऊन गेला आहे.

माझ्या सासूबाईंना हा आजार जून २००४ मध्ये झाला, तर चारू भागवत यांना तो मार्च २००७ मध्ये झाला. या दोघांच्याही आजारात मला या दोन्ही रुग्णांना फार जवळून पाहण्याचा दुर्दैवी योग आला.

आपल्यावर जी वेळ आली ती दुसऱ्या कोणावरही येऊ नयेच, पण जर का ती कधी आली तर माझ्या अनुभवांचा त्यांना काहीतरी उपयोग व्हावा, या दृष्टीने मी हे सर्व लिहिण्याचा प्रपंच केला.

माझ्या सहचराप्रमाणे सासूबाईंना जी बी सिंड्रोम झाला होता, त्याची गोष्ट समजून घेण्यासारखी आहे. दोघांच्याही आजाराचे स्वरूप वेगवेगळे आहे. साम्य एकच की, दोघेही आजारातून उठल्यानंतर ठणठणीत बरे झालेले आहेत.

२००४ साली माझ्या सासूबाई — मीराताई भागवत या पुण्याला काही दिवसांसाठी राहायला म्हणून गेल्या होत्या. त्या वेळी त्यांचे वय होते ब्याऐंशी वर्षे. त्यांचा पुण्यात एक फ्लॅट आहे. शेजारी आमचे जवळचे बरेच नातेवाईक राहतात.

फ्लॅटची आणि बँकेची अशी बरीच कामे करायची राहिली होती. ती करून दोन-चार दिवस नातेवाइकांना भेटून येऊ, असा बेत करून त्या तिथे गेल्या होत्या. त्यांची सर्वसाधारण तब्येत ठणठणीत म्हणावी या सदरात मोडते.

एक दिवस, साधारण जून महिन्याच्या पंधरा तारखेच्या दरम्यान दिवसभर काही कामे करून पाच वाजायच्या सुमाराला त्या घरी आल्या. रात्री सात वाजायच्या सुमाराला गॅसवर कुकरमध्ये भात-वरण गरम करायला ठेवून त्या बाथरूममध्ये गेल्या. मात्र कमोडवरून उठताना 'आपल्याला उठताच येत नाही,' असे त्यांच्या लक्षात आले. तरीही मदतीला कोणीही नसल्याने, आसपास हाक मारली असताही कोणाला ऐकू न येण्याचा संभव असल्याने, शिवाय मुख्य दरवाजाला अर्थातच आतून कडी असल्याने स्वत:हून कसेबसे उठायचा त्यांनी प्रयत्न केला. त्यात त्या कमोडवरून घसरून खाली पडल्या.

पडल्यानंतर उठायचा प्रयत्न करताना त्यांच्या लक्षात आले की, हातांचा आधार घेऊन उठायचा प्रयत्न केला की, बसण्यापूर्वीच तोल गेल्यासारखे होऊन त्या धाडकन पुन्हा जमिनीवर पडत होत्या. तशाच अवस्थेत जमिनीवरून सरपटत त्या बाथरूमच्या बाहेर आल्या. नशीब की, बाथरूमच्या दरवाजाला आतून कडी लावलेली नव्हती.

दुसऱ्या दिवशी कामाची बाई आली. तिने दार ठोठावल्यानंतर सासूबाईंनी आतूनच ओरडून त्यांची परिस्थिती सांगितली आणि शेजारून त्यांच्या नातेवाइकांना बोलावून आणायला सांगितले. आम्ही सांगलीत होतो. त्यांना काहीतरी झाले आहे, हे आम्हाला साडेनऊच्या सुमाराला कळले. लगेचच आम्ही दोघेही पुण्याला जायला निघालो.

पुण्याला पोहोचेपर्यंत चार वाजून गेले होते. तोपर्यंत माझ्या चुलत जाऊबाई विद्युत भागवत आणि चुलत नणंद सुनीता नेने या दोघींनी मिळून ॲम्ब्युलन्स मागवून ठेवली होती. तसेच प्रथितयश आणि आम्हा सर्वांचे जवळचे परिचित असे डॉ. सुभाष काळे यांना कळवून ठेवले होते.

आम्ही पोहोचलो तितक्यात ॲम्ब्युलन्स आली आणि त्यांना आम्ही जोशी हॉस्पिटलमध्ये ॲडमिट केले. सहा वाजायच्या सुमाराला डॉक्टर आले. सुमारे एक तासभर ते सासूबाईंशी बोलत होते. आम्हालाही त्यांनी त्यांच्या तब्येतीबद्दल काही प्रश्न विचारले. रक्ततपासणी, काही फोटो, तसेच काही सोनोग्राफी करून घेतल्या.

रात्री सात वाजायच्या सुमाराला डॉ. सुभाष काळे यांनी आम्हाला बोलवून त्यांना काय झाले असेल त्याबद्दल ज्या काही शक्यता सांगितल्या त्यात प्रामुख्याने त्यांना जी बी सिंड्रोम झाला असावा, अशी दाट शक्यता त्यांनी व्यक्त केली. जी बी सिंड्रोम म्हणजे काय, हेही त्यांनी त्या वेळी आम्हाला समजावून सांगितले. त्यासाठीची आवश्यक असलेली मणक्यामधला द्राव काढून घेऊन करायची तपासणी केली आणि सासूबाईंना निश्चितपणे जी बी सिंड्रोम झाल्याचे डॉक्टरांनी आम्हाला सांगितले.

ही २००४ सालची गोष्ट. सोबत नातेवाईक असले, तरी ते त्यांच्यात्यांच्या व्यापात! सासूबाईंबरोबर पुण्यात मी एकटीच. त्या वेळी आमची मुलगी तशी लहान होती. मुलगा नोकरीनिमित्ताने मुंबईला. चारू भागवतांना मुलीसाठी सांगलीला

परतावे लागले. सांगण्याचा उद्देश असा की, परगावी असल्याने आणि जी बी सिंड्रोम या आजाराचे नाव प्रथमच ऐकले असल्यामुळे किंवा माझ्या बरोबरीच्या कोणीच ते कधीही ऐकलेले नसल्यामुळे इंटरनेटच्या साहाय्याने या आजाराची माहिती घेण्याची कल्पना त्या वेळी सुचलीच नाही.

चारू भागवतांच्या आजाराचे स्वरूप पाहता सासूबाईंना आलेला जी बी सिंड्रोमचा ॲटॅक हा फारच सौम्य होता, असे म्हणावे लागेल. सासूबाईंना ॲटॅक आल्यानंतरही हातपाय व्यवस्थित हलवता येत होते. झोपल्याझोपल्या पाय वरती उचलणे, हात उचलून धरणे इत्यादी क्रिया करण्यास त्यांना काही बाधा येत नव्हती. त्यांना फक्त झोपलेल्या अवस्थेतून उठता येत नव्हते. स्पर्शज्ञानाचा मुद्दा मात्र दोघांच्याही बाबतीत समान होता. आपण कोणत्याही गोष्टीला स्पर्श केल्यानंतर हाताला स्पंज लागावा तशी भावना होते, असे दोघांनाही एकाच पद्धतीने वाटत होते. उपचार लगेचच सुरू झाल्यामुळे म्हणा किंवा सासूबाईंना या आजाराची फारशी लागण झाली नव्हती म्हणून म्हणा, त्यांच्या श्वसनसंस्थेला कोणताही धक्का पोहोचला नाही. तरी काही तातडीच्या वेळा येऊन गेल्या.

अत्यंत चिंताग्रस्त वाटण्याइतकीही वेळ येऊन गेली; पण त्यांचीही बरे होण्याची जिद्द वाखाणण्यासारखी होती. काही झाले तरी उरलेले आयुष्य परावलंबी होऊ नये, या इच्छाशक्तीपोटी तीन आठवड्यात त्या पूर्ण बऱ्या झाल्या.

आमचा आणि जी बी सिंड्रोमचा ऋणानुबंध आहे, असे आम्हाला वाटायचं. चारूला तोच आजार झाला असण्याच्या शक्यतेचा विचार मनात येण्यासाठी सासूबाईंच्या आजाराच्या अनुभवाचा उपयोग झाला, असे मला राहूनराहून वाटते.

चारूच्या आजारपणानंतर जी बी एस (सिंड्रोम) ची लागण होऊन त्याचे निदान लवकर न झाल्यामुळे दगावलेल्या काही अगदी जवळच्या व्यक्तींची माहिती मला नंतर मिळत गेली. तसंच जी बी सिंड्रोम या आजारामुळे आम्हाला जे काही शिकायला मिळाले, ते तर कोणत्याही उच्च दर्जाच्या शाळा-कॉलेजात कशाच्याही मोबदल्यात शिकायला मिळाले नसते.

चारू भागवतांचा आजार म्हणजे आमच्या सहनशक्तीची कठोर परीक्षाच होती. दोन वेळा मृत्यूचे दार ठोठावून चारू घरी आला होता. त्याला आलेला ॲटॅक इतका जबरदस्त होता की, केवळ चोवीस तासांतच त्याचे संपूर्ण शरीर कोणतीही हालचाल करण्यास असमर्थ ठरले होते. इतकंच नव्हे, तर त्वरेने उपचार सुरू होऊनसुद्धा श्वसनसंस्था निकामी झाली होती. आजारातून बरे झाल्यावर त्यांच्या एका नवीन जीवनाची सुरुवात झाली, असे म्हटले तर फारसे वावगे ठरू नये!

हॉस्पिटलमधून घरी येण्यापूर्वी आम्हा दोघांच्याही मनात खूप शंका-कुशंका दाटून आल्या होत्या. जी बी सिंड्रोमच्या इतर रुग्णांचे अनुभव आणि इंटरनेटवर उपलब्ध

असलेल्या संकेतस्थळांवरील माहितीप्रमाणे या आजारातून पूर्ण बरं व्हायला किमान एक-दीड वर्ष तरी लागणार होते. त्यातला किमान दोन-तीन महिने इतका काळ त्याला अंथरुणावर पडून राहावे लागणार होते— म्हणजे सगळे काही परावलंबी!

पत्नी असली तरी कोणालाही असले परावलंबी जीवन स्वीकारणे अवघड जाते. सिद्धिविनायक हॉस्पिटलमध्ये स्वतंत्र खोलीत असताना त्याच्या मनाची यासाठी तयारी करून घेण्यासाठी मला थोडी सवड मिळाली. मी त्या संधीचा पुरेपूर फायदा करून घेतला, असे मला वाटते. त्याच वेळी 'घरी गेल्यावर तू एकदम स्वत:च्या पायावर उभा राहशील', असे मी त्याला सतत सांगत होते.

घरी गेल्यावर कायकाय करायचं याचे पूर्वनियोजन करायचे काम मी सर्वस्वी त्याच्यावरच सोपवले. त्याने त्याच्या परीने काही गोष्टी ठरवल्यासुद्धा! घरी आल्यावर मात्र दुसऱ्याच दिवशी वॉकरच्या साहाय्याने उभे राहिल्यावर त्याचा आत्मविश्वास एकदम वाढला. त्यामुळे अंथरुणावर झोपून राहावे लागणार आणि त्यामुळे सर्व गोष्टी, विशेषत: शारीरिक स्वच्छता इत्यादी गोष्टींसाठी कोणावर तरी अवलंबून राहावे लागणार, या चिंतेतून तो मुक्त झाला.

त्याच्या उभे राहण्याचे श्रेय पूर्णपणे त्याच्या इच्छाशक्तीला आणि आमच्यावर त्याने टाकलेल्या विश्वासालाच द्यावे लागेल. उभे राहणेच काय, पण कॉटवर फार वेळ बसणेसुद्धा त्या वेळी इतके अवघड वाटत होते की, आपण उभे कसे काय राहणार असा त्याच्यासमोर यक्षप्रश्न होता.

कणाद त्याला जेव्हा म्हणाला की, 'बाबा आता तू उभा राहू शकशील.' तेव्हा त्याच्या म्हणण्यावर त्याने पूर्ण विश्वास टाकला. वॉकरला धरून, दोन्ही मुलांच्या आधारावर विसंबून, दुखण्याची पर्वा न करता, निव्वळ मनोबलाच्या जोरावर त्याने उभे राहायचे ठरवले नि त्यामुळेच तो उभा राहू शकला. त्याने थोडी जरी कच खाल्ली असती तरी त्याला ते जमले नसते.

नुसते एकदा उभे राहून भागणार नव्हते, तर त्याचा सतत सराव करणे जरूर होते. हातपाय कितीही दुखत असले, तरीही न कंटाळता जिद्दीने उभे राहायचे, असे त्याने ठरवले आणि तसे करून दाखवले. या आजारात हातपाय दुखतात म्हणजे किती दुखतात, हे वर्णन करून सांगणे अतिशय अवघड आहे.

चारुदत्त भागवतांच्या शरीरातील सर्व स्नायूसंस्था आणि मज्जासंस्था चाळीस ते पंचेचाळीस दिवस बंद असल्याने काम करण्याच्या दृष्टीने पूर्ण कमकुवत झालेली होती. प्रत्येक मज्जातंतू तसेच प्रत्येक स्नायू त्याला नव्याने शिकवण दिल्यासारखा काम करायला सुरुवात करणार होता. त्या दुखण्याने बेजार झाल्यानंतर प्रत्येक गोष्ट नव्याने शिकणे आणि त्यानंतर उभे राहणे किंवा इतर काहीही हालचाली करणे अक्षरश: अशक्यप्राय वाटते.

चारुदत्त भागवतांच्या बरे होण्याच्या प्रक्रियेमध्ये अनेकांचे योगदान आहे. जी.बी. सिंड्रोमने आम्हा सर्वांमध्ये असलेले नातेसंबंध अधिकच दृढ केले. अविनाश आणि प्रतिमा सप्रे! आमचे सख्खे स्नेही. दोघेही इंग्लिश विषयाचे प्राध्यापक. अनेक क्षेत्रांत कलागुणसंपन्न अशी ही सदैव आनंदी असणारी जोडी. चारुदत्तसुद्धा इंग्लिशचेच प्राध्यापक. मला भावंडांचा किंवा नातेवाइकांचा जितका आधार वाटतो त्याहीपेक्षा कणभर जास्त या दोघांचा वाटतो. अविनाश आणि चारू हे त्यांच्या महाविद्यालयीन काळापासूनचे मित्र. आम्ही १९८७ साली सांगलीत आलो आणि मैत्री अधिक दृढ झाली. २००५ मध्ये आम्ही त्यांच्या शेजारीच राहायलो आलो आणि आमच्या घराच्या भिंती पार नाहीशाच झाल्या. आमचे संबंध अधिकाधिक दृढ झाले. चारूच्या आजारपणात ही दोघे म्हणजे माझा निव्वळ भक्कम आधार बनून राहिली होती.

डॉ. अरुण आणि डॉ. मेरी रुकडीकर! व्यवसायाने मानसोपचारतज्ज्ञ. सांगली-मिरजेसारख्या ठिकाणी नेटका व्यवसाय करून लाखो-करोडोंची संपत्ती मिळवायच्या संधीचा विचारच त्यांच्या मनात कधी आला नसावा, किंवा आला असलाच तर त्यांनी त्यावर पूर्णपणे पाणी सोडलं. मानसोपचाराच्या मूळ तत्त्वांशी कोणतीही तडजोड न करता खरे खरे मानसोपचार करून, रुग्णांचा आत्मविश्वास वाढवून त्यांना बरे करण्यात त्यांनी आपलं आयुष्य व्यवसायाला अर्पण केलं. असं हे दाम्पत्य न चुकता रोज दोन वेळा आम्हाला भेटून, बोलून, आमच्या चिंता समजावून घेऊन, त्या सोडवून देऊन आम्हाला धीर देत असे. आमची सैरभैर मनं त्यांनीच सांभाळली. त्यांच्या एकेका वाक्यावर मी अनेक रात्री जगू शकले. डॉ. अरुण म्हणत, 'कल्पना, या आजाराची एक ब्यूटी आहे. ते म्हणजे रुग्ण पूर्ण बरा होतो.' 'आजाराची ब्युटी!' हा शब्दप्रयोगच महाप्रभावी आहे. या एकट्या शब्दप्रयोगावर आम्ही सर्व प्रसंगांमधून तरून गेलो. प्रसंग निभावताना नुसती मनाची शक्ती, पैसा, तंत्र, देव, पूजा, श्रद्धा यांपेक्षाही महत्त्वाचे म्हणजे वेळ-अवेळ न बघता धावपळ करणारी दोन-चार माणसं सोबत असावी लागतात. उमेश आणि माधुरी. कणाद आणि श्रीच्या बरोबरीने धावपळ करणारे हे आमचे तरुण मित्र. जवळजवळ ३०-३५ दिवस सतत रक्त, प्लाझ्मा आणि रक्तदाते इत्यादींची गरज पडायची. कधीकधी काही तपासण्या बाहेरून कराव्या लागत. काही वेळा ही दोघेही नर्व्हस होत असत; पण आमच्यावरच्या प्रेमापोटी त्यांनीसुद्धा बरंच काही सोसलं.

नव्याने ऋणानुबंध तयार झाला तो काही डॉक्टरांशी. अनेकांचं योगदान आहे. कोणालाच टाळता येणार नाही; पण विशेषतः नाव घ्यायचं तर डॉ. मकरंद खोचीकर! रुग्ण मरणघाईला आला की, प्रश्न उद्‌भवतो तो व्यवसाय की नाव आणि प्रतिष्ठा? सहसा अशा वेळी काही किंवा बरेच जण रुग्णाच्या मृत्यूचा रोष आपल्यावर यायला नको, असा विचार करतात; पण प्रतिष्ठा पणाला लावून व्यवसायाची

बांधिलकी जपणाऱ्या विरळा डॉक्टरांपैकी एक म्हणजे डॉ. खोचीकर! डॉ. खोचीकर सिद्धिविनायक कॅन्सर रुग्णालयाच्या आणि उषःकाल हॉस्पिटलच्या युरॉलॉजी विभागाचे प्रमुख.

१९९७ साली युरोपिअन बोर्ड ऑफ युरॉलॉजीच्या परीक्षेत उत्तीर्ण होऊन प्रथम येण्याचा मान मिळवणारे ते पहिलेच भारतीय! परदेशात व्यवसाय करण्याची सुवर्णसंधी असूनही निव्वळ आपल्या देशात यायचं आणि इथेच कर्मभूमी मानून काय ते योगदान द्यायचं, असं तत्त्व मनाशी निश्चित करून बेडफोर्ड आणि अडेन्ब्रूक हॉस्पिटल, केम्ब्रिज, इथे मूत्र-संस्थेविषयीचा सर्वांगीण अभ्यास पूर्ण करून १९९८ साली डॉ. खोचीकर सांगलीत आले. आम्ही त्यांच्याबद्दल खूप ऐकलं होतं. आंतरराष्ट्रीय ख्यातीचे निष्णात डॉक्टर म्हणून भारतभर त्याचं नाव आहे. मूत्राशयाच्या अनेकविध आजारांवर त्यांनी केलेलं संशोधन आणि त्यांनी केलेले यशस्वी प्रयोग याबद्दलही माहिती होती. मूत्राशयाचा कर्करोग झाल्यावर मूत्राशय निकामी झाले तर मोठ्या आतड्याचा एक तुकडा काढून त्याचे मूत्राशय बनवून अनेक रुग्णांना त्यांनी जीवदानच नाही तर अधिक आयुष्य देण्याचं मोलाचं काम केलेलं आहे. प्रत्यक्षात मात्र आमची भेट झाली नव्हती.

हे डॉक्टर जेव्हा माझ्यासमोर आले तेव्हा मला आमचा काही जन्मांतरीचा ऋणानुबंध असावा असा भास झाला. सिद्धिविनायक हॉस्पिटलमध्ये असताना एकदा रात्री ११ वाजता त्यांना बोलवायची वेळ आली. चेहऱ्यावर कोणताही तणाव, नाखुशी, तक्रार किंवा नकोसेपणा न दाखवता ते आले होते. त्यांच्या बरोबर डॉ. विकास गोसावीसुद्धा होते. सगळं झाल्यावर मी त्यांना अवेळी यावं लागलं म्हणून दिलगिरी व्यक्त केली. क्षणाचाही विलंब न लावता डॉ. गोसावी म्हणाले, ‘‘छे! छे! अजिबात असा विचार करू नका. आमचं कामच आहे ते. आम्ही असताना अजिबात असह्य दुखणं सोसायचं कारण नाही. बिलकूल भीड न बाळगता डॉक्टरांना बोलावत जा.’’

डॉ. वृंदा चौधरी, खोचरे सर, मिशन हॉस्पिटलमध्ये डिस्चार्ज घेण्याच्या आदल्या दिवशी न कंटाळता चारूच्या कॅथेटरमधून रक्ताच्या गुठळीची एक एक गाठ बाहेर काढणारे डॉ. जय आणि इतर कितीतरी अनेक जण माझ्या आयुष्यात भरून राहिलेले आहेत.

बरे होण्याच्या प्रक्रियेमधली चारूची स्वत:ची भूमिका अत्यंत महत्त्वाची होती. त्याला आवश्यक असे, पण वेगवेगळे व्यायाम प्रकार शिकवण्यासाठी एक फिजिओथेरपिस्ट डॉ.सचिन शेट्टी घरी येत असत. त्यांनी त्याला व्यायाम कसा आणि कोणता करावा याबद्दल काही विशेष सूचना केल्या होत्या. तो त्यांचे तंतोतंत पालन करीत असे. मुलगी श्री आणि मी असे दोघांच्या मदतीने तो सगळे व्यायाम प्रकार व्यवस्थित पार पाडत असे. त्याचा आजार बरा करण्यात सूत्रधार खूप होते, पण हिरो मात्र एकच!

उभे राहून झाल्यानंतर प्रश्न होता, तो स्वत:च्या हाताने जेवण घेण्याचा. त्यासाठी बोटांमध्ये अन्नाचा घास धरणे किंवा बोटांमध्ये निदान चमचा धरणे याही गोष्टी अवघडच होत्या. घरातले सगळे जण त्याला त्यासाठी मदत करीत असत. स्वत:च्या हातांनी जेवणे, अंघोळ-आन्हिके इत्यादी सगळ्या गोष्टी शिकण्याकरिता त्याला नंतर अवघे सात–आठच दिवस लागले असतील.

व्यायामाच्या बरोबरीने महत्त्वाचा होता तो योग्य प्रकारचा आहार. डॉ. खोचीकरांच्या म्हणण्याप्रमाणे त्यांना सुलभ हालचाली करण्याला 'एन्शुअर' या डबाबंद पावडरचा खूप उपयोग झाला. हे औषध त्याने सुमारे तीन महिने घेतले होते.

आहारामध्ये सर्व प्रकारची भरपूर ताजी फळे – विशेषत: डाळिंबे, पपई, भरपूर शाकाहारी प्रथिने, ताज्या फळभाज्या, हिरव्या पालेभाज्या, बिटा कॅरोटिन देणारी गाजरे, बीट, बिटाचा पाला, शेवग्याचा पाला, मुळ्याचा पाला, तसेच नवलकोलचा पाला इत्यादी सर्व आहार ठरवायला डॉ. कमला सोहोनींच्या 'आहारगाथा' या पुस्तकाचा मला फार उपयोग झाला.

सध्या चारू भागवत यांचा जीवनक्रम अगदी पूर्ववत चालू आहे. घरी आल्यानंतर दोन महिन्यांतच त्याने आधी चारचाकी गाडी व नंतर त्याची आवडती बुलेट मोटर सायकल चालवायला सुरुवात केली. अलीकडे रोजची बाजारहाट तो नेमाने करू लागला आहे. त्याच्या आयुष्यातला वाचनानंतरचा एक आवडता छंद म्हणजे रोजचा स्वयंपाक करणे.

एरव्हीसुद्धा एखाद्या सुगृहिणीसारखा तो अगदी नेटका स्वयंपाक करतो. हळूहळू त्याने आता संपूर्ण स्वयंपाकघराचा ताबा घेतलेला आहे. नेमाने पोहणे, चालणे यासह इतर काही व्यायाम, इतरांमध्ये मिसळावयास फारसे आवडत नसल्यामुळे भरपूर वाचन, मन गुंतवून ठेवण्यासाठी उपयुक्त असलेला डॉ. रुकडीकरांचे मानसिक आजारावरचे पुस्तक मराठीत अनुवाद करण्याचा प्रकल्प असा दिनक्रम चालू आहे.

रात्री कधीकधी झोप येत नाही, अशा वेळी वाचनाचा छंद त्याला मदत करतो. कधीकधी सर्व शरीर आणि हातपाय फारच दुखू लागतात, तेव्हा त्याकडे जी बी सिंड्रोमची एक अटळ आठवण म्हणून पाहायला तो शिकला आहे आणि सर्व चराचराला व्यापून राहणाऱ्या सर्व शक्तींची आठवण ठेवण्यापासून एक क्षणभरही बाजूला न राहावयास मी आताशा शिकली आहे. जी. बी. सिंड्रोमचे आणि आमचे तसे ऋणानुंबधच आम्हाला खूप काही शिकवून गेले आहेत.

***

www.ingramcontent.com/pod-product-compliance
Lightning Source LLC
LaVergne TN
LVHW091047100526
838202LV00077B/3067

9788184980417